வேல்பா எனும் மானுடன்

சிறுகதைத் தொகுப்பு

AF850661

வேல்பா எனும் மானுடன்

சிறுகதைத் தொகுப்பு

முத்துச்செல்வன்

எழுத்து பிரசுரம்

Title: Velpa Enum Maanudan
Author's Name: Muthuselvan
Copyright © Muthuselvan
Published by Ezutthu Prachuram

All rights reserved. No part of this publication may be reproduced, stored in a retrieval system, or transmitted, in any form or by any means, electronic, mechanical, photocopying, recording, psychic, or otherwise, without the prior permission of the publishers.

Ezutthu Prachuram
(An imprint of Zero Degree Publishing)
No. 55(7), R Block, 6th Avenue,
Anna Nagar,
Chennai - 600 040

Website: www.zerodegreepublishing.com
E Mail id: zerodegreepublishing@gmail.com
Phone: 89250 61999

Ezutthu Prachuram First Edition: May 2023
ISBN: 978-93-93882-19-6
TITLE NO EP: 436

Cover Design & Layout: Vijayan, Creative Studio

தந்தை சுந்தரம் நினைவிற்கு...

ஜீவிதா

ரூபிணி

யாழினி

மூவரின் அன்பிற்கும்...

நினைவுகளின் அடுக்கு

முதலில் எழுதியது கவிதைதான். தங்கை - தங்கம் என்று உருவகப்படுத்தி ஏதோ கிறுக்கியதாக ஞாபகம். ஆறாவது படித்த காலம். எப்படியோ எழுத்து ஆர்வம் பிடித்துக்கொண்டது. வகுப்பு தமிழ்ப் பாடத்தில் வந்த சிறுகதையை 'உல்டா' செய்து காதல் விஷயத்தைப் புகுத்தி எழுதினேன். அம்மா 'சூப்பரா இருக்குடா' என்றது நினைவில் உள்ளது. முதல் கதை ஆனந்த விகடனில் புனைபெயரில் வந்தது. நியுமராலஜி பிளஸ் 'எமகண்டன்' என்று நகைச்சுவை எழுத்துக்குப் பயன்படுத்தலாமே என நானே புனைந்துகொண்டது. அப்பெயரில் இரண்டு வாசகர் செய்தி ஜூனியர் விகடனில் வெளியானதுதான் மிச்சம். 'நேர்மை'யைப் படித்துக்காட்டு என்று சலூன் கடை வையாபுரி கேட்டார். ஏனோ கடைசிவரை படித்துக்காட்டவில்லை. இப்போது நக்கீரனில் பணிசெய்யும் அப்போதைய பேனா நண்பன் இளையச்செல்வன் 'கதை பாலுமகேந்திரா படம் பார்க்கிற மாதிரி இருக்கு' என்றான். பாலிடெக்னிக் படிப்பில் நுழைந்த சமயம் என்பதால் 'எழுதறவன்' என்கிற அடையாளம் ஏற்பட்டுவிட்டது. கூட்டுறவு சர்க்கரை ஆலைக்குச் சொந்தமான பாலிடெக்னிக். கதையோ கரும்பு சம்பந்தமானது. உடன் படித்தவர்களுக்கு அது சுவாரசியத்தை உண்டுபண்ணிவிட்டது. ஆனால், அங்கு படிக்கச் சேர்வதற்கு முன்னரே எழுதி அனுப்பிய கதையது.

இரண்டாம் கதை, 'துரோகங்களினூடே....' கணையாழியில் வந்தது. பிரசுரமான தகவலே, புத்தகத்தை வாங்கி ஓடும் பஸ்ஸில் நின்றபடியே புரட்டிப் பார்த்த போதுதான் தெரிந்துகொண்டேன். நண்பர்கள் கதிரவனும் சரவணனும் பாராட்ட வீட்டிற்கே வந்தனர். இதிலிருந்தே சொந்தப் பெயரில் எழுதத் தொடங்கினேன். மூன்றாம் கதை 'வன்முறை' விகடனில் வந்தது. நாமக்கல் களமாக அமைந்ததைப் படித்து 'நீங்கதான்னு கண்டுபிடிச்சேன்' என்றான் ஜூனியர் நண்பன்.

நான்காம் கதை, 'ஆதிக்கம்' சிறுகதைப் போட்டியில் ஆறுதல் பரிசு பெற்றது. அப்போதுதான் ஊருக்கே நான் எழுதுவது தெரிந்தது. கட்டப்பஞ்சாயத்து விவகாரம். ஆற்று மணல் பிரச்சினை. அக்கதை தினமலர்-வாரமலரில் (திருச்சி பதிப்பு) பிரசுரமான அடுத்த வருடம் ஜெயலலிதா அரசு ஆற்று மணல் குத்தகையை அரசே ஏற்று நடத்த ஆணை பிறப்பித்தது. கதைக்கும் இதற்கும் சம்பந்தமில்லை. ஆனால், வரலாறு முக்கியமல்லவா? ஊரில் இருந்த டீக் கடைகளில் கதை, புரளியைக் கிளப்பி, புகைச்சலை உண்டுபண்ணிவிட்டது. தங்களைத்தான் சொல்கிறானோ என்று ஒவ்வொருவரும் நாடிபார்த்து முறைத்ததும் நடந்தது. மணமேடு சிவானந்தா பள்ளி தலைமை ஆசிரியராக இருந்து ஓய்வு பெற்ற கவிஞர் குருநாதன் 'வேறு ஏதாவது எழுதியிருக்கலாம்ல' என்றவர், பஸ்ஸைவிட்டு இறங்கிய சாலையில் அன்பு முத்தம் கொடுத்தார். டீக் கடை தங்கவேல் 'நல்லா எழுதியிருக்கே' என்றார். அலகரை ஐயர் 'புத்தகத்தை பத்திரமாக வைச்சிருக்கேன்' என்று புன்னகைத்தார்.

'இரு டைரிக் குறிப்புகள்' நண்பன் கோபியைச் சந்திக்கப் போன இல்லத்தில் நடந்த உண்மைச் சம்பவம். சற்றுப் புனைவுத் தன்மையோடு வெளிப்பட்டது. அக்கதை வெளிவந்த உதயம் இதழ், தற்போது 'இனிய உதயம்' என்ற பெயர் மாற்றத்தோடு தமிழ்ச் சிறுகதைகள் இல்லாமல் வெளிவருகிறது.

துணைவன் அம்மாவின் பெயரையும் தம்பியின் பெயரையும் இணைத்து, புனைபெயராக்கி எழுதிய ஆறுதல் பரிசு பெற்ற கதை.

மீண்டும் நிஜப் பெயரில் ஆறுதல் பரிசு பெற்றது 'காணி நிலம்'. ஏற்றுமதி கம்பெனியில் பணி செய்த காலம். கம்பெனியில் எழுதுபவன் என்கிற அடையாளம், அந்தக் கதையால் கிடைத்தது. 'ரயில் பயணத்தில் படித்தேன். நம்முடன் பணி செய்பவர் என்று பின்னர்தான் தெரிந்தது' என்று கைகுலுக்கினார் கதையைப் படித்த சக பணியாளர்.

எட்டாவது கதையான 'பெண் ஜென்மம்' கல்கி போட்டியில் இரண்டாம் பரிசு பெற்றது. நடுவர்களாக வெ. இறையன்பு ஐ.ஏ.எஸ், நடிகை ரோஹிணி இருவரும் இருந்து தேர்ந்தெடுத்த கதையது. இந்தக் கதையை 'பாராமுகம்' என்கிற தலைப்பில் ராசா சக்தி சிவபாலன், கலைஞர் டி.வி.யின் நாளைய இயக்குநர் தொடரில் இயக்கினான். வளரும் கலைஞன்.

தடயங்கள் பரிசும் பாராட்டும் பெற்றபோதிலும் பிரசுரமாகவில்லை. ஆணவக்கொலை சம்பந்தமான கதை. பல்சுவை காவியத்தில் அப்போது பொறுப்பாசிரியராக இருந்தவர் பிரபஞ்சன். பாராட்டுப் பத்திரமும் பரிசுத் தொகையும் அனுப்பினர்.

'அயர்ச்சி' ஆறுதல் பரிசு பெற்ற கம்பெனி கதை. பணி செய்த கம்பெனியில் பிரச்சினை ஆரம்பிப்பதற்கு முன்னரே எழுதியது. பிரசுரமான காலகட்டத்தில் அதில் குறிப்பிட்ட முக்கால்வாசி சம்பவங்கள் கம்பெனியில் அரங்கேறிக்கொண்டிருந்தன. அது தற்செயலான அதிர்ச்சியாக இருந்தது. அப்போது அப்படியான காலகட்டத்தில்தான் நாடே இருந்தது. அதன் பாதிப்பு இன்னும் பல வருடங்களுக்குத் தொடரும் அறிகுறிதான் தென்படுகிறது.

'ஏழு சகோதரர்கள்' சஹானா இணைய இதழில் வந்தது. வந்த மாலைப் பொழுதில் வயிற்றில் இரண்டாவதாக அறுவை சிகிச்சை செய்யவேண்டிய ஆரம்ப அறிகுறிகள் தென்படுவதை வயிற்று வலி வேதனையில் அறிந்திருக்கவில்லை.

மலேயா பல்கலை கதைப்போட்டியில் 'ராமாயி' பரிசு பெற்றது. பரிசு பெற்ற தகவல் வந்தபோது மருத்துவமனை பெட்டில் இருந்தேன். வாழ்க்கையே விசித்திரமானது.

'கணை' குவிகம் குறும் புதினம் மாத இதழ் நடத்திய போட்டியில் பிரசுரத்திற்குத் தேர்வு பெற்றது.

மீதி அனைத்தும் வெவ்வேறு கால கட்டத்தில் எழுதி வைத்திருந்த உண்மைக்கு நெருக்கமான கதைகள். இப்போதுதான் அவை பிரசுர வடிவம் பெறுகின்றன. நம்மைச் சுற்றிதான் எத்தனையெத்தனை சம்பவங்கள். படிப்பினைகள். எல்லாவற்றையும் ஒருசேரப் படிக்கும்போது எக்காலத்திற்கும் பொருந்தக்கூடிய பொது அம்சம் இக்கதைகளில் புலப்படுவதை உணரலாம். கதை முடியும்போது ஒரு தொடர்ச்சி இருப்பதாக வாசக மனம் எண்ணினால், அதுவே எழுத்துக்குக் கிடைத்த வெற்றி. நம் காலத்துக்குப் பின்னும் வாழ்க்கை இருக்கிறது. அதை வெளிப்படுத்துவதுதான் இலக்கியம்.

எழுதத் தோன்றுவதால் தீவிர எழுத்துக்கும் வெகுஜன எழுத்துக்கும் இடைப்பட்ட எழுத்துப் பயணம் தொடர்கிறது. நெருக்கடியான மனநிலையில் வாசிப்பதும் எழுதுவதும் அந்த மனதை இயல்பு நிலைக்குத் திருப்ப உதவுகிறது.

ஒவ்வொரு கதையும், பிரசுரமான பொழுதிலும் தேர்வு பெற்றதான தகவல் கிடைத்த நேரத்திலும் மனதில் அழுத்திய அவநம்பிக்கைகளை அடித்துத் துரத்தி புதுத் தெம்பை அளித்தன. எழுதுவதால் பொருளாதார பலன் கிடைத்ததைவிட மனபலம் கிடைத்தது நிஜம்.

'பெண் ஜென்மம்' கதை 'பாராமுகம்' என்கிற பெயரில் குறும்படமாக வெளியாகி இயக்குநர் வசந்தால் பாராட்டைப் பெற்றது. கதைத் தொகுப்பை வெளியிடும் பதிப்பாளர் ஆர்.காயத்ரி அவர்களும் ராம்ஜீ நரசிம்மன் அவர்களும் என் நன்றிக்குரியவர்கள். ஆதரவு தரும் வாசகக் கண்மணிகளுக்கு உளமார்ந்த நன்றி.

– முத்துச்செல்வன்
ஆலமரத்துப்பட்டி
24-02-2022 முசிறி

பொருளடக்கம்

நினைவுகளின் அடுக்கு 7
நேர்மை 13
வன்முறை 18
அயர்ச்சி 24
கானல் 34
ஏழு சகோதரர்கள் 42
ராமாயி 50
களவு 58
கூன்பாய் 71
நில் 83
சஞ்சலம் 91
துரோகங்களினூடே... 93
துணைவன் 107
கனாக்காலம் 116
கணை 128
விருட்ச விழுதுகள் 178
காணி நிலம் 190
தடயங்கள் 200
இரு டைரிக் குறிப்புகள் 211
வேல்பா எனும் மானுடன் 219
ஆதிக்கம் 235
பெண் ஜென்மம் 246

நேர்மை

எனக்கு ஆச்சரியமாயிருந்தது. அந்தக் குழந்தைக்கு மூன்று நான்கு வயதிருக்கும். பண்டிகையை முன்னிட்டு எதிரே போடப்பட்டிருந்த ஸ்வீட் ஸ்டாலைச் சுட்டிக்காட்டி, “அங்கே அடுக்கி வெச்சிருக்கிற ஸ்வீட்டெல்லாம் ஸ்வீட் கிடையாதுப்பா” என்று தன் தந்தையிடம் அது மழலையில் சொன்னபோது அதைக் கொஞ்சவேண்டும் போலிருந்தது.

“ரகு... என்னடா பண்றே... ஓரத்திலே பாரு... கரும்பு ஒண்ணைத் தூக்கிட்டுப் போறான்... வியாபாரத்தைப் பாரு...” என்றார் அப்பா. கரும்பை எடுத்து ஓடியவன் கண்ணுக்கு எட்டும் தூரத்திலிருந்தான்.

அவனைப் பிடித்துவிடலாம். இல்லை என்பான். வாக்குவாதம்... கூட்டம் கூடும். விட்டுக்கொடுக்க மனசு வராது. அடாவடியாய்ப் பேசத்தூண்டும். கலவரத்தில் இரண்டு மூன்று கரும்பு நழுவிவிடும். கவனிக்க முடியாது. திருட்டுப் போன கரும்பின் முதலை, இன்னொருவர் கரும்பில் செலுத்திச் சம்பாதித்துவிடுவதுதான் புத்திசாலித்தனம்.

மூன்று வயதுக் குழந்தையின் ஈர்ப்பில் கவனம் சிதறிவிட்டது. பத்மா நினைவுக்கு வந்து போனாள்.

பத்மாவுக்கு முதல் பிரசவம். டெலிவரி டைம் ஒரு மாதம்

இருந்தாலும் நேற்று இரவே... 'இடுப்பு வலிக்கிறது' என்றாள். சமாதானம் கூறிவிட்டு லாரியில் ஏறியதுதான்...

நான், தம்பி, கூலியாள்... அந்தக் குளிரில் கரும்பை மூங்கில் மூலம் தடுப்பு கட்டி ஒவ்வொன்றாய்க் கட்டுக்கட்டாய் ரகம் வாரியாகப் பிரித்துச் சாய்ந்தாற்போல் வைத்து விடியும்வரை காவல் புரிந்து...

பாதிக் கரும்புகள் விற்றுவிட்டன.

கரும்புகளை அப்பா எடுத்து மதிவாணனிடம் கொடுத்து அவன் சருகால் கட்டுகளைக் கட்டி கணக்கிட்டுக் காசு வாங்கி என்னிடம் கொடுப்பான்.

"சார்... நல்ல கரும்பா பார்த்து ஒரு அஞ்சு வெட்டிக் கொடுங்க..." என்றபடி அழகாயிருந்த சணல் பையை அப்பாவிடம் அவர் நீட்டினார்.

"ப்பா... ஆறு... ரும்புப்பா..." மழலைக் குரல் கேட்டு நிமிர்ந்தேன். அந்த மூன்று வயதுக் குழந்தை.

வெட்டிக்கொண்டிருந்த மதிவாணனிடம் திரும்பிய அவர், "எங்க சுஜி சொல்லிட்டா... ஆறா வெட்டிடுப்பா" என்றார் சிரித்தபடி. வெட்டிய கரும்புகளை அழகாக அடுக்கிச் சணல் பையை அவரிடம் தந்து காசு வாங்க முற்பட...

"ப்பா... நாந்தான் கொடுப்பேன்" என்ற மழலையிடம் அவரும் சிரித்தபடி தர, குழந்தையிடம் கைநீட்டினான் மதி. அவனிடம் தராமல் என்னை நோக்கி வந்தது.

கல்லாவில் காசு இருப்பதைக் கண்டு நான்தான் காசு வாங்குபவன் என்று ஊகித்துவிட்டதே... 'ஆண்டவனே! கொடுத்தால் இப்படிப்பட்ட குழந்தையைக் கொடேன் என் பத்மாவுக்கு!' மனம் தன்னிச்சையாய் வேண்டிக்கொண்டது.

"அண்ணா காசு வாங்கிட்டியா?" என்றவன், மொத்தமாய் ரூபாயைக் கூற... மீண்டும் மீண்டும் எண்ணினேன். ஒரு கரும்பின் காசு கூடுதலாக இருந்தது.

கடைசியில்தான் புரிந்தது குழந்தைக்காகத் தமாஷாய்க் கூறுகிறார் என்று மதி நினைத்து, ஐந்து கரும்புதான்

வெட்டினானாம். குழந்தையின் தந்தை ஆறு கரும்புக்குக் காசு கொடுத்துவிட்டுப் போய்விட்டார்.

கடையில் கூட்டம்... அந்த நிகழ்ச்சியை மறந்துபோனேன்.

அந்தக் கூட்ட நெரிசலில் கவனம் பிசகாமல் வியாபாரத்தைக் கவனித்துக்கொண்டிருந்தபோது, கூட்டத்தை விலக்கிக் கொண்டு துரைக்கண்ணு அவசரமாக என்னருகில் வந்தான். விஷயத்தைக் கூறியபோது மனம் படக்... படக்... என்றது.

“பயப்படாதே ரகு... இடுப்பு வலின்னுதான் ஆஸ்பத்திரியிலே சேர்த்திருக்கு...”

வியாபாரத்தை முடித்துவிட்டு அவசர அவசரமாக நர்ஸிங்ஹோமில் நுழைந்தேன். அப்பாவும் தம்பியும் பின்னால் வருவதாகக் கூறினார்கள். லாரிக்கு வாடகை கொடுக்கவேண்டும். லாபம்-நட்டக் கணக்கு பார்க்கவேண்டும்.

வெளியே வராந்தாவில் நின்றபோது அப்பாவும் மதியம் வருவது தெரிந்தது.

“ரகு... பத்மாவுக்கு எப்படியிருக்கு?”

“குறைப்பிரசவம் ஆனாலும் ஆகுமாம். டாக்டர் சொன்னார்” என்றேன்.

“அதனாலென்ன... ஒரு மாசம் கழிச்சு வரவேண்டிய பேரனோ பேத்தியோ இப்பவே வந்துட்டுப் போகுது” என்றார் சிரித்தபடி.

“செத்தே பிறந்திடுச்சு குழந்தை” நர்ஸ் ஒருத்தி யாரிடமோ கூற, எனக்கு மயக்கமே வந்துவிட்டது. ‘என் பத்மாவுக்கா... ஆண்டவனே!’ ஏனோ அந்த மூன்று வயதுக் குழந்தை சுஜி நினைவுக்கு வந்தாள். அவள் என்னிடம் பணம் தந்தது, அவளிடம் பேசியது, பணம் கூடுதலாக இருந்தது எல்லாம் நினைவுக்குள் அழுத்தியது.

குழந்தையை நான் தெரிந்து ஏமாற்றவில்லையே... தெரியாமல் நடந்துவிட்ட பிழை.

சுஜியை ஏமாற்றிவிட்டேன் என்றெண்ணி ஆண்டவன் என் பத்மாவை ஏமாற்றிவிடுவானா? மனதில் பாரம் அழுத்தியது. அவர்களிடம் மன்னிப்பு கேட்கவேண்டும் போலிருந்தது.

"ரகு... என்னடா வாய்க்குள்ளே முனகறே... பத்மாவுக்கு இன்னும் டெலிவரி ஆகலையாம்... செத்துப்போனது வேற குழந்தையாம்.. மதி விசாரிச்சுட்டு வந்துட்டான்..."

சுஜி ஞாபகம் மட்டும் மனதை உறுத்தியது. குழந்தையிடம் காசு வாங்கியவன் நான்தானே! பழி என்னைத்தானே சாரும்.

"ஏண்டா... என்ன ஒரு மாதிரியா இருக்கே...?"

"ஒ.. ஒண்ணுமில்லேப்பா..."

"பயப்படாதேடா... நீ பொறக்கறச்சே நான் விதைக் கரும்பு நட்டுக்கிட்டிருந்தேன் தெரியுமா? பாவம் பண்ணவன்தான் பயந்து சாவணும்" என்றார் யதார்த்தமாய்.

"பண்ணிட்டேனே" கூறினேன். என்னால் மனதில் வைத்துப் பிசைந்துகொண்டிருக்க முடியவில்லை.

"அடப் போடா போக்கத்தவனே... அந்த மனுசாளைப் பார்க்கறப்ப கொடுத்திட்டா போச்சு..."

"இல்லேப்பா... அது விவரம் புரியாத குழந்தை... அதுகிட்டே போய்..."

"ரகு... தெரிஞ்சா ஏமாத்தினே.. பத்மா பிரசவ டைம்... குழந்தையைப் பார்க்கறச்சே லயிச்சுட்டே.... தெரியாம பண்ணிட்ட தப்புடா..."- மெலிதாய்ச் சிரித்தபடி கூறிவிட்டு, எதிரே வந்த நர்ஸிடம் விசாரிக்கச் சென்றார்.

"அண்ணா" என்று மதி என்னிடம் விஷயம் கூறியபோது மனசு விரிந்தது. "கிளம்புடா...போய் சைக்கிள் எடுத்துட்டு வா..."

அந்தக் குழந்தையினுடைய அப்பாவின் இருப்பிடம் மதிக்குத் தெரிந்திருந்தது.

ஐம்பது ரூபாய் நோட்டுதான் இருந்தது. ஒரு பிஸ்கெட் பாக்கெட் வாங்கிச் சில்லறை மாற்றி, அவர் இருந்த ஃபிளாட்டை அடைந்தபோது சுஜி தூங்கிக்கொண்டிருந்தாள்.

விஷயத்தைக் கூறி அவரிடம் பணத்தைக் கொடுத்தபோது, "ஐந்து பைசாவானாலும் கரெக்டா இருக்கறீங்க... நல்லா இருப்பீங்க சார்" என்றார்.

சுஜியின் அம்மா புன்னகை பூத்தாள்.

வரும்போது, "இனிமே பிறக்கப்போறது எப்படிப் பிறந்தாலும் கவலையில்லைடா... குழந்தைகிட்டே போய் தெரியாம வாங்கிட்டோமேன்னு மனசு உறுத்திக்கிட்டே இருந்துச்சுடா மதி..."

"இல்லண்ணே... நான் நாளைக்குக் கொடுத்துடலாம்னுதான் இருந்தேன்."

ஆஸ்பத்திரியில் நுழைந்தபோது அப்பா அவசரமாய் ஓடிவந்தார்.

"ரகு... டாக்டர் ஆபரேஷன் பண்ணணும்னார்... நீ எங்கேடா போனே?"

"பண்ணணும்னா பண்ணிடச் சொல்லுங்கப்பா..." என்றேன். நேரம் கரைந்துகொண்டிருக்க... 'குறைப்பிரசவமாக இருக்குமோ?'

எதையும் எதிர்கொள்ள வேண்டும். மனதை அலட்டிக் கொள்ளக்கூடாது. மனதினுள் இனம்புரியாத நம்பிக்கை ஊற்றெடுத்தது.

சுஜியின் முகம் அச்சாய்க் கண்ணுக்குள் வந்து போனது. மெலிதாக நானாகவே சிரித்துக்கொண்டேன்.

மனது சுத்தம் ஆனதாலா?!

ஆபரேஷன் தியேட்டர் கதவைத் திறந்து டாக்டர் வருவது தெரிந்தது. அவர் முகம் என்னை நோக்கிச் சிரித்தபடியே வர... எனக்குள் எல்லாம் புரிந்துபோனது. பதிலுக்குப் புன்னகைத்தேன்.

ஆனந்த விகடன் 8-12-1992

புனைபெயர்: எஸ்.மணிகண்டன்.

வன்முறை

'சிலீர்' என கண்ணாடி உடையும் சத்தம். கூப்பிடு தூரத்தில் சென்றுகொண்டிருந்த சாமிநாதன் திடுக்கெனத் திரும்பிப் பார்த்தான். அவன் வந்திறங்கிய பின்தான் தாக்குதலுக்கு உள்ளாகிக்கொண்டிருந்தது.

திடீரென என்னவாயிற்று?

பஸ் நிலையத்தில் கடைகளெல்லாம் சடசடவென்று ஷட்டரை இழுத்துவிட.... என்ன செய்வது என்று தெரியாமல் பயணிகள் கூட்டம், உயிர்பயமாக அலைபாய்ந்துகொண்டிருந்தது. அவசரகதியில் கடைகள் சாத்தப்பட்டதில், பல பிரிவாக பஸ் நிலையத்தை ஆக்கிரமித்த வன்முறைக் கூட்டங்கள் அரசு பஸ்களை நடைபாதைக் கடைகளைத் தங்கள் வெறியாட்டத்துக்கு உட்படுத்திக்கொண்டிருந்தது. அடிவயிற்றில் பயச்சுருள் சுருள, திகைத்துப்போனான் சாமிநாதன்.

ஒரு நிமிடத்தில் சூழ்நிலை வேதனையாக மாறியது எப்படி?

அவன் நின்ற இடத்தில் அடைசலாகப் பத்துப் பதினைந்து பேர் குழுமி இருந்தனர். எவரும் ஒரு வார்த்தை பேசவில்லை. விழிகள் முழுதும் பயம்.

காதில் ஜீரணிக்க முடியாத வார்த்தைத் துண்டங்கள் தொலைவில் கேட்டுக்கொண்டிருந்தன. மெல்ல நகர்ந்து ஆட்டோ ஸ்டாண்டுக்குப் போய்விடலாமா? அங்கிருந்து பரமத்தி ரோட்டுக்குச் சென்று...

“பாவிகளா... கொன்னுட்டானுங்களேடா... என்ன பாவம் செஞ்சான். தப்பு செஞ்சா முறையா நடவடிக்கை எடுக்க வேண்டியதுதானே...” -கடந்து செல்லும் அழுகை தோய்ந்த கதறல்... அந்த முதியவரைச் சூழ்ந்து இருபது பேர் கூடவே ஆயுதங்களோடு வெறியாக.

சாமிநாதன் யோசிப்பை நிறுத்திக்கொண்டு உள்புற வாயிலில் நுழைந்தான். இருட்டாக இருந்தது. மாலை ஐந்தரை மணிதான் ஆகிறது. வலப்பக்கத்தில் அம்பாள் ஓட்டல் சாத்தப்பட்டிருந்தது. இடது பக்கத்தில் அரசு விரைவுப் போக்குவரத்துக்கழகத்தின் டிக்கெட் பதிவு செய்யுமிடம். அதுவும் மூடப்பட்டிருந்தது.

அவன் நின்ற இடத்திலிருந்து பார்த்தால் சேலம் செல்லும் பஸ்கள் நின்றிருப்பது தெரிந்தன. பார்வைக்குத் தட்டுப்பட்ட அந்த இரண்டு பேருந்துகளிலுமே கண்ணாடிகள் ஒன்றுகூட உருப்படியாக இல்லை.

மீண்டும் யோசனையாக ‘ஆட்டோ ஸ்டாண்டுக்கு விருட்டென்று சென்றுவிடலாமா?’ என்றிருந்தவன், உன்னிப்பாக அமைதியானான். யாரோ கிசுகிசுப்பாகப் பேசுவது மிக அருகில் கேட்டது. டிக்கெட் முன்பதிவு செய்யும் இடத்திலிருந்துதான் கேட்டது. சாத்தப்பட்ட அறைக்குள்தான் ஊழியர்கள் இருக்கிறார்களா? ஏதோ ஆதரவு கிடைத்த நிம்மதியில் நின்றான்.

முதியவர் கதறினாரே... ‘கொன்னுட்டாங்களே’ன்னு. யார் யாரைக் கொன்றது... கொன்றதால் வன்முறையா? வன்முறையால் கொலையா?

வந்த காரியத்தை முடித்துக்கொண்டு விரைவில் சென்றுவிட வேண்டும். அதற்குப் பரமத்தி ரோட்டுக்குச் சென்றே ஆகவேண்டும். அங்கேதான் பிரஸ் இருக்கிறது. அதில்தான்

அண்ணனின் திருமணப் பத்திரிகை அடிக்கக் கொடுத்திருக்கிறது. வாங்கிச் செல்ல வந்த விநாடியில் கலவரம்... வன்முறை பயம்.

ஆட்டோ ஸ்டாண்டுக்கு வந்தான். நிறைய போலீஸ் தலைகள் தெரிந்தன. வேறு மனிதர்கள் இல்லை. மணிக்கூண்டருகே வந்தான். ஒன்று இரண்டு பேர் இருந்தனர். கடைகள் சாத்தப்பட்டிருந்தன. நடந்தே சென்றுவிடலாம் என்று நடந்தவன் அதிர்ந்தான்.

“டேய்... ஹோய்...” –கதிகலங்க வைக்கும் ஓலமாக ஒரு கூட்டம். கையில் என்னென்னவோ... மணிக்கூண்டு உயரக் கண்ணாடி உடைந்தது. லத்தியோடு காவலர்கள் துரத்த... தான் எந்தப் பக்கம் எப்படி நகர்ந்து போவது என்று குழம்பிய சாமிநாதன் அப்படியே நின்றான்.

அந்தக் கூட்டம் வெறியோடு இவன் திசையில் ஓட்டத்தோடு வர... திரும்பி ஓட ஆரம்பித்தான். இனம் புரியாத பய தடதடப்பு. அடிவயிற்றைப் பிசையும் குரல் ஓலங்கள். என்ன நிலைமை என்பதே புரியாத கொடுமை!

யாரோ ஒரு பருத்த பெண்மணி எந்தப் பக்கம்தான் ஓடுவது என்பதே புரியாமல் சாக்கடையில் ‘தடக்’கென்று விழுந்து எழுந்து...

பஸ் நிலையத்தின் உட்புறத்துக்கே சாமிநாதன் வந்துவிட்டான். பெருமூச்சாகப் பயக்கசிவு... அவன் நின்ற இடம் பிய்த்துப்போட்ட மாலையாக இருந்தது. தகரக் குவளைகள் நசிந்து... கைக்கு அடக்கமான ஜல்லிக்கற்கள்... மோட்டார் சைக்கிளின் ஸீட் கவர்கள் பிய்த்து எறியப்பட்ட நிலையில்... முறிந்துபோன சவுக்குக்கட்டைகள்... சிறிது நேரத்துக்கு முன் இங்கே வெறியாட்டம் நடந்திருக்கிறது.

கண்களில் மிரட்சிகொள்ள, ரோந்தில் இருந்த அந்தக் காவலரை நெருங்கினான்.

“யோவ்... அவுட் ஸ்டேஷனுக்குப் போய்யா... எவன் யோக்கியன்...

அயோக்கியன்னே புரியலை.”

“சார்... எனக்குப் பயமாயிருக்கு...”

அவனின் ஒடுங்கிய குரல்... அவர் அழைத்துச் செல்ல சலிப்பாக விழுந்தன வார்த்தைகள்.

“திருடனுக்கெல்லாம் வக்காலத்துய்யா... போலீஸ்காரனும் மனுசன்தான்யா... எங்களுக்கென்ன உசுரை அடிச்சுக் கொல்லணும்னு விதியா? ஆமா, நீ எந்த ஊரு?”

பயத்தில் சாமிநாதனுக்கு வார்த்தை வரவில்லை.

அந்தக் காவலர் மீண்டும் அதட்டலாகக் கேட்டபடியே நடந்து கொண்டிருந்தார். அப்போது...

சத்தமிடாமல் வெறியாக வந்த ஒரு கூட்டம் சாமிநாதனைப் பிடித்துத் தள்ளி அந்தக் காவலரின் மணிக்கட்டை நோக்கி ‘சர்ரக்...’ விசிறியடிக்கும் ரத்தம். விழிகள் மேல் தள்ள வாந்தியெடுக்கும் விதமாக, திரும்பி ஓட ஆரம்பித்தான் சாமிநாதன்.

அந்த இடம், மூன்று வழிகள் கொண்டதாகவும் நாலாவது வழி விரிந்து பரந்த பஸ் நிலையமாகவும் இருந்தது. காவலரின் அலறல் நிறைய காவலர்களை வரவழைத்துவிட்டது.

ஓடியவன் நகராட்சிப் படிக்கட்டுகளின் உட்புற இருட்டுப் பகுதியில் நின்றுகொண்டான். மணல், ஜல்லிப் பலகைகள், சவுக்குக் கட்டைகள், கட்டுமானப் பொருட்கள் என கசமுசவென்று இருந்தன.

அலறிய காவலரின் வெளிறிய முகம். “போலீஸ்காரனும் மனுசன்தான்யா!” வேதனையாக ஒலித்த அவரின் குரல்!

சரியாகக் கட்டி முடிக்கப்படாத அந்த மாடிப்படிகளிலிருந்து நிறையப் பேர் தடதடவென்று இறங்கும் சத்தம்... “ஓட்றா... ஓட்றா... துரத்தறான்...” -குரல்களின் வெறிக் கத்தல்!

திகிலான சாமிநாதன் வெளியே வந்தான். வந்திறங்கியவர்களோடு இவனும் கலந்து ஓட ஆரம்பித்தான்.

வலப்பக்க வழியிலிருந்து இன்னொரு கூட்டம் ஓடிவர... யார் இவர்கள் என்பதே புரியவில்லை.

அப்போதுதான் நிலைமையின் உக்கிரம் உறைத்தது. எந்தப் பக்கம் இருந்து எப்படி இவ்வளவு காவலர்கள் வந்தார்களென்று தெரியவில்லை. கூட்டத்தைப் பார்த்து லத்திசார்ஜ் செய்ய ஆரம்பித்துவிட்டார்கள்.

அலறலான குரல்கள் பலவிதமாக ஒலிக்க ஆரம்பித்தன. “ஐயோ... நானில்லை... நானில்லை...” என்பதே அதிகம் கேட்டது. பிய்த்துக்கொண்டு ஓடினாலும் தாக்க ஆரம்பித்தார்கள்.

“கலவரத்துக்கும் எங்களுக்கும் சம்பந்தமில்லீங்கய்யா... தாங்க முடியலையே...”

“சார்... சார்... நான் இல்லை...”

“போ... போ... இங்கே ஏன்யா கூட்டமா வர்றீங்க...?”

கலைந்து ஓடினாலும் துரத்தியடித்தார்கள். சாமிநாதன் உடம்பு முழுதும் வலி பயங்கரமெடுத்தது. வேதனையின் உப்புத் துளிகள் கன்னப் பரப்பில். சில விநாடிகளில் நடந்த இம்சையில் மனதில் எழும் தன்னிரக்கம். ஒரு தவறும் செய்யாதபோதே இத்தனை வலிகள் ஏன்?

இம்சையில் விடுபட்டு அதே படிக்கட்டுகளின் உட்புற இருட்டில் சங்கமித்தான். இருட்டு! இருட்டே பயமாக. தொலைவில் எரியும் சோடியம் மெர்க்குரிகள்... தனிமை.

வெளியே வந்தான். அவுட் ஸ்டேஷனுக்குச் சென்று ஊர் போய்விடலாம். இதன் முடிவு இந்த இரவில் இல்லை என்பது புரிந்தது.

நகர்ந்தவனின் தலையில், ‘ணங்’கென்று ஒரு சவுக்குக் கட்டை

நெற்றியில் இடித்துத் தடதடத்தது. நின்றான். நெற்றியைத் தேய்த்தபடியே படிக்கட்டில் தொங்கிக்கொண்டிருந்த கட்டையைப் பிடுங்கினான்.

மனசுக்குள் ரௌத்ரம் கொதித்தது. தேகத்தின் வலி எரிச்சல். ரத்தக்கசிவில் நீள்வெட்டாக விண்ணென்று வெட்டும் தலைவலி.

சூழ்நிலையின் 'வெறிச்' மனசெங்கும் வெறியானது. கோபத்தின் உச்சம். இம்சையின் வேதனை. ஐந்தடி தொலைவில் நிற்கும் அமைதியான பேருந்துகள். கையில் சவுக்குக் கட்டை. அரவமில்லாத மௌனம். பளபளத்து மிச்சமாக நிற்கும் கண்ணாடி ஜன்னல்கள்.

'ஒரே வீச்சு... வீச்சில் விரிசலாகும் கண்ணாடிகள். கோபம் தணிய அதுவே போதும்...' -கொஞ்ச நேரம் சாக்கடை யோசனையில் மூழ்கி எழுந்தான். நெருங்கினான். வீசினான்.

வேதனையின் உச்சத்தில் கட்டை நாலெட்டுப் பெருக்கல் திசையாக விழுந்து உயர்ந்து உருண்டு ஒடுங்கிய மூலைப் படிக்கட்டுகளின் ஒதுக்குப்புறத்தில் மோதி நின்றது.

"ச்சீய்... போங்கடா... இந்த சாமிநாதன் அப்படியொண்ணும் மோசமானவனில்லை..." -மௌன வார்த்தைகள் உடல் வலியோடு மெல்ல வந்தன.

ஆனந்த விகடன்- 13-12-98

அயர்ச்சி

முற்பகல் வெயில், கண்ணாடி ஜன்னலில் பட்டு மங்கலாகக் கசிந்து அறையில் ஒழுகிக்கொண்டிருந்தது. ஜன்னலைத் திறந்தால் எதிர்ச் சாரியிலிருக்கும் பாக்குமர வரிசைகளும் புல்வெளிப் பரப்பும் பசேலென்று தெரியும். ஜன்னலைத் திறக்க மனமில்லாமல் காலை நீட்டி உட்கார்ந்தவாக்கிலேயே இருந்தான். மனசுக்குள் திப்பி திப்பியாகக் குழப்ப எண்ணங்கள் மேலெழுவதும் அழுந்திக் கீழே சரிவதுமாக இருந்தன. தொடர்ந்து இருக்கலாமா இல்லை சென்றுவிடலாமா என்பதே சில நாட்களாகக் குடைந்துகொண்டிருக்கிறது. அறையின் இன்னொரு திக்கில் அறிவழகன் ஒன்றுக்கும் உதவாத தினுசில் இருந்த பியானோவைச் சரிசெய்துகொண்டிருந்தான். அவ்வப்போது அதிலிருந்து அபஸ்வரங்கள் காற்றைக் கிழித்து கர்ண கொடூரமாக ஒலித்தது. அவனை அடக்க மன திராணியில்லாமல் வெறுமனே வெறித்துப் பார்த்தான்.

குளியலறை, கழிவறையின் சாத்தப்பட்ட கதவுக்குள்ளிருந்து திருகப்பட்ட குழாயிலிருந்த தண்ணீர் பிளாஸ்டிக் வாளியில் கொட்டும் சப்தம் அறைக்கும் வெளியே கேட்கும் சிறு சிறு சப்தங்களையும் மீறிக் கேட்டது. வெளியே செல்ல மனம் எண்ணினாலும் அதே மனம் செயலற்றுக் கிடக்கவே விரும்பியது. ‘தட்’டென்று குளியலறைக் கதவைத் திறந்த

அறை நண்பன் "தண்ணீயையும் நிப்பாட்டிட்டாங்கடா?" என்று கத்தினான். முகத்தில் கழுவாத சோப்புநுரை திப்பி திப்பியாக அப்பிக்கிடந்தது. உதட்டில் நுழைந்து விட்ட சோப்பு திவலைகளைத் துப்பிக்கொண்டிருந்தான். அதன் பிறுபிறு ஒலி பியானோ ஒலியைவிட நன்றாக இருப்பதுபோல்தான் இருந்தது.

பியானோவைச் சரிசெய்வதை நிறுத்திய அறிவழகன், "தேவையில்லாததற்கெல்லாம் சந்தேகப்படாதே... கீழே வார்டனிட்ட போய்ச் சொல்லிட்டு வாடா... மோட்டார் போட மறந்திருப்பாங்க..." என்று சொல்லிவிட்டு மௌனமாகத் தன் காரியத்தில் கண்ணானான்.

"டேய், கிழவனாட்டம் காலை நீட்டி உட்கார்ந்திருக்கியே கீழே போய் வார்டனிட்ட சத்தம் போட்டுட்டு வாடா" என்றவன் குளியலறைக் கதவைச் சாத்திக்கொண்டான்.

வடக்கத்திக்காரன் ஒருவன் வார்டனிடம் கரேமுரேனு சத்தமிட்டுக்கொண்டிருப்பது மாடிப்படிக்கட்டுகளிலிருந்து இறங்கும்போதே தெரிந்தது. அவன் டவலோடு பாதி குளித்த நிலையில் இருந்தான். ஒடிசாக்காரனா பீகார்க்காரனா என்று தெரியவில்லை. பேசாமல் திரும்பி மொட்டை மாடிக்குச் சென்றான். இருக்கிற குழப்பத்தில் சத்தம்போட மனமில்லை. மேலே வந்தபோது திட்டுதிட்டாக இரண்டொருவர் உட்கார்ந்தபடி செய்தித் தாள்களைப் படித்தபடியும் கேரம்போர்டு செஸ் விளையாடியபடியும் இருந்தனர். காற்றுக் குச் செய்தித் தாள் பறந்து தரையோடு உரசிச் சென்றது.

"விஸ்வா பேப்பரை எடு" இவனைப் பார்த்து வேலு சொன்னான்.

பேப்பரில் ஒரே அக்கப்போராகத்தான் இருந்தது. 'பணம் பணம்... இந்த அரசியல்வாதி ஜன்மங்களுக்கு நூறு கோடி ஐநூறு கோடி என்பது எல்லாம் சர்வ சாதாரணம். இங்கே பத்து ரூபாய்க்கு சிங்கி அடிக்கவேண்டியிருக்கிறது...' வெறுத்துப்போய் பேப்பரை வேலுவின் அருகில் வைத்து சிறுகல்லை மேலே வைத்தான்.

மாடியிலிருந்து கிழக்குப் பகுதிக்கு வந்தான். கீழேயிருந்த மெக்கானிக் பட்டறை வெறிச்சோடியிருந்தது. அதற்கு அருகில் இருந்த வேஸ்ட் குடோன் வாசலில் சில காக்கைகள் உட்கார்ந்திருந்தன. எதிர்ச் சாரியிலிருந்த ஐம்பத்திரண்டு பவர்லூம்கள் இருக்கும் பகுதி மயானக்காடாய் அமைதி காத்தது. நாலைந்து ஃபோர் லிஃப்ட் வாகனங்கள் புழுதி மண்டிக்கிடந்தன.

பெண்கள் விடுதியிலிருந்து வளர்மதி பார்க்க வந்திருப்பதாக வார்டன் தகவல் அனுப்பியது கேட்டுக் கீழிறங்கினான். வளர்மதி பட்டதாரி. நாலைந்து வருடமாக பணிக்கு வருகிறாள். ரம்யாவின் சிபாரிசு. தூரத்துச் சொந்தம் வேறு.

“வேலையை ரிசைன் பண்ணப்போறேண்ணே” என்று சொன்னாள். முதலில் என்ன சொல்வது என்று விசுவத்திற்குத் தெரியவில்லை. “அவசரப்படாதேம்மா” என்று மட்டும் சொல்லி அனுப்பிவைத்தான். சொல்லிக்கொள்ளும்படி தன் நிலைமையும் இல்லை என்பதை எண்ணிப்பார்த்தான். ‘பட்’ டென்று கிளம்பிவிட முடியுமா என்ன?

கைபேசி அலறியது. விசுவன் போனை பார்த்தான். ரம்யாதான். என்ன புயலைக் கிளப்பப் போகிறாளோ என்று பயந்தபடியே ஆன் செய்தான். சற்று ஒதுங்கி மூலைப் பகுதிக்குச் சென்றான். அவள் எடுத்தவுடனேயே, “என்ன எல்லாத்தையும் குடிச்சே தீத்துட்டீங்களா?” என்று எகிறினாள். நூற்றைம்பது கிலோ மீட்டருக்கு அப்பாலிருந்து பாசத்தோடு கேட்கும் முதல் வாக்கியம் அவளுடையதுதான். இரண்டு மாதமாகத் தரவேண்டிய சம்பளத்தை நிறுத்திவைத்துள்ளனர். தனக்கு மட்டும் இல்லை, கம்பெனியின் ஆயிரத்து நூற்று பதினான்கு பேரின் சம்பளத்தை அவர்களின் அனுமதி பெற்று கம்பெனியின் இக்கட்டு நிலைமையைச் சொல்லாமல் சொல்லிக் காத்திருக்கச் சொன்னது நிர்வாகம். கம்பெனியின் இக்கட்டு என்னவென்று எந்த விளக்கத்தையும் சொல்லவில்லை. மல்லுக்கட்டி விசாரித்தால் ‘பயப்படத் தேவையில்லை’ என்று ஒற்றைவரி பதில் கிடைத்தது. இருபத்தியிரண்டு வருடங்களை இந்த

கம்பெனியிலேயே ஓட்டியாகிவிட்டது. திடீரென்று கிளம்பவும் தோன்றவில்லை. வரவேண்டிய ஆர்டர்கள் மலைபோல் வந்துகொண்டிருக்கின்றன. ஆனால் ‘மூலப்பொருட்கள்’ வருவதில்தான் சிக்கல். பத்து நாட்களில் தீர்ந்துவிடும் பிரச்சினை என்று நினைக்க அது ஐம்பத்து நான்கு நாட்களையும் கடந்து சென்று கொண்டிருக்கிறது.

வருமானவரி ரெய்டு, மூலப்பொருட்கள் வாங்கிய இடத்தில் கடன், கம்பெனியின் அக்கௌண்டை முடக்கிவிட்டனர், கம்பெனி விரைவில் கைமாறப்போகிறது, கம்பெனி பார்ட்னர்களிடம் ஏற்பட்டுள்ள தகராறு, இத்யாதி... இத்யாதி... விசுவனுக்கு சூடாக டீ குடிக்கலாம் போல் இருந்தது. மனதில் ஏற்படும் எண்ணக் குழப்பங்களால் தலைவலி உயிரை எடுக்கிறது.

பணியை ராஜினாமா செய்யாமல் சிலர் பஸ் பாடி கட்டும் தொழிற்பேட்டைக்கு வேலை கேட்டுப்போயினர்.

மீண்டும் பரந்திருந்த மொட்டைமாடியின் வலது மூலைக்கு வந்தான். அங்கிருந்து நேர் கீழே எதிர்ப்புற பஸ் மெக்கானிக் செட்டிலிருந்து எழும் இயந்திர மோதல் ஒலிகள் பாதாளத்தில் இருந்து கேட்பதுபோல், அந்த முற்பகல் அமைதியைக் கிழித்துக்கொண்டிருந்தது. பனிரெண்டு பேருந்துகளும் மூன்று மஸ்தா வாகனங்களும் இரண்டு ஜூடோ வாகனங்களும் நின்றிருந்தன. சில மெக்கானிக் வேலைக்கும் மற்றவை வாட்டர் சர்வீஸ் செய்யப்படுவதுமாக இருந்தன.

சில நாட்களாகப் பேருந்து மூலம் அழைத்துவரப்படவேண்டிய பணியாளர்களும் அழைத்துவரப்படவில்லை.

கடந்த ஆறு மாதங்களுக்கு முன் சென்றுபோன இருபது வருட சொச்சங்களில் பரபரப்பாக இயந்திரகதியில் கம்பெனி இயங்கிக்கொண்டிருந்தது. ஐந்தாறு மாதங்களாகத்தான் கம்பெனியின் தள்ளாட்டம் பணியாளர்களின் அகவாழ்க்கை யையும் இணைத்துக்கொண்டு பிரதிபலிக்கிறது. வாரத்தின் மத்தியில் வந்த மூன்று லோடு லாரிகளும் சில வாரங்களாக மூலப்பொருட்களைக் கொண்டுவருவதில்லை. தினமும் வாரமும் மறைந்து மனதில் பயம்தான் வந்து கொண்டிருக்கிறது.

துறை மேலாளர்களில் ஒருவரான விஜயேந்திரன் சட்டென்று தென்பட்டார். அவரை எட்டிப்பிடிக்கும் விதமாக ஓட்டமும் நடையுமாக வெளிமாநிலப் பணியாளர்கள் வந்து கொண்டிருந்தனர். அவர்களின் குரல்களைக் கேட்டு நின்றவர் ஏதோ சொல்லிக்கொண்டிருந்தார். அமைதியான அவரின் முகம் அவர்களின் ‘கரேமுரே’ கத்தலால் கோபத்தில் எரிவதை உணர முடிந்தது. என்ன முடிவானது என்று தெரியவில்லை. அவர்கள் சட்டென்று திரும்பிவிட்டனர்.

போன் மறுபடியும் ஒலித்தது. ரம்யாதான். எடுக்கலாமா வேண்டாமா என்பதுபோல் பார்த்தான். காதில் வைத்ததுதான் தாமதம் பொரிந்து தள்ளிவிட்டாள்

“ரீசார்ஜ் பண்ணக்கூட என்கிட்ட காசில்லை. கட் ஆயிட்டால் நீ திரும்பப் பண்ணமாட்டீயா? போன மாசத்துக்கு முந்தின மாசம் வீட்டுக்கு வந்தீங்க. பத்தும் பத்தாம கொடுத்துட்டு போனீங்க. பால்காரன சமாளிக்கிறதா மளிகை பாக்கியைச் சமாளிக்கிறதா? காய்கறி பொம்பளை மூஞ்சியில் அடிக்கிறா மாதிரி கேட்டுட்டுப் போறாள். பெரியவன் படிக்கிற செலவு வேற. என்னதான் நினைச்சுக்கிட்டு இருக்கிறீங்க. எவளையாவது அங்க செட் பண்ணி வச்சிருக்கியா?”

என்னத்த சொல்ல... இருக்கிற லட்சணத்துல இன்னொருத்தியா? விரக்தி கலந்த சிரிப்புடன் அவளை போனில் சமாதானப்படுத்திக் கொண்டிருந்தான். மொட்டை மாடி கைப்பிடிச் சுவரின் மூலை விளிம்பில் காகம் ஒன்று வந்தமர்ந்தது. பறவைகளையெல்லாம் அத்தி பூத்தாற்போலத்தான் பார்க்க முடிகிறது. பறவைகளாக பிறந்து தொலைத்திருக்கலாமோ? ‘குடிச்சே தீத்துட்டியா?’ என்றவள், ‘வச்சிருக்கே’ என்பதில் வந்து நிற்கிறாள்.

வேலையை ராஜினாமா செய்து போனவர்கள், “இங்கே பரவாயில்லை வருகிறாயா?” என்று சில பல முறை போனில் அழைத்துவிட்டார்கள். இத்தனை வருடங்கள் இதிலேயே உழன்றுவிட்டு வேறு வேலைக்குச் செல்வது உசிதமாகப்படவில்லை. கூப்பிடுபவர்கள் வயதில் இளையவர்கள்.

அவர்களுக்குச் சம்பளம் கட்டுப்படியாகும். தற்போது வாங்கும் சம்பளத்தைவிட அங்கு அதிகமாகத் தர வாய்ப்பு இல்லை. பல யோசனைகள் பின்தொடர எந்த ஒரு பதிலையும் அவர்களுக்கு விசுவன் அளிக்கவில்லை.

படிக்கட்டு அருகே இருவர் அமர்ந்து பேசிக்கொண்டிருப்பது தெரிந்தது. முனுசாமியும் நல்லதம்பியும். வெளியிலிருந்து தினமும் தங்களது டூ வீலர்களில் பணிக்கு வருபவர்கள்.

“சீட்டை வேற எடுத்திட்டேன். ரெண்டு மாசமா கட்ட முடியலை. இந்த மாசம் கட்டி சரிபண்ணலைனா மானத்தை வாங்கப்போறான்.”

“வண்டிக்கு பெட்ரோல் போடக்கூட வக்கில்லாம போயிடும் போலிருக்கு.”

“பேங்க் பேலன்ஸ் குறையக் குறைய அடிவயிறை நெருப்பு கட்டுது மாப்ளே... என்னடா பண்றது?”

“ரெடிமேட் துணிகளையெல்லாம் சீப் ரேட்ல வாங்கி ஊர் ஊரா விற்கலாம்னு இருக்கிறேன்.”

“பிளாஸ்டிக் வாளி, குடம் பானை வித்துகூட பொழைச்சுக்கலாம் மாப்ளே.”

சிரிப்பும் சீரியஸாகவும் அவர்கள் பேசுவதைக் கேட்டு மனம் ஆயாசப்பட்டது. இத்தனை வருடங்களாக எட்டு மணி நேர வேலை, சாப்பிடுவது, தூங்குவது, ஊருக்குப் பயணப்படுவது, ஓவர் டைம் வேலை செய்வது என்றே உடலைப் பழக்கி வைத்திருப்பதை மனம் உணர உணர திக்கென்று இருந்தது. இனம் புரியாத வகையில் சோம்பேறித்தனமாக உடம்பை வளர்த்துவிட்டோமா?

அறைக்கு வந்தான். அறிவழகனையும் காணவில்லை. பியானோவையும் காணவில்லை. பியானோவை விற்றுவிட்டதாக மாலை வந்து சொன்னான். பணத்தேவைக்குத்தான் அதைச் சரிசெய்தானா?

நடு இரவில் தூக்கம் வராமல் புரண்டுகொண்டிருந்தான். பஸ் ஹாரன் ஒலிகள் அடுத்தடுத்துக் கேட்க திடுக்கிட்டு எழுந்தான். ஒலிகள் விலகி விலகி தூரமாக நகர்வது போன்று கேட்டுக்கொண்டிருந்தது. ஜன்னலைத் திறந்தான்.

இருளை ஊடறுத்து பணியாளர்களை அழைத்து வரச்செல்லும் பேருந்துகள். அப்படியென்றால் காலை ஷிஃப்டிற்கு பணியாளர்களை அழைத்துவரச் செல்கிறதா? ரா மெட்டீரியல் வந்துவிட்டதா? லோடு லாரிகள் ஏதும் வந்தது போல் தெரியவில்லையே? குறைந்தது மூன்று லோடு லாரிகள் வந்தால்தான் எக்ஸ்ரூடர், லூம், லேமினேசன், வெப்பிங் என இரண்டு நாட்கள் தம் கட்ட முடியும். அதற்குப் பிறகு கட்டிங், ஸ்டிச்சிங், பேலிங் செக்ஷன்கள் மூன்று நாட்கள் வேலைகளில் மூழ்கிக்கிடக்கும்.

வேக வேகமாக அறையைவிட்டு வார்டன் அறைக்கு வந்தான். அவரிடத்தில் நைட் செக்யூரிடிகார்டு உட்கார்ந்திருந்தார். அவருக்கும் ஒன்றும் புரியவில்லை. விடுதியின் பல அறைக்கதவுகள் ஜன்னல்கள் பட்பட்டென்று திறந்தன. சில அறைகளில் லைட் எரிந்தன. அடுத்த பத்து நிமிடத்தில் பேருந்துகள் செல்வது எம்.டி. உத்தரவின் பேரிலும் பணியாளர்களுக்கு வேலை உறுதி உண்டு என நம்பிக்கை கொடுக்கவும் பணியாளர்களை அழைத்துவரச் செல்வதாகத் தகவல் கசிந்தது.

அன்றைய தினமும் வேலையற்ற வேலை நாளாக இருந்தது. மெஷின்கள் நன்கு துடைக்கப்பட்டன. துடைத்ததை எத்தனை முறை துடைப்பது? அப்புறம் ஜாலியாக அரட்டைக் கச்சேரி தொடங்கியது. சம்பளத்தைக் கேட்கச் சென்ற நாலைந்து பேர்களுக்குச் சம்பளத்தைக் கொடுத்து வலுக்கட்டாயமாக விடுப்புக்கொடுத்து அனுப்பிவிட்டதாக உறுதிப்படுத்தாத செய்தி உலவியது. யூனியன்காரர்கள் வேறு வெற்று சமாதானங்களைக் கூறி சமாளித்துக்கொண்டிருந்தனர். கமர்சியல் ஹாலுக்குப் பின்புறம் இருந்த லேப்பில் குவாலிடி செக்ஷன்காரர்கள் மீட்டிங் என்று வகுப்பு எடுத்துக்கொண்டிருந்தது கண்ணாடிக்கதவுகள் வழி தெரிந்தது. சேஃப்டி ஆபிஸர் ஒரு பத்துப் பதினைந்து

பேரைக் கூட்டி வைத்துக்கொண்டு விபத்து தடுப்புப் பாதுகாப்பு முறைகளை விளக்கிக்கொண்டிருந்தார் மற்றொரு பகுதியில்.

எவருக்கும் பொருளாதார ரீதியாக மன உளைச்சல் இல்லையா? தடுமாற்றம் இல்லையா? குடும்ப பிக்கல் பிடுங்கல்கள் இல்லையா? எல்லோரும் 'நடிக்கிறோம் என்பதே தெரியாமல் நடித்துக்கொண்டிருக்கிறார்களா? ஷிஃப்ட் முடிந்து அடுத்த ஷிஃப்டிற்கான பணியாளர்களை அழைத்து வந்துவிட்ட பேருந்தின் ஹாரன் ஒலிகளும் பஸ் நகரும் இரைச்சல்களும் கேட்கத் தொடங்கின. வருபவர்கள் எதைத் துடைப்பார்கள் என்ற கேள்வி குடைந்தது.

கேன்டினில் சாப்பாட்டை மிச்சம் மீதி வைக்காமல் சாப்பிட்டான். இப்போதெல்லாம் ஒவ்வொரு பருக்கையின் மதிப்பை உணரத்தொடங்கும் மனதாக வாழ நிர்ப்பந்திக்கப்பட்ட சூழலாக இருக்கிறது.

துவைக்க வேண்டிய துணிகளைத் துவைத்துக் காயப் போட்டுவிட்டு வராண்டாவில் ஓடிக்கொண்டிருக்கும் தொலைக்காட்சி சேனல்களே கதியென உட்கார்ந்திருப்பவர்களோடு சேர்ந்து உட்கார்ந்தான். வராண்டாவின் மற்றொரு திக்கில் ஒரு க்ரூப் விளையாட முஸ்தீபு எடுத்துக்கொண்டிருந்தது எல்லாமே இயல்பாய் இருப்பதுபோல் தோற்றம் கொள்ள வைத்தது. இரண்டு மாதச் சம்பளம் தகுந்த தேதியில் தராமல் இருப்பது எவருக்குமே சுமையாகத் தெரியவில்லை என்பதுபோலதான் தோன்றவைத்தது.

இரவு பதினொரு மணி போலிருக்கும். செல்போன் அலறியது. இருட்டில் செல்போன் வெளிச்சம் பூதாகரமாகத் தென்பட்டது. ரம்யா மறுபடியும் இந்த அகால நேரத்தில் எதற்குப் பண்ணுகிறாள்?

எடுத்ததுமே பொரிந்தெடுத்துவிட்டாள்.

"வளர்மதி பொண்ணு 'வேலையை ரிசைன் பண்ணிட்டேன்க்கா'னு வந்து சொல்லுதுய்யா. இனி கம்பெனி அவ்வளவுதான்.

வேற 'பொழப்பைத் தேட வேண்டியதுதான்'னு சொல்லுது. ரெண்டு மாசமா சம்பளமே தராத கம்பெனில உனக்கு என்ன சோலி வேண்டிக்கிடக்கு. கம்பெனி கம்பெனின்னு கட்டிக்கிட்டு அழாதேய்யா. லாபத்துல உனக்கு ஏதும் அள்ளித் தந்துட்டாங்களா? பத்தும் பத்தாமத்தான் பொழப்பை ஓட்டிக்கிட்டு கிடக்கோம். பெட்டியைக் கட்டிக்கினு வேற வேலைக்குப்போய் ஆம்பளை லட்சணமா குடும்பத்தைக் காப்பாத்தற வக்கு வேணாமா?" கோபமும் வருத்தமும் தேம்பலுமாக வெடித்தாள்.

அவனுக்குத் தெரியப்படுத்தக்கூட முடியாது வேலையைவிட்டு வளர்மதி போய்விட்டாளா? போனிலாவது தெரிவித்திருக்கலாம். அவள் வேலையை விட்ட சேதியால் இந்த இரவில் ரம்யாவிடம் அல்லோலகல்லோலப்படவேண்டியதாயிற்று.

முன்தொகை பெறுதல். போனஸ், பொங்கல், ஆயுதபூஜைக்கான பரிசு வவுச்சர்கள், பெரியவனின் பொறியியல் படிப்புக்குத் தனிப்பட்ட கடனுதவிக்கான சிபாரிசு, வீடுகட்ட கடனுதவி... சட்டென்று எல்லாவற்றையும் மறந்து உதறிப் புறந்தள்ளிவிட்டுப் போய்விடுவது சரியானதுதானா?

பணியாளர் நலத்துறையில் தனது பி.எஃப். அமௌன்ட், கிராஜுவிடி எல்லாம் எவ்வளவு வரும் என்று விசாரித்தான். திருப்தியான பதில் கிடைக்கவில்லை. கடந்த சில மாதங்களாக பி.எஃப். பணம் கூட சரியாக கம்பெனி கட்டவில்லை என்று செய்தி பரவ ஆரம்பித்தது.

"அவசரப்படாதே விசுவா. எம்.டி. சிக்கல்ல இருக்கார். இன்னும் ரெண்டு மூணு மாசத்துல நிலைமை சரியாகும். கம்பெனிக்கு ஒரு சிக்கல்னா, அதுல பங்கெடுத்துக்க வேணாமா சட்னு கிளம்பறேன்னா எப்படி? உங்களுக்கெல்லாம் செட்டில்மென்ட் பண்ண வேணாமாய்யா?"- பணியாளர் துறை மேலாளர் அவனின் ராஜினாமா கடிதத்தைக் கிழித்துப் போட்டார்.

தாக்குப்பிடிக்க முடியவில்லையே... ரம்யாவின் தினப்

புலம்பலைப் புறந்தள்ளிவிடக்கூடிய விஷயமா? தினமும் வீட்டையும் அன்றைய தினத்தின் வாழ்க்கையையும் கடந்து செல்லப் படாதபாடுபட்டுக்கொண்டிருப்பவள் அவள்தானே?

இங்கிருந்து கிளம்பிச் சென்றவர்களுக்குச் சில இடத்தில் தகுந்த மதிப்பும் மரியாதையும் கிடைக்கவில்லை என்கிற தகவல் கிடைத்து கிளம்ப எத்தனித்தவன் யோசித்தான். ஆனால், வேறு வழியில்லை.

இங்கேயிருந்து ஒரேயடியாகப் போய்விட்டால்தானே சர்வீஸ் கட்டாகும். தொடர் லீவ் எடுத்துக்கொண்டு தற்காலிகமாக வேறு வேலைக்குச் சென்று வரலாம் என்று முடிவு செய்தான். உடைமைகளை அடைத்து பேக்கை எடுத்துக்கொண்டு அவுட்பாஸை செக்யூரிட்டியிடம் ஒப்படைத்தான். அதற்குரிய நோட்டில் கையெழுத்திட்டான்.

பிரம்மாண்டமான வாயிற்கதவுகளுக்கு அருகில் இருந்த சிறுகதவு வழியே செக்யூரிட்டி சோதனைக்குப் பிறகு வெளியே வந்தான். கைபேசி அலறியது. ரம்யாதான். அப்போது இரண்டு லாரிகள் ஒன்றன்பின் ஒன்றாக வந்து நின்றன. வடக்கத்தி லாரி ஓட்டுனர் அளித்த பில் தாள்களைச் சரிபார்த்த தலைமை செக்யூரிட்டி, “நாலு லாரி லோடு’ன்னு பில்லுங்க சொல்லுது” என்று புருவத்தை நெறித்தார்.

“பாக்கி மெட்டீரியல் லோடு லாரிங்க வந்துட்டிருக்கு சாரே” என்றான் டிரைவர்.

விசுவன் ஒருகணம் லாரிகளைப் பார்த்துத் தயக்கத்தோடு தடுமாறி நின்றான்.

கல்கி நினைவுச் சிறுகதைப் போட்டி

ஆறுதல் பரிசு - 8-10-2017

கானல்

பேருந்தில் நெருக்கியடிக்கும் கூட்டம். எப்போது இறங்குவோம் என்று மனம் ஏங்கவே ஆரம்பித்துவிட்டது. மணிமேகலை கூட்ட நெரிசலைக் கடந்து வியர்வையில் நனைந்து கசங்கியபடி இறங்கினாள். நகரமா கிராமமா என்று சொல்ல முடியாத அளவுக்கு அந்த ஊர் இருந்தது.

பழக்கடைக்குச் சென்று வெயிலில் வாடி வதங்கியிருந்த ஆரஞ்சுப் பழங்களையும் திராட்சையையும் வாங்கி பையில் வைத்துக் கொண்டாள். கயல்விழிக்கு முல்லைப்பூ என்றால் ரொம்ப பிரியம். பூக்கடையைத் தேடினாள். தண்ணீர் தாகம் வேறு எடுத்தது.

அரசு விற்கும் தண்ணீர் பாட்டிலை வாங்கி லேசாக முகத்தில் தெளித்துக் கழுவியவள் மீதி தண்ணீரைக் குடித்தாள். பாட்டிலை பையில் வைத்துக்கொண்டாள். இரண்டு சாலை பிரியும் முக்கில் இருந்த பூக்கடையில் மூன்று முழம் முல்லையை வாங்கிக் கொண்டாள். முந்தானையால் முகத்தைத் துடைத்துக் கொண்டாள்.

“இங்கனே யாழினி நகர் எங்கேங்க?”

பூக்கடைக்காரர் பக்கத்திலிருந்தவரிடம் கேட்க, அவர் வேறொரு அடையாளத்தைக் கேட்க மணிமேகலைக்கு என்ன சொல்வது என்று தெரியவில்லை.

கயல்விழி தனக்கு போன் செய்தபோது வீட்டில் யாரும் இல்லை. தான் மட்டும் இருந்தது இருவருக்குமே அது அதிர்ஷ்டமாகவே பட்டது. 'ஹலோ' என்றதுமே அவளின் அழுகையொலிதான் மணிமேகலையைக் கலங்க வைத்தது.

"அழாதேடா... எங்கேயிருக்கே... அம்மா நானிருக்கேன்ல..." என்று சொல்லிக்கொண்டிருக்கும்போதே மணிமேகலையும் அழ ஆரம்பித்துவிட்டாள்.

"மன்னிச்சுக்கும்மா..." என்றாள் கயல்விழி.

அதற்குப் பிறகு போன் செய்த போதெல்லாம் கயலின் எண் எடுக்கவேயில்லை. எண்ணை மாற்றிவிட்டாளா? மாற்றிதான் இருக்க வேண்டும்.

"இந்த மூணு பக்கமும் கிடையாதும்மா... இந்தா நேராப் போனா ஒரு பெட்ரோல் பங்க் வரும் கேட்டுப்பாருங்க..." என்ற பூக்கடைக்காரரின் பேச்சில் சுயநினைவுக்கு வந்தாள்.

மதிய வெயில் சுள்ளென்று அடித்தது. சீக்கிரம் பார்த்துவிட்டு தைரியம் சொல்லிவிட்டு வந்த சுவடே தெரியாமல் திரும்பி விடவேண்டும். ஒருவேளை 'தெரிந்தவர் யாரேனும் பார்த்துவிட்டால்' என்ற யோசனையும் மணிமேகலையைக் கலங்க வைத்தது. நூற்றைம்பது கிலோ மீட்டருக்கு அப்புறம் தள்ளி வந்துள்ள இந்த ஊரில் எந்த உறவு ஜனம் ஊர் ஜனம் வந்து நிற்கப் போகிறது.

"அம்மா நான் மதியழகனைத்தான் கல்யாணம் பண்ணிக்கப் போறேன்..." என்று திக்கித் திணறி கயல்விழி சொன்னபோது, கையில் வைத்திருந்த பாத்திரத்தை திடுக்கிட்டுக் கீழே விட்டுவிட ஊற வைத்த அரிசி கழுநீரோடு விழுந்து சிதறியது.

“உங்க அப்பாருக்குத் தெரிஞ்சா என்னாகும்னு தெரியுமா?”

எதுவும் பேசாமல் மௌனமாக இருந்தாள் கயல்விழி.

“பேசாம படிப்பை ஒழுங்கா முடி...” என்று மட்டும் சொல்லிவிட்டு நகர்ந்துவிட்டாள். அன்று முழுவதும் மணிமேகலைக்கு படபடப்பாகவே இருந்தது.

வெயிலில் நடந்து வந்தது சோர்வாக இருந்தது. பெட்ரோல் பங்க் வேறு அதிக வேக்காடை பரப்பிக்கொண்டிருந்தது. துளி காற்றசைவும் இல்லை. தேமே என்று சில மரங்கள் நின்றுகொண்டுதானிருந்தன. ஒரு ஆட்டோ பிடித்து வந்திருக்கலாமோ என்று மணிமேகலை நினைத்தாள். பை வேறு கனமாக இருந்தது. சாலையிலிருந்து சற்று இறக்கத்தில் புதிதாக உருவாகியிருந்த யாழினி நகரில் நாலைந்து வீடுகள் அங்கொன்றும் இங்கொன்றுமாக இருந்தன.

எந்த வீட்டில் விசாரிப்பது என்று யோசித்தாள். முதலில் இருந்த வீட்டில் ஆள் அரவமே இல்லை. அதன் எதிரே இருந்த வீடு திறந்திருந்தது. கட்டப்பட்டு சில மாதங்கள்தான் ஆகியிருக்க வேண்டும்.

“யாரைப் பாக்கணும்?” திடீர் குரலைக் கேட்டுத் திரும்பினாள். சாத்தப்பட்டிருந்த வீட்டின் கதவைத் திறந்து தூக்கக் கலக்கத்தில் இளம்பெண் வந்தாள்.

“கயல்விழின்னு புதுசா கல்யாணம் ஆனவங்க...”

“நீங்க கயல்விழிக்கு என்ன வேணும்?”

அப்படியென்றால் கயல் இங்கேதான் இருக்கிறாள். கண்டுபிடித்து விட்டோம் என்று மணிமேகலை மகிழ்ந்தாள்.

“அம்மா...” என்றாள் மணிமேகலை.

“அம்மாவா... அம்மா இல்லைன்னு சொன்னாளே?” இளம்பெண் தூக்கக் கலக்கத்தைத் தொலைத்தாள்.

"என் வீட்டுக்காரருக்கு ரெண்டு சம்சாரம். மூத்த தாரத்தோட பொண்ணு. கயலுக்கு மூணு வயசு இருக்கும்போது அவளைப் பெத்த அம்மா இறந்துட்டாங்க."

"ரொம்ப நெருக்கமா கயலுகிட்டே பழகலைம்மா... ஸ்பின்னிங் மில்லுல வைச்சுப் பாக்கிறதுதான். லவ் மேரேஜ் பண்ணிக்கிட்டேனுச்சு."

மணிமேகலை தனது ஆண்ட்ராய்டு போனில் உள்ள கயல் போட்டோவை இளம்பெண்ணிடம் காண்பித்து கயல்தான் என்பதை உறுதிசெய்துகொண்டாள்.

"எனக்கு நைட் ஷிப்ட்டும்மா. கயலைப் பார்த்துப் பத்து நாளுக்கு மேல் இருக்கும். போன் பண்ணிப்பாருங்களேன்?"

"போன் நெம்பரை மாத்திடுச்சு போல..." என்றாள் மணிமேகலை.

"சிறிது தூரம் போல் சென்று திரும்பினால் கயல் குடியிருக்கும் வீடு வரும்" என்று கையை நீட்டி அடையாளத்தைக் குறிப்பிட்டு அனுப்பி வைத்தாள் இளம்பெண். 'மறுபடியும் நடக்கணுமா?'

அந்த ஊரின் ஒதுக்குப்புறத்தில் அவள் குறிப்பிட்ட வீடு இருந்தது. இன்னொரு தண்ணீர் பாட்டில் வாங்கி வந்திருக்கலாம்.

வீடு சற்றுப் பழமையாக இருந்தது. காலிங் பெல்லை அழுத்தினாள். வயதான பெண் "யாரு?" என்று கேட்டபடியே வந்தாள்.

"கயல்விழி மதியழகன் இங்கேதானே குடியிருக்காங்க?"

"நீங்க யாரு?"

மணிமேகலை இங்கே கயல்விழி என்ன சொல்லி வைத்திருக்கிறாளோ என்று எண்ணி "சித்திம்மா..." என்றாள்.

"அம்மா வருவாங்கன்னுதான் சொன்னா ரெண்டு நாளைக்கு முன்னாடி."

மணிமேகலை மனம் துணுக்குற்றது. வயதான பெண் மாடிப்படிக்கு வழிகாட்டி மேலே போகச் சொன்னாள். மேலே ஒண்டுக்குடித்தனங்களாக மூன்று வீடுகள் வாடகைக்கு விடப்பட்டிருப்பது போல் தெரிந்தது. இரண்டு வீடுகள் பூட்டப்பட்டிருந்தன. குழந்தையை வைத்திருந்த பெண்ணிடம் விசாரித்தாள்.

அந்தப் பெண்ணின் முகம் பயத்தில் வெளிறியது. கயலுக்கு நீங்க என்ன முறை சொந்தம்தானா சித்திதானா என்று பல முறை கேட்டுவிட்டு மெல்லிய குரலில், “கீழே வீட்டுக்கார ஓனர் அம்மாகிட்டே சொல்லிடாதீங்க...” என்றபடி நேற்று இரவு நடந்ததைச் சொன்னாள்.

“நைட்டு ஒம்பது மணிக்கு மேலே இருக்கும்மா... ரெண்டு பேர் வந்து கயல் போட்டோவைக் காட்டி விசாரிச்சாங்க... எனக்குச் சந்தேகமா இருந்ததால தெரியாதுங்கன்னு அனுப்பிட்டேன். அவங்களும் போயிட்டாங்க... போனவங்க ஒரு மணி நேரங்கழிச்சு மீண்டும் வந்தாங்க... எனக்கு பயமா போயிடுச்சு... லைட்டை ஆஃப் பண்ணிட்டு வீட்டை உள் தாழ்ப்பா போட்டுப் படுத்திட்டேன். ‘தெரியாதுன்னு சொல்றாய்யா இந்தப் பொம்பளை’ன்னு என்னைத் திட்றது கேட்டது. ஷிப்ட் முடிஞ்சு கயலும் மதியழகனும் வர்ற நேரம். எனக்கு வேற திக்குன்னு ஆயிடுச்சு... நான்தான் தெரிஞ்சவங்கன்னு வீட்டு ஓனர்கிட்டே பொய் சொல்லிக் குடிவைச்சேன். ஏதும் ரெண்டகம் நடந்துட்டா என்ன பண்றது. வந்தவங்க, “வரட்டுமிய்யா... இங்கேயே பொலி போட்றலாம்”னு கத்திக்கிட்டு கிடந்தாங்க... ஓனர் வீட்டம்மா மட்டுந்தான் கீழே குடியிருக்கு... அந்தம்மா சாப்பிட்ட பிறகு மாத்திரை போட்டுச்சின்னா தூங்கிடும். சுத்துபக்கம் வேற யாருமில்லை... பயந்து போய் தூங்கிட்டேன்... என் வீட்டுக்காரர் லாரி சவாரி போயிருக்கு. பதினைஞ்சு நாளைக்கு ஒருக்காதான் வருவார். காலையில எழுந்து பாக்கிறேன், கயலும் மதியழகனும் வந்த மாதிரியே தெரியலை. என் வீட்டு ஜன்னலாண்டே சாவி மட்டும் இருந்துச்சு... என்ன நடத்துச்சுன்னு தெரியலை? வீட்டுக்கு

வந்தாங்களா... வந்தாங்கன்னா ‘வெட்டி போட்றுவேன்னு’ சொன்னவங்களை மீறி வந்துட்டு திரும்பிப் போயிட்டாங்களா? இல்லை மாட்டிக்கிட்டாங்களான்னு எதுவும் தெரியலை?”

“வீட்டுச் சாவியைக் கொடுக்கிறீயா திறந்து பாக்கலாம்?” என்றாள் மணிமேகலை.

வீட்டினுள் சமைத்த பாத்திரங்கள், மண்ணெண்ணெய் ஸ்டவ், ஒரு போர்வை பாய் மட்டும் இருந்தது.

“ஒரு லெதர் பேக் வைச்சிருந்தாங்க... அதில்லையே...” என்றாள் அந்தப் பெண்.

“கீழே வீட்டு ஓனர்ட்ட ஏதும் சொல்லிடாதீங்க... அப்புறம் எங்களையும் காலி பண்ணிடச் சொல்லிடுவாங்க... நா அப்புறமா ஏதாவது சொல்லி சமாளிச்சுக்கிறேன்...” என்றவளைப் பார்க்கப் பாவமாக இருந்தது.

மணிமேகலை காத்திருக்க ஆரம்பித்தாள்.

கீழே யாரோ வந்து நிற்பது போல் தோன்ற மாடியிலிருந்து எட்டிப் பார்த்தாள். அவளின் தூரத்து அண்ணன். வீட்டு ஓனர் பெண்மணி ஏதோ சத்தம் போடுவது போல் தெரிந்தது.

‘அய்யோ மேலே வந்துவிட்டால்தான் வந்திருப்பது தெரிந்து ரசாபாசமாகிவிடுமே... இரவுக்குள் வீட்டுக்குச் சென்று விடவேண்டும்’ என்கிற பதற்றம் தொற்றிக்கொண்டது. அதற்குள் கயலைக் கண்ணால் பார்த்துவிட்டால் போதும்.

ஆட்டோ செல்லும் ஓசை கேட்டு வெளியே வந்து எட்டிப் பார்த்தாள். சென்றுவிட்டனர். அவர்கள் கண்ணில் கயலும் மதியும் பட்டுவிடக்கூடாது என்று பிடித்த தெய்வங்களை எல்லாம் வேண்டிக்கொண்டாள் மணிமேகலை.

கயல் அப்பாதான் மோப்பம் பிடித்து வந்திருக்க வேண்டும். காய்கறி லோடு ஏற்றிச் சென்றவர்கள் எப்படியோ தெரிந்து வந்துவிட்டார்கள் போலிருக்கிறது. ஆட்டோவில் சென்று

விட்டவர்களின் கண்களில் படாமல் கயலைப் பார்த்துவிட முடியுமா? வேகாத வெயிலில் திரும்பவும் நடக்க ஆரம்பித்தாள்.

ரயில் நிலையம்.

மங்களூர் எக்ஸ்பிரஸ் அன்ரிசர்வ்டு டிக்கெட் எடுத்து கயலும் மதியழகனும் கிடைத்த இருக்கையில் உட்கார்ந்துகொண்டனர்.

போனை ஆன் செய்தான் மதியழகன். மிஸ்டு கால்களாக நிரம்பியிருந்தன. கயல் அவனிடமிருந்து போனைப் பிடுங்கி சிம்மைக் கழட்டித் தூக்கி எறிந்தாள். மதியழகன் தோள் மீது சாய்ந்துகொண்டாள்.

"எப்படியாவது கண்டுபிடிச்சுக் கொன்னுடுவாங்கடா..." என்று அவன் காதில் கிசுகிசுத்துத் தேம்பினாள்.

"சர்டிபிகேட் இருக்கு... கை கால் இருக்கு... எங்காவது போய் பொழைச்சுக்கலாம் மனசை உட்றாதே கயல்..."

"உங்க அப்பாம்மால்லாம் பாவமில்லே?" என்றாள்.

மதியழகனின் வீட்டை எரித்துவிட்டதாகவும் அம்மாவிற்கும் அப்பாவிற்கும் அடி உதை என்றும் போலீஸ் விசாரிச்சுக்கிட்டு இருக்கிறது என்றும் கேள்விப்பட்டு மனம் பதைத்துப் போனான்.

"வந்துடாதீங்கடா கொன்னுடுவானுங்க..." மதியழகனின் தந்தை 'கண்காணாத இடத்துக்குப் போய் பொழைச்சுக்கோ' என்பதைச் சொல்லாமல் சொல்லியிருந்தார்.

"ஷிப்ட் முடிச்சு வந்ததையும் அப்பாவை மில்லு கேட்டுக்கு வெளியே பார்த்ததும் பகீர்னுடுச்சு..." என்றாள் கயல்.

"அதான் வந்துட்டோம்ல யார் கண்ணுலேயும் படாம போயிடலாம்.."

"அம்மாவுக்குத்தான் போன் செஞ்சேன்... என்ன இருந்தாலும் சித்திதானே அவங்க... காட்டிக் கொடுத்துட்டாங்க..." என்றாள் மதியழகனிடம்.

ரயில் தடதடத்துச் சென்றுகொண்டிருந்தது.

மணிமேகலை கயல் பணி செய்வதாகச் சொன்ன ஸ்பின்னிங் மில்லில் விசாரித்தாள். அவர்கள் இன்று வேலைக்கே வரவில்லை என்று சொல்லிவிட்டனர். என்ன செய்வது என்று தெரியாமல் வருகிறவர்களையும் போகிறவர்களையும் பார்த்தபடி அடித்த வெக்கைக்கு திராட்சைப் பொட்டலத்தைப் பிரித்துச் சாப்பிட ஆரம்பித்தாள்.

மெல்ல நடந்து பேருந்து நிலையம் வந்தவளை மதியம் இரண்டு மணி வெயில் வியர்த்து வழிய வைத்தது. நிற்கும் மனித கூட்டங்களுக்குள் கண்கள் அலைபாய்ந்தன.

'எங்கே கயல் இருக்கே? கண்டுபிடிச்சு உன்னையும் மதியழகனையும் அவர்கள் வெட்டி.... அய்யோ நினைக்கும் போதே மனம் பகீர் என்கிறதே...' மனிதர்கள்... விதவிதமான மனிதர்கள். வரும் போகும் பேருந்துகளின் உள்ளும் மனித கூட்டங்கள்... ஆண்கள் பெண்கள் சிறுவர் சிறுமியர்... 'எங்கேனும் தென்பட மாட்டார்களா கயலும் மதியழகனும்' என்று மணிமேகலையின் கண்கள் தேட ஆரம்பித்தன.

2019

ஏழு சகோதரர்கள்

முன்னாள் வீரர்களான எங்களைப் பற்றிப் பேச என்ன இருக்கிறது. நீங்கள் தொடர்ந்து கட்டாயப்படுத்தியதால்தான் 'பேசுவோமே' என்று தோன்றியது. ஏன் லைட்டை இப்படி முகத்தில் படும்படி திருப்புகிறீர்கள்... கண்கள் கூசுகின்றன.

"பளிச்னு டாகுமென்ட்ரி படத்தில் நீங்கள் தெரியவேண்டும் அல்லவா?!"

என்னவோ சொல்றீங்க... ஆனா எனக்குக் காது மந்தம். மாவட்ட அளவில் நடந்த கபடி விளையாட்டின்போது கடுமையான போட்டியில் அடிபட்டு செவிடாகிவிட்டது. அப்ப வயசு இருபத்தியாறு. நாங்க ஏழு பேரும் உடன் பிறந்த சகோதரர்கள் இல்லை. விளையாட்டு ஆர்வத்துல ஒன்று சேர்ந்தோம். அது ஒரு பசுமையான காலம். விளையாட விளையாடத்தான் எங்களுக்குள் மன நெருக்கம் அதிகப்பட்டது. எங்கே விளையாட்டுப் போட்டி நடந்தாலும் எங்கள் கபடி டீம் முதலில் போய் நிற்கும். ஊர் பேரைத்தான் முதலில் வைத்து விளையாடினோம் வெற்றிமாறன்தான் "எதுக்கு ஊர் பேரு?ன்னு 'ஏழு சகோதரர்கள் கபடிக் குழு' என்று வைத்தான். சுத்துப்பட்டு ஊருக்கெல்லாம் நாங்க 'செவன் பிரதர்ஸ்'னு ஆகிப்போனோம்.

அம்பத்தொன்பது வயசாயிடுச்சு. நான்தான் அந்த டீம்ல ரொம்ப சின்ன வயசுக்காரன். இரு... இரு... ஒவ்வொருத்தரைப் பத்தியும் சொல்றேன்.

ரொம்ப சாதாரணமா ஒரு ஆர்வத்துல ஆரம்பிச்சோம். எங்க ஈடுபாடு உழைப்பு சுத்தியுள்ள ஏழெட்டு மாவட்டங்களுக்கு பிரபலமானதா ஆக்கிடுச்சு.

எல்லாம் ஒரு காலகட்டம்தான்.

நாகேந்திரன் போட்டியில் ஜெயிக்கிற பணத்தை சேமிப்போம்னு திட்டம் போட்டுக் கொடுத்தான். அது கொஞ்சம் அதிகமாகவே சேர ஆரம்பிச்சது.

நாகேந்திரனிடமிருந்து பேச ஆரம்பிப்போம். ரொம்ப வசதிக்காரன் எல்லாம் இல்லை, விவசாயம்தான். நெல்லு வாழை அப்படின்னு. விவசாயத்தைப் பார்க்காமல் வெட்டி விளையாட்டுன்னு சுத்தறானேன்னு அவன் அப்பனுக்குக் கோபம். பத்தாவதுல வேற பெயிலாயிட்டான். விவசாயம்தான் இனி சோறு போடும். அதுலயும் ஈடுபடாம விளையாட்டு விளையாட்டுன்னு கிளம்பிவிடுவான். கிளப்பியும் விட்டுடுவான்.

ரயில்வேயில விளையாட்டுக் கோட்டாவுல யாரோ சொன்னாங்கன்னு ஒரு கட்டத்துல அப்ளிகேஷன் போட்டான். செலக்ட் ஆகிட்டான். எல்லோருக்கும் ஆச்சரியமா ஆகிடுச்சு. அவனோட வாழ்க்கையே மாறிப்போயிடுச்சு. அதைக் கண்ணால பாத்த நாங்க ஒவ்வொருத்தரும் வெறிபிடிச்ச மாதிரி கபடியில் உழைப்பைக் கொட்டினோம்.

அப்ப ஏது டி.வி. ரயில்வே அணி சார்பா நாகேந்திரன் இந்திய அளவுல திறமையைக் காட்ட ஆரம்பிச்சான். பேப்பர்ல படிச்சு சந்தோஷப்பட்ட காலம். ஆசிய அளவுல நடந்த போட்டியில் அணித் தலைவனாக வரவேண்டியவன். அரசியல், சாதி காய் நகர்த்தலில் வாய்ப்பு நழுவி விழுந்துடுச்சு. இப்பவும் ரயில்வே டீம்ல அவன் விளையாண்ட காட்சியெல்லாம் பசுமையா மனசுல இருக்கு.

பணம் சேர்த்தோம்னு சொன்னோம்லியா... அதை வைச்சு டூரிங் சினிமா கொட்டகை ஆரம்பிக்கலாம்னு கொடியரசன் திட்டம் போட்டான். அணியில் உள்ள அனைவரும் பங்குதாரர்கள். நல்ல மனுசன், அதுல வந்த வருமானத்தை வைச்சுதான் என் பிள்ளைங்களைப் படிக்க வைச்சு கண்ணாலமும் கட்டிக் கொடுத்தேன்.

கொடியரசன் நல்ல உயரம். ஆத்துல ஓடுற தண்ணியில எதிர்த்த திசையிலே வேகமாக ஓடிப் பயிற்சி எடுப்பான். அது அவ்வளவு எளிதான விஷயமில்லை. அகில இந்திய கபடி போட்டியை நம்ம ஊருல வைக்கணும் நம்ம டீமும் விளையாடணும்னு மெனக்கெட்டான். அதுவும் அவ்வளவு எளிதான விஷயமில்லை. காலமும் ஒருநாள் மாறுச்சு. அவன் நல்லா படிச்சான். காலேஜ் எலெக்சன்ல நின்னான். ஜெயிக்க வைச்சோம். நாங்க சில பேரு தொடக்கப் பள்ளியைக் கூடத் தாண்டவில்லை. அவன் காலேஜ் டீமை வைச்சுப் பல பேரோட கவனத்தைத் தன்பக்கம் திரும்ப வைச்சான். மாவட்ட கபடி கழகத் தலைவர்னு ஒருநாள் ஆர்ப்பாட்டமா வந்து நின்னான். ஊரே வாய்பிளந்து நின்னுச்சு. யார் யாரையோ பார்த்து முட்டி மோதி ‘அகில இந்திய கபடி போட்டி’யை இந்தச் சின்ன கிராமத்துல நடத்திக் காட்டினான். ஒரு முறை இல்லை. இரண்டு முறை. மூணு நாட்கள் இந்தியாவின் பல மாநில அளவுல உள்ள டீமுங்க வந்து போட்டியில கலந்து விளையாடியது, இந்தக் கிராமத்து வரலாற்றின் இன்பமான சில பக்கங்கள். பரிசளிப்பு விழாவிற்கு முதல் வருசம் அப்ப பிரபலமாகியிருந்த கதாநாயக நடிகரையும் அதற்கு அடுத்த வருசம் பிரபல வில்லன் நடிகரையும் வரவழைச்சுப் பரிசுகளைக் கொடுக்க வைச்சான். டெல்லி அணி, பஞ்சாப் அணி என்று வந்த வரிசையில எங்க ‘செவன் பிரதர்ஸ் அணி’யும் கலந்து கட்டியது. ஆடுகளமே துள்ளி புரண்டுச்சுன்னுதான் சொல்லணும்.

கொடியரசன் இப்ப என்ன பண்றானா? பல வருசமா இந்தக் கிராமத்துக்கு பஞ்சாயத்துத் தலைவரா இருக்கான்.

டூரிங் கொட்டகையை வெற்றிமாறன்தான் பொறுப்பெடுத்து நடத்திக்காட்டினான். அந்த ‘விநாயகனே வினை தீர்ப்பவனே’ பாடல் கேட்டுதான் சாயங்காலப் பொழுதே சந்தோஷத்தோட நுழையும்னு கூட சொல்லலாம். இப்ப ஏதுய்யா அந்தக் ‘கல்ல மிட்டாய்...முறுக்கேய்ய்... குண்டு ச்சோடாய்ய்...’ எல்லாம். மாறிப்போயிடுச்சு. பட இடைவேளையில பொழைப்பு நடத்தினவங்க ஏழெட்டுப் பேராவது இருப்பாங்க. டூரிங் கொட்டகை பாழடைஞ்சுதான் கிடக்கு. அப்புறம் வெற்றிமாறன் அரசியலுக்குப் போயிட்டான். போன முறை ஆளுங்கட்சியா இருந்த ஆட்சியில முக்கியப் பொறுப்புக்கு வந்தான். டி.வி. பேப்பர்ல எல்லாம் அடிக்கடி செய்தியா வருவான்.

அரசியல்வாதியாக ஆகணும்னு திட்டம் போட்டுச் செயல்பட்டவங்க அப்படியெல்லாம் ஆகலை.

நாங்க சின்ன வயசுல படிச்ச பள்ளிக்கூடத்தில் ஒவ்வொரு டிபார்ட்மெண்டுக்கும் ஒரு லீடர் போடுவாங்க... லீடரை ‘அமைச்சர்’னு பொறுப்பாத்தான் நாதன் சார் நியமிச்சாரு. மத்தியான சாப்பாட்டுப் பொறுப்பை எடுத்துக்கிறவன் உணவு அமைச்சர். பைப்படியை ஏத்துக்கிறவன் குடிநீர் அமைச்சர் இப்படின்னு இருக்கும். நியமிக்கிற முறை இருக்கே ரொம்ப கலகலப்பா இருக்கும்.

நான் விளையாட்டுத் துறை அமைச்சராக ஆகிறதுக்கு முன்மொழியறது வழிமொழியறது எல்லாம் சொன்னது குமரனும் ராஜலிங்கமும். இரண்டு நிமிஷம் கழிச்சு எனக்கு போட்டியாக நின்னவங்கள்ல இவனுங்க ரெண்டு பேரும் வந்து நிக்கிறானுங்க. ஒரே சிரிப்புதான். இத்தனை வருசங்கழிச்சு அந்தச் சின்ன வயசு கலாட்டா நேத்து நடந்த மாதிரி மனசுல இருக்கு. என்னைப் பொண்ணுங்கதான் ஜெயிக்க வைச்சதுங்க. ‘நான் விளையாட்டுத் துறை அமைச்சராக, ஆனால் மைதானத்தைச் சுத்தப்படுத்தறது, புல் பூண்டு பிடுங்கிறது, கற்களைப் பொறுக்குவது’ன்னு மட்டும் இருக்க விடமாட்டேன். பெண்கள் கபடி டீமை உருவாக்குவேன்’ அப்படின்னு ஒவ்வொருத்தர் கிட்டேயும் ரகசியமாக வாக்குறுதி

கொடுத்திருந்தேன். அதுக்காகத்தான் ஜெயிக்க வைச்சதுங்க. டவுசர் போட்டுத் திரிஞ்ச காலமது. சொன்ன மாதிரி பொண்ணுங்களைக் கபடி விளையாட வைச்சேன். நாதன்சார் 'நீ பெரிய அரசியல்வாதியா ஆகிடுவேடா' என்றார். ஆனா காலம் ஆத்துல மீன் பிடிக்க வைச்சிடுச்சு.

மீன் பிடிக்கிறது பத்திப் பேசும்போது ஒண்ணு ஞாபகத்துக்கு வருது. மீனை விதவிதமா வறுத்து ருசியாக்குறவன் ஆறுமுகச்சாமி. எங்க டீம் விளையாடப் போகிற ஊர்ல எல்லாம் பெருமையா பேச ஏதாச்சும் ஒரு விஷயத்தை செஞ்சு வைச்சிடுவான். மீன் வறுவல்ல அப்படி ஒரு ஊரையே திரும்பிப் பார்க்க வைச்சான். மின்சார வாரியத்துல வேலை கிடைச்சு சேர்ந்த ஆறுமுகச்சாமி 'ஜகஜ்ஜோதியா வாழ்வான்'னு நினைச்சோம். ஒரு நாள் காலைல அவனை ஆத்துல யாரோ வெட்டிப் போட்டுட்டாங்கன்னு சொன்னாங்க. என்ன காரணம்னு இதுவரையிலும் தெரியாது. பல பத்து வருசம் ஓடிப்போயிடுச்சு. ஓடிப்போய் பார்த்து அதிர்ச்சியில உறைஞ்சு போயிட்டோம். அடிதடின்னு சர்வசாதாரணமா இறங்கினது வினையாக போயிடுச்சா? எதுவும் தெரியலை. ஒரு சமயம் தன்னை லேசா மோதிட்டான்னு ஒருத்தனை அடிக்கப்போயிட்டான். நல்ல போதை. அப்போ சாராயக்கடைன்னுதான் பேரு. பாட்டில்ல வரும். ஒரு பாட்டிலை எதிரிக்காரன் உடைச்சு ஆறுமுகச்சாமியின் நெஞ்சில கிழிச்சுவிட்டுட்டான். இவன் அசராம சட்டையைக் கிழிச்சுக் கட்டுப் போட்டுக்கிட்டு ரோட்டுல இருந்து காரகட்டான் கோயிலு வரை ரத்தம் வழிய தெம்பா நடந்து வந்தான். அப்படிப்பட்டவன்.

தன்ராஜ்தான் ஆத்து மணல்மேல சத்தியமும் சபதமும் போட்டான். 'உன்னை வெட்டினவனை இதே ஆத்துல வெட்டுவேன்டா'ன்னு.

தன்ராஜ் பத்தி சொல்லணும்னா வேறொரு மாநிலத்துக்கு ஏழு சகோதரர்கள் கபடி டீமை ஒரு கட்டத்துல அழைச்சுட்டுப் போயி விளையாட வைச்சவன். அவனுக்கு 'கபடி தன்ராஜ்'னே பேரு. அவனா பிரியமாக வச்சுக்கிட்டதுதான். காதல் விஷயத்துல

மாட்டிக்கிட்டு கடைசியில காதல் தோல்வி. எத்தனையோ முறை விளையாட்டுல தோத்துத் திரும்பியிருக்கோம். ஒருமுறை கூட சலனமோ கலக்கமோ பட்டதில்லை. அவனும் அப்படித்தான். ஆனா காதல் அவனைக் குப்புறக் கவுத்துடுச்சு. தூக்குப் போட்டுக்கிட்டு செத்துப்போயிட்டான்யா. சின்ன வயசுல நானும் அவனும்தான் பயங்கர தோஸ்த்.

எங்க டீம்ல இருந்த வெங்கடாசலத்தோட தங்கச்சியைத்தான் தன்ராஜ் லவ் பண்ணினான். வெங்கடாசலத்துக்கு சம்மதம்தான். அவன் அப்பாவுக்குதான் சம்மதமில்லை. பெரிய பிரச்னையாயிடுச்சு. சாதி பிரச்னைதான். விளையாட்டுல ஏது தம்பி சாதி கருவேப்பிலை எல்லாம். வாழ்க்கையிலதான் தன் கோரமுகத்தைக் காட்டுது. சகோதரர்கள்னு பேரை வைச்சுக்கிட்டு என்னடா வேலை பண்றீங்கன்னு சம்பந்தமில்லாம விதண்டாவாதம் பண்ணினார். தன்ராஜ் படக்னு ஒரு முடிவை எடுத்துப் போய்ச் சேர்ந்துட்டான்.

வெங்கடாசலம் அதற்குப் பிறகு எங்க டீம்ல சில வருசம் இல்லை. நான்தான் பேசி இழுத்துட்டு வந்தேன். ஆறுமுகச்சாமி தன்ராஜ் இடத்துக்கு ராஜலிங்கமும் குமாரும் வந்தாங்க. சுமாரா விளையாடுவானுங்க.

எங்கள்ல சிலபேரு இப்ப உயிரோட இல்லை. இரண்டு பேரு ஊரைவிட்டுப் போயி பல வருசங்களாவுது. ஒருத்தரு படுத்த படுக்கையா கிடக்காரு.

ஆத்துல தண்ணீர் வராதப்ப அங்கங்கே ஊர் பசங்க அணி பிரிச்சு மணல் பறக்க விளையாடுவானுங்க. நாங்க எல்லாம் ஒரு கட்டத்தைத் தாண்டி வந்துட்ட பின்னே மத்தவங்களுக்கு கபடி மேலே இருந்த ஈர்ப்பு குறைஞ்சிட்ட மாதிரி உணர்ந்தேன். வெங்கடாசலத்தோட பையன்தான் மெனக்கெட்டு ஆர்வமா போட்டிகளை நடத்திக் காட்டினான். நாலைஞ்சு வருசம் அப்படி நடந்துச்சு. அப்புறம் அவன் வேலை தேடி வெளியூர் போயிட்டான். கபடிக்குன்னே பேர்போன ஊர்ல சொல்லிக்கிற மாதிரி இன்னைக்கு எதுவுமில்லை.

“உங்க அணி சகோதரர்கள் கபடியை வளர்க்க எதுவுமே செய்யலையா?”

காது மந்தம்னு சொன்னேன். கொஞ்சம் பலக்கப் பேசுங்க. வளக்கிறது என்ன தம்பி... அதான் சொன்னேனே... காலம் மாறிப்போயிடுச்சு. போட்டிங்க நடந்துகிட்டுதான் இருக்கு. அடுத்த வாரம் இந்தத் தலைமுறையைச் சேர்ந்த செவன் பிரதர்ஸ் அணி மாவட்ட அளவிலான கபடிப் போட்டியை நடத்த இருக்குது. நிச்சயம் அதையும் கவர் பண்ணுங்க.

முப்பது வருசத்துக்கு முந்தி நாகேந்திரனும் நானும் ஆத்துல குளிச்சிட்டு வந்திட்டு இருந்தபோது அடகுக் கடைக்காரர் பையன் கைக்கு அடக்கமா ஒரு பந்து அதை அடிக்க ஒரு மட்டையோடு எதிர்ப்பட்டான். அவன் பக்கத்துல அப்பத்திய பம்பாயில இருந்து வந்த அவனோட மாமா. ‘கிரிக்கெட் விளையாட்டுண்ணே’ என்றான். அவங்க ரெண்டு பேரும் ஊர் பசங்களுக்குக் கத்துக்கொடுக்க ஆரம்பிச்சாங்க.

கபடியில ஏழுபேர் ஒருத்தரோடு ஒருத்தர் கைகோத்துக்கிட்டு நீரலையா அங்கிட்டும் இங்கிட்டும் நகர்ந்து எதிரணி வீரனைப் பிடிக்க முயற்சிக்கிற அழகில் இருக்கிற நேசம், பிரியம், வேகம், துடிப்பு... அனுபவிச்சுப் பாத்தாத்தான் தெரியும். ஒவ்வொருத்தரோட தனிப்பட்ட விருப்பங்களைப் பற்றி என்ன சொல்றது? பல பேரு மாறிப்போயிட்டாங்க.

இப்ப எங்கேயேனும் கபடிப் போட்டின்னு கேள்விப்பட்டால் சட்டையை மாட்டிக்கிட்டு கிளம்பிடுவேன். ஒரு ரசிகனா! காது கேட்காததுதான் பிரச்னை. ஆனால் எங்க காலத்து வேகம் துடிப்பு ஆர்வம் எல்லாம் குறைஞ்சிட்ட மாதிரிதான் இருக்கு.

நீங்க வந்துருக்கீங்க...கபடிமேல இருக்கிற ஆர்வத்துல. என்ன ஒருத்தரை ஒருத்தர் பாத்துக்கிறீங்க. ஒரு டாக்குமெண்ட்ரிக்கான விஷயமாத்தான் ‘கபடி’யை எடுத்துக்கிட்டீங்களா? தலையாட்டுறீங்க... ஆமாம்னு எடுத்துக்கவா இல்லைன்னு எடுத்துக்கவா?! டி.வில இந்த டாக்குமெண்ட்ரி வரும்போது

சேனல் மாத்தாமல் பொறுமையா பார்ப்பாங்களா? என்ன யூ டியூப்லயா... அதுலகூட சம்பாதிக்கலாமா? என்னப்பா சிரிக்கிறீங்க?

கேட்டைத் திறந்துகிட்டு வரும் இந்தச் சின்னப் பசங்க கூட ஜாலியாக விளையாடறதுண்டு. எங்க சின்ன வயசு ஆர்வத்தை இவங்க கண்களில் பார்க்குறேன். அன்பு தொந்தரவுதான். வாங்களேன்... அவங்களோட கொஞ்ச நேரம் விளையாடுவோம் வாருங்கள். என்ன? நேரம் இல்லையா? அப்ப கிளம்பிட்டீங்களா?

ரொம்ப நன்றி நண்பர்களே... சென்று வாருங்கள்.

சஹானா இணையதளம் - அக்டோபர் - 2021

ராமாயி

வேகாத வெயிலில் தளர்ந்து நடந்து வந்த ராமாயி கிழவி புங்கைமர நிழலில் பெருமூச்சுவிட்டபடி நின்றாள். இந்த வருட திருவிழாவுக்காவது மகன்களும் மகளும் வருவார்களா என்று நினைத்தபடி கைத்தடியைக் கீழே போட்டவள் மரத்தை ஒப்புக்குப் பிடித்தபடி மண்ணில் உட்கார்ந்தாள். கண்கள் மசமசவென்றிருந்தன. சற்றுத் தொலைவில் தெரியும் மேட்டுச்சாலையைப் பார்த்தாள். யாராவது செல்கிறார்களா என்று கண்களை மூடிமூடித் திறந்தாள். கலங்கலான பிம்பங்களாக சாலை தென்பட்டது. ‘என்னவோ ஆப்ரேஷன் பண்ணினா கண் சரியாகும்னு சொன்னானுங்க. ஒண்ணும் புலப்படமாட்டேங்குது. உட்கார்ந்தால் வேலைக்காவாது...’ என்று எழுந்தாள்.

“என்ன ராமாயி கிழவி உட்கார்ந்தோன்னே எழுந்துக்கறே... உன் வீட்டுக்காரன் வெயிலு வெளுத்து வாங்குதுல...”

தங்கராசு பயலின் குரல்தான். எடுபட்டபய பக்கத்துலதான் இருந்துருக்கான். திருவிழா சமயத்துல ரேடியோ செட்டு சீரியல் பல்புன்னு பரபரனு திரிவான்.

“லே... தங்கு எத்தனை நாள்டா இருக்கு...”

“எது... திருவிழாவுக்கா? இன்னையிலர்ந்து நாலாவது நாளு... உன் மவ மகன் வகையறாவுக்கெல்லாம் சொல்லிவுட்டியா?”

“வருவாங்கடா...” என்று ஆசையோடு சொன்னாள்.

அவன் தனது மாடுகளை விரட்டியபடி ஏரிக்கரையை நோக்கிச் சென்றான்.

‘வறண்டுபோன நிலத்துல எங்கன மேயவிட்டு வரானோ’ என்றிருந்தது ராமாயிக்கு. ஊரில் ஒருசில பேர்தான் ஒப்புக்கு இருக்கின்றனர். அவர்களில் பலரும் காலைல வெள்ளன்னைக்கு எழுந்திருந்து நூல்மில்லுக்கோ டெக்ஸ்ுக்கோ பால் கம்பெனிக்கோ அரக்கப் பரக்கச் செல்பவர்கள். தூங்கும் நேரத்துக்குதான் வருவார்கள் .

“தண்ணீலாம் பூமிக்கு அடில ரொம்ப தொலைவு போயிடுச்சு. இனி இந்த ஊருல எப்படிப் பொழைக்கிறது...?”

விவசாயம் பொய்த்த கதைதான் அப்படியென்றால்? கீழ்பாவோடி நடுபாவோடி மேல்பாவோடி திடல் என்றும் அதுவும் பத்தாம இருக்கிற நாலு தெருவுல தெருவுக்கு ரெண்டு என பாவை நீட்டி இழைபிரித்துப் பார்ப்பதுமாக இருந்த நெசவும் இருந்த இடம் தெரியாமல் போய்விட்டது. தூரத்து ஆத்துல மணல் அள்ளவும் சினிமா கொட்டகையில டிக்கெட் கொடுக்கவும் சோடா பாட்டில் கழுவவும் திக்குக்கு ஒருத்தரா பொழப்பைத் தேடிச் சென்றுவிட்டனர். எல்லா இடங்களும் வெற்றிடங்களாகவும் அனல்காற்றுமாகவும் வெறிச்சிட்டுக் கிடக்கின்றன. பாவாயிம்மாள் போல் வீட்டிலே முடங்கிக் கிடப்பவர்களென நாலைந்து கிழடுகட்டைங்கதான் ஊரோட ஜீவனை அத்துப்போகாம இழுத்து வச்சுக்கிட்டு கிடக்கோம். எங்க காலமும் முடிஞ்சுபோனா தங்கராசு போல நாலைந்து பேர் இருப்பாக...! மத்தபடிக்கு இங்கிருந்து பொழைப்பைத் தேடி நிரந்தரமாக போனவங்க ஊர் திருவிழா சமயத்துல எங்கெங்கிருந்தோ புறப்பட்டு வந்து சேருவார்கள். அதுல

பாதிப் பேத்துக்கு குலதெய்வமாக இருக்கிறதாலதான் நேரத்தை இழுத்துப் பிடித்து வருவாங்களோன்னு ராமாயி கிழவிக்குப் படும்.

தென்னங்கீற்றால் வேய்ந்து அதன்மேல் சோள கம்மந்தட்டைகளால் போர்த்தப்பட்ட வீடு. தரையிலேர்ந்து நான்கு மண் படிக்கட்டுகளை ஏறினால்தான் வீட்டுத் தளத்திற்கு போகமுடியும். மண் படிக்கட்டுகளின் இருபுறமும் அகல திண்ணைகள். வாரம் தவறாமல் மாட்டுச்சாணத்தைப் போட்டு மெழுகுவாள்.

ஊருக்கு வந்திருந்த பேரன் ஒரு முறை கேட்டான்.

“ஏன் அப்பாயி இவ்வளவு உசரத்துல வீட்டைக் கட்டியிருக்கே?”

“கண்ணாலம் கட்டிக்கிட்டு வந்த புதுசுல உன் பாட்டன்கிட்ட கேட்டேன் அப்புச்சி... அவுக ஏரிக்கரை தண்ணி நிரம்பி வழிஞ்சுதுன்னா இந்தா இம்புட்டு உசரத்துக்குத் தண்ணி வீட்டை சுற்றிவந்து நிக்குமாம்,” என்றாள்.

அருண்குமார் வெளியே வந்து எல்லார் வீட்டையும் பார்த்தான்.

“ஆமா நீ செல்றது சரி... எல்லா வீடும் இந்த உசரத்துக்குதான் இருக்கு!” என்று இடுப்பில் கைவைத்து ஆடிக்கொண்டே அவளிடம் சொன்னான்.

“இங்கனேயே அப்பாயிகூடவே இருந்துக்கிறியா...?”

“எனக்கும் தோணுதுப்பாயி... ஆனா ஸ்கூலு பக்கத்துல இல்லை. விளையாட என் வயசுப் பசங்க இல்லை. திருவிழா சமயத்துல மட்டும்தான் வர்றோம். அப்புறம் உடனே போயிடறோம். நீ வேணா எங்க கூட வந்துடறியா?”

அவன் கன்னத்தைக் கிள்ளி பொக்கைவாயால் சிரித்தாள்.

மெல்லப் படியேறி வீட்டுக்குள் வந்தாள். மண்பானையில் கம்மஞ்சோறு கொஞ்சம் இருந்தது. தண்ணீரை ஊற்றிவைத்தாள். அரிசி சோறைப் பொங்கினாள். தட்டைப்பயிறை வேகவைத்துத்

தாளித்துக்கொட்டிக் கடைந்தாள். தட்டில் போட்டுப் பிசைந்து சாப்பிட்டாள். சாப்பிட்டபடியே வீட்டை கண்களால் சுழற்றினாள். நேற்று கோவிந்தன் மளிகைக் கடையிலிருந்து கொண்டுவந்து இறக்கிய பலசரக்கு மூட்டைகள் கலங்கலாகத் தெரிந்தன. திருவிழாவுக்கு வருபவர்கள் நாலைந்து நாட்களுக்கு சமைக்க பெரியவன் லிஸ்ட் கொடுத்து கோவிந்தன் மூலம் இறக்கிவிட்டிருந்தான். வழக்கம்தான். பொருட்களை பார்க்கும்போது அப்போதே அவர்களெல்லாம் வந்துவிட்டனர் என்றே ராமாயிக்கு மனதில் பட்டது.

வருசத்துக்கொருமுறை திருவிழாவை மையமிட்டு ஊருக்கு வருவதுதானே நிறைய பேருக்குக் கொடுத்துவைத்திருக்கிறது. ஐந்துநாள் திருவிழா களைகட்டுவதை எதிர்பார்த்து ஒவ்வொரு வருசமும் ராமாயி கிழவியின் மனது காத்துக்கிடக்கிறது.

“பசங்க அனுப்புற பணமெல்லாம் பத்தாதுனு கிழவி பாருய்யா கடலை பிடுங்க வந்துடுச்சு.”

“மூணு கிலோமீட்டர் நடந்தாய்யா வந்துச்சு...”

“ஆக்கங்கெட்ட மூதிய்யா... பசங்ககிட்டே போயி பதவிசா இருக்கத் தெரியாம... இந்த வெயில் காட்டுலதான் வாழ்வேன்னு கிடக்குய்யா...” பொன்னம்மா கிழவி வார்த்தைகளை ராமாயி காதுபடவே அதக்கினாள்.

கூலியாகக் கிடைத்த கடலைகள் சிறுவாட்டி பானையில் கிடந்தது. கடலையை ஒவ்வொன்றாகத் தரையில் தட்டித் தட்டி உடைத்து சுருக்கம் நிறைந்த விரல்களால் பிரித்து கடலைப் பருப்புகளை தட்டில் போட்டுக்கொண்டிருந்தாள். கருப்பட்டி காய்ச்சி சேர்த்து தின்பண்டம் செய்து வரவங்களுக்குக் கொடுக்கலாம். மனதில் அசைபோட்டாள்.

மகன்கள் மருமகள்கள் மகள் மருமகன் பேரன் பேத்திகள் என்று இருபது பேர்களென கார்களில் வந்து இறங்கும்போது கிழவிக்கு மனசில், ‘இதுக்கு மேலே என்னய்யா வேணும்...?’ என்றிருக்கும்.

சாயங்காலம் போல் சந்தையில் வாங்கிய கருப்பட்டியை சிறிது உடைத்துப் போட்டு இஞ்சியைச் சிரமப்பட்டு நசுக்கி தண்ணீர் சேர்த்து சுண்டக்காய்ச்சி காரம் நாவில் இழுக்க சப்பிக் குடித்தாள்.

ராமாயிக்குத் திடீரென்று யாரையாவது பார்க்கவேண்டும் போலிருந்தால் கடலைக்கா இல்லைன்னா கத்தரிக்கா அதுவும் இல்லைன்னா சின்னவெங்காயம் கொத்தவரைன்னு எதுனா தோட்டக்காட்டு வேலைக்குப் போன இடத்துல வாங்கினதை எடுத்துக்கிட்டு தட்டுத்தடுமாறி பஸ் மாத்தி பஸ் மாத்தி பசங்க மக வீட்டுக்குப் புறப்பட்டுப்போய் பார்த்துவிடும். ‘தள்ளாத வயசுல தனியாவா வந்தே’ என ஒவ்வொரு முறையும் ஒவ்வொருத்தரும் கேட்காமல் இருந்ததில்லை. கடந்த சில வருடங்களாக மூப்பு அவளை அப்படிச் செல்ல விடுவதில்லை. எப்போதாவது யாரேனும் ஒருத்தர் திடீர் என்று அவளை பார்க்க வருவர். மனசுக்குள் சந்தோஷம் பீரிட்டுக் கிளம்பும்.

கம்மஞ்சோற்றைக் கரைத்து மசித்த தட்டைப்பயறை விரல்களால் தொட்டு நாவில் தடவிக் குடித்தாள். கதவைச் சாத்திவிட்டு மெல்ல இறங்கினாள். பேரன் பேத்திகளுக்கு கத்தரிக்கா புளி வரமிளகானு பக்குவமா போட்டு காய்ச்சிக் கடைந்த கத்தரிக்கா மசியலுடன் அரிசிச் சோறு வடித்துப் போடுவாள். நண்டு சிண்டுகளுக்கு அந்த உணவு ‘சப்புக்கொட்டிச் சாப்பிடும்படி இருக்கு அப்பாயி’ என்பதாக இருக்கும், புளிப்பும் காரமும் கத்தரிக்கா காம்பு சதைப்பற்றும் தனி ருசியை அள்ளித்தரும். பொக்கைவாய்ச் சிரிப்புடன் நினைத்தபடியே கயிற்றுக் கட்டிலை எடுத்து சேலைத் துணியை விரித்துப் போட்டாள். தடியைத் திண்ணையோரம் சுவரில் சாய்த்துவிட்டுப் படுத்தாள். மேலே நிலா மெல்ல மெல்ல நகர்வதையே பார்த்தபடி கண்களை மூடினாள்.

“என்ன ராமாயி? இன்னும் உனுக்கு விடியலையாக்கும். எட்டுமணி டவுன்பஸ்ஸூம் போயிடுச்சியம்மா...” பாவாயி கிழவியின் சத்தத்தைக் கேட்டு விழித்தாள்.

தங்கராசு வீட்டுக்குச் சென்று மாட்டுச்சாணத்தை எடுத்துவந்தவள் அதில் மஞ்சள்தூளைத் தூவி கரைத்து வீடு திண்ணை படிக்கட்டுகள் என மெழுகினாள். இரண்டு மூங்கில் முறத்தையும் சாணிக் கரைசலால் மெழுகி மஞ்சளைத் தடவினாள்.

எல்லாரும் ஒண்ணுக்க மண்ணுக்க ஒரே இடத்துல இருந்து பாத்துக்கிறதும் பேசிக்கிறதும் சண்டையிட்டு சமாதானமடையறதும் ஆன வாழ்க்கையை வாழமுடியலையே... ஆளுக்கொரு திக்காய் பிழைப்பு வாசத்துக்காக இருக்கத்தானே வாய்த்திருக்கிறது.

தெருக்கள் வெறிச்சோடிக் கிடந்தன.

கோயில் பக்கம் சென்றுவரலாம் என்று கிளம்பினாள். நடேசன் பசங்கள் பாவோடித்திடலில் விளையாடிக்கொண்டிருந்தனர். இதுகளும் நாளை பெரிசானவுடன் இங்கனே எப்படிப் பொழைக்கிறதுனு வேறு ஊருக்குக் கிளம்பிவிடும். தங்கராசு போல சிலபேரு ஊருஜீவனை இழுத்துப் பிடிச்சு வச்சிருப்பானுங்க.

ஒரு காலத்தில் எல்லா நாட்களும் சத்தக்காடாகவும் ஆட்கள் நடமாட்டமாகவும் ஆடுகள் மாடுகள் அலைந்து திரிந்து கிடப்பவையாகவும் ஊர் அல்லோலகல்லோலப்பட்டுக் கிடக்கும். ராமாயி பெருமூச்செறிந்தாள். நாலைந்து நாள் திருவிழாவில் அதுபோன்று பார்க்கக் கிடைக்கும் சந்தர்ப்பத்தை நினைத்து மெலிதான சந்தோசம் அவளுள் பரவி அடங்கியது.

கோயிலில் பச்சைத் தென்னங்கீற்றுகளால் தடுப்பு கட்டிக் கொண்டிருந்தனர். வாழைமரம் இரண்டு வந்திறங்கியிருந்தது. பசுமையேயில்லாமல் சோம்பிக் கிடந்தன. சிலுசிலுப்பில்லாமல் வேப்பிலைகளும் மாந்தழைகளும் குழுமிக் கிடந்தன.

“என்ன கிழவி உதட்டைப் பிதுக்கிறவ... தண்ணிகிண்ணி கிடந்தாதானே பசுமையும் சிலுசிலுப்பும். உன் இளங்குமரி வாழ்க்கையெல்லாம் இனிமே வரவே வராது. மனுசனை இந்த வேக்காடுகாட்டி வதைக்குது பாத்தியில்லே வெயிலு.”

தொப்பளான் வெற்றிலையோடு வார்த்தைகளை மென்று துப்பிக்கொண்டிருந்தான்.

பொழுது இறங்கி விடிந்தால் முதல்நாள் திருவிழா தொடங்கிவிடும், சுற்றுப் பக்கம் அங்கொன்றும் இங்கொன்றுமாக புது ஆடைகளோடு உறமுறையாட்கள் வந்துவிட்டதற்கான அறிகுறிகளாகத் துள்ளித் திரிந்தனர். இவளையும் இரண்டு மூன்று பேர் ஆப்பிள் திராட்சையோடு வந்து விசாரித்துவிட்டுச் சென்றனர். இந்தப் பசங்களும் மவளும் திருவிழாக்கு ரெண்டு நாளுக்கு முன்னாடியே வந்துடுவாங்க... வர வர கழுதை தேய்ஞ்ச கணக்கா இன்னும் காணமே என்றிருந்தது. பத்தாததற்கு சுத்துப்பட்டுல இருக்கிறவங்க இப்ப வந்ததுங்க எல்லாம் ‘ஏன் இன்னும் புறப்படலியாமா’ என இயல்பாக விசாரிச்சாலும் ராமாயிக்கு எரிச்சலாக இருந்தது... போக்கத்த பயலுக.

கோவிந்தன்தான் விடியற்காலை வந்து அவளை எழுப்பி விஷயத்தைச் சொன்னான். கோயில் ரேடியோ செட்டில் சாமிப்பாட்டு உடுக்கையடித்துப் பாடிக்கொண்டிருந்தது. ஏரிக்கரை ரோட்டிலிருந்து இவள் வீட்டு வழியே பத்தடிக்கு ஒன்று என கோவில்வரையிலும் டியூப்லைட்டுகள் விடிந்தபின்னும் எரிந்துகொண்டிருந்தன. கோவிந்தன் சொன்னவைகளும் ராமாயிக்குள் கொதித்துக்கொண்டிருந்தது.

மூணாம் நாள் திருவிழாவுக்கு வந்துடறதா பெரியவனும் பேத்திப்பொண்ணு சடங்குக்கு வந்துட்டதா சின்னவனும் முடிஞ்சா வர்றதா நடுவுள்ளவனும் ஒரே மக கிடாவெட்டன்னிக்கு வற்ரோம்னும் போனில் தகவல் சொல்லிவிட்டிருந்தனர்.

“வரிப் பணம் வசூல் பண்ண போனப்ப கூட முன்னாடியே வந்துடறோம்னுதான் சொன்னாக. ஏதோ சூழ்நிலை... அவுகளை வாட்டி வதைக்குது போல...” என்று சொல்லிவிட்டு கோவிந்தன் சென்றான்.

எதிர்பார்ப்பையெல்லாம் மண்ணாக்கிப்பட்டதுகள். இந்தப் பய பிள்ளைக இப்பிடிப் பண்ணிபிடுச்சே... என்று நினைத்தவளின்

கண்களில் நீர் அரும்பியது. கோவிலிலிருந்து சாமிப் பாட்டு உடுக்கையடி காற்றுவேகத்தில் வந்தது. அப்போது முதுகுக்குப் பின்னிருந்து பிஞ்சுக் கரங்கள் அவள் கைகளைப் பற்றியது. சட்டென்று திரும்பியவள் மகிழ்ச்சியில் திக்குமுக்காடினாள். அருண்குமார். பேரன்.

“என்னம்மா வரமாட்டோமுனு நினைச்சிட்டியா...” என்றபடி மகன்களும் மகளும் வீட்டினுள்ளிருந்து சிரித்தபடி வந்தனர்.

“நல்லா தூங்கிக்கிட்டிருந்தியா அதான் எழுப்பலை.”

பேரனின் கைகளைப் பிடித்தவளுக்குச் சொரசொரவென்று இருந்தது. அவளின் கைத்தடி. யாருமில்லை. வீட்டின் கதவு சாத்தப்பட்டுதான் இருந்தது. அவளைச் சுற்றி யாருமேயில்லை. ராமாயி தடியை ஊன்றியபடி வீட்டுக் கடைசி மண்படிக்கட்டில் உட்கார்ந்தாள். தடியின் முனையைச் சுருங்கிய முகவாய்க்கட்டையில் அழுத்திப் பிடித்தபடி புழுதி நிறைந்த மண்வீதியையும் அசையாமல் நின்ற புங்கைமர இலைகளையும் மினுக் மினுக்கென்று எரியும் டியூப்லைட்டுகளையும் பார்த்தபடி வெகுநேரம் அதே இடத்தில் இருந்தாள்.

மலேயா பல்கலையின் 35-ஆவது
பேரவைக் கதைகள் போட்டி 2021 அனைத்துலகப்
பிரிவில் பரிசு பெற்றது.

களவு

பார்வை நரம்புகள் துடித்துப் புடைக்க விழிகளைத் திறந்து பார்க்க முயன்றான். வலி தாளாது சுணங்கினான். இமைகளில் காயம் பட்ட எரிச்சல் தசைவெளியெங்கும் பரவிக்கொண்டிருந்தது. இறுக்கப்பட்ட கயிற்றின் தடிமனை மனக் கண்ணால் யூகப்படுத்தினான். வயிறு முதுகு தோள்பட்டை வழிகளில் நெளிந்து சுருண்டு இறுக்கப்பட்டு அடர்ந்த புளியமரத்துடன் சேர்த்துக் கட்டப்பட்டிருந்தது. மரப்பட்டைகளின் தேய்ப்பு சட்டையற்ற முதுகில் அரிப்பைத் தோற்றுவித்தது. கைகள் உடம்போடு சேர்த்துக் கட்டப்பட்டிருந்தன. உடல் எரிச்சலை மீறி அரிப்பெடுக்கும் முதுகை தேய்க்க இயலாத நிலைமை கண்களில் நீரைக் கசிய வைத்துக்கொண்டிருந்தது. அடித்த அடிகள் பிசிறலோடு கீறல்களாக ரத்தக் குமிழிகளை உடலின் பல்வேறு இடங்களில் கொப்புளிக்க வைத்துப் பின் உறைந்து கொண்டிருந்தது. இடது கன்னத்தின் சதை கோரப் பிசையலாகச் சிதைந்திருந்தது. உடலெங்கும் இறுக்கமான வலி வழிந்துகொண்டிருந்தது. ஒரு வார்த்தை விசாரிக்கவில்லை. எடுத்ததுமே அடியும் விளாசலும்தான். மீண்டும் கண்களைத் திறக்க முயன்று தோற்றான்.

கம்பரசரின் ஏர் டியூபை வீசிய வீச்சில் கன்னத்தின் சதை பிரண்டதிலிருந்து இம்சையின் வலி தொடர்ந்து கொண்டிருக்கிறது. கூட வந்த மூவரும் வேகத்தை முடுக்கி வண்டியைப் பூவரச மரத்தில் மோதி தட்டுத் தடுமாறிய வேகத்தில் நிதானித்து அதே துளியில் திருப்பி மேட்டில் ஏறி இருட்டில் திசையறியாது வெளிச்சப் புள்ளியாய் மறைந்தனர். துரத்திச் சென்றவர்களின் கூச்சல் ஒலிகளுக்கு இடையில் அடிபட்ட வலி தாங்காது அவன் துவண்டு விழுந்திருந்தான்.

மங்கிய நிலா வெளிச்சத் தீற்றலில் விழுந்து கிடந்தவனின் கை கால்களை, சணல் கயிற்றில் முடிச்சிட்டுக் கட்டி மண் தரையில் போட்டிருந்தனர். ஆளாளுக்கு யூகங்களோடு மல்லுக்கட்டினர்.

“மாப்ளே நிஜமாலுமே வண்டி ‘கே.கே’துதானா?”

“சந்தேகப்பட்டுக் கேட்கப் போய்த்தானே வண்டியைக் கிளப்புனான்க.”

அவன் காதுக்குள் இரைச்சல் அரைபட்டது. சூழல் லேசாகப் புரிபடத் தொடங்கியபோது மூளையின் நரம்புகள் நெளிந்தன. தப்பிக்க வேண்டும். இவன் பதற்றத்தில் உட்கார்வதற்குள் வண்டியின் உயர்த்தப்பட்ட கேரியர் தொடையிடுக்கில் மோதி உயிரின் வலியை இழுத்தது. கம்பரசர் டியூபில் அடிவாங்கவும் குளத்தூரான் வண்டியைக் கிளப்பவும், காலப்புள்ளியின் ஒரே தளத்தில் நிகழ்ந்துவிட்டது. தான் மாட்டிக்கொண்டதைப் பற்றி அவர்கள் அக்கறைப்பட எந்த முகாந்திரமும் இல்லை.

குளத்தூரானைத் துரத்திப் போனவர்கள் முடியாமல் வந்து இவனைத் துவட்டி எடுத்தனர். நண்டு சிண்டெல்லாம் கூட வந்து அவனை வெளுத்தது. போதை மயக்கம் வார்த்தைகளை உச்சரிக்க விடாது அவனைப் புதைகுழிக்குள் தள்ளியது.

“கே.கே’க்கு ஆள் சொல்லி வுடுப்பா.”

அவனுக்கு தாகம் எடுத்தது. மங்கிய நிலவொளியில் அவன் முனகுவது காற்றோடு கரைந்தது. சிலர் கால்களால் உதைத்தனர்.

போதை தெளியாது கண்களுக்குள் பூச்சி பறந்தது. மரத்துப் போன தேகம் நைந்து பிசிறியது.

“எந்தூர்டா...” மோசமான வார்த்தைகளோடு வந்த கேள்விக்கு அவன் “தண்ணீர்” என்றான் தாகமாய்.

“களவாணிக்குத் தண்ணீர் ஒரு கேடா...”

வாயில் கோணல் மாணலாக விழுந்த தண்ணீரைக் குடித்தும் குடிக்காமலும் தவித்தான். வசமாக மாட்டிக்கொண்ட இவர்களிடமிருந்து தப்பிக்க வேண்டும். கன்னச்சதை விண்ணென்று வலித்து உயிரை எடுத்துக்கொண்டிருந்தது. தாகம் நீங்கா தொண்டைக்குழி வறண்டு துடித்துத் துவண்டது.

தள்ளுவண்டிக் கடையின் ஓரத்தில் குதிரைக் கணக்காக நின்று கொண்டிருந்த இரு சக்கர வாகனத்தை, குளத்தூரான்தான் ஸ்டார்ட் செய்தான். எவரின் கவனிப்பும் விழாத பின்மாலைப் பொழுது. ஓரளவு நடமாட்டம் இருந்த சாலையில் ஊர்விட்டு ஊர் வந்து திருடுவது சிரமமான விஷயம். நாலைந்து கிலோ மீட்டர் வந்த பின் தென்பட்ட மெக்கானிக் ஷாப்பில் காற்றும் பெட்ரோலும் நிரப்பிய நேரம்தான் சரியில்லாது கைகால்கள் கட்டப்பட்டு மண் தரையில் விழுந்து கிடக்கிறது. வண்டியின் சொந்தக்காரன் இந்த ஊருக்குத் தெரிந்தவன் என்பது தெரியாமல் போய்விட்டது.

வண்டிக்காரனைத் தெரிந்தது போல் காட்டியிருக்கலாம். குளத்தூரான் தாயொளி அனாவசியமாக வண்டியைக் கிளப்பியது சந்தேகப்படும்படி செய்துவிட்டது. அதிக போதையில் இருந்த மயில்சாமிக்கு நிலைமை கண்டிப்பாகத் தெரிய நியாயமில்லை. போகிற வழியில் அவனும் எங்கயேனும் விழுந்து கிடக்கலாம். இவ்வளவு தூரம் வந்து வேலையைக் காட்டியிருக்கக் கூடாது.

வானிலிருந்த நட்சத்திரக் குவியல்கள் கீழிறங்கி வந்தன. அதன் பிரம்மாண்ட ஒளியில் கண்கள் கூச அவற்றில் நட்சத்திர வடிவில் எவையும் இல்லை. அதன் வடிவும் வடிவுமற்ற பொருண்மை

நரம்பின் எல்லாவித முனைகளையும் நடுக்கமுறச் செய்தது. தசைகளைப் புரட்டித் திருகி முறுக்கியது. விண்ணென்று தசைவெளியில் நீள் வெட்டாக முட்களின் விசிறியடிப்பாகக் கீறியது. நேர் கோடற்று மெல்லமாக பூமி பிளவுற்றது. பிளவுகள் நீண்டு மின்னல் வேகத்தில் சுழன்றது. கீறிய துக்கத்திலிருந்து விடுபட கால்களைப் பிளவினுள் நுழைத்தான். கால் பிடிமானமற்று இறங்கியது. இறங்கிக்கொண்டேயிருந்தது. ஒரு கால் நீளமாகக் கீழே இறங்கிக்கொண்டிருக்க மற்றொரு கால் பூமியில் நிலையாக நின்றிருந்தது. அதை உணர்ந்த துளியில் இதயத் துடிப்பு அதிகரித்தது. ரத்தக் குழாய்கள் அதிகபட்ச ரத்த ஓட்டத்தில் புடைத்து வெடித்துச் சிதற நட்சத்திர ஒளித்துண்டுகள் பிரம்மாண்டத்தை இழந்து கண்களுக்குள் எரிச்சலை அடைசலாக நிரப்பியது. வளர்ந்தபடியே இறங்கிக் கொண்டிருந்த கால் வெட்டுப்பட்டது போல் தோன்றியது. இல்லை கால் முறுக்கப்பட்டது. வலி தாளாது கத்தினான். கத்திய கத்தலில் எல்லா புலன்களும் உள்ளுக்குள் வெடித்துச் சிதறின. கதறியபடி எழ முயன்றான். காலில் திருகப்பட்ட வலியுணர்வு. சுற்றிலும் நிறைய கால்கள் நிற்பது இருட்டில் புலப்பட்டது. மறுபடியும் கால்களை இழுத்து முறுக்கப்பட இருந்த போதையும் சுரத்தின்றிக் கீழிறங்கிக் கொண்டிருந்தது. அடித்துவிடுவதால் எல்லாம் கிடைத்துவிடுமா?

“எந்தூர்டா?”

“எத்தனை பேரு?”

பலவித புதுக்குரல்கள் இருளை ஊடுருவி செவியில் புகுந்தது. கன்னத்தின் வலி காது வழியே பரவிக்கொண்டிருந்தது. இப்போது வந்திருப்பவர்களில் ஒருவனுடைய உடைமைதான் இத்தனை பாடு படுத்துகிறதா?

“வேற பக்கம்ல தொழவிட்டு இருந்தோம். போதை தெளியலீயா... எந்திருடா ட்டேய்...” அடக்கிவைக்கப்பட்ட புதுக்குரல்கள் சிதறலாக எழுந்தன.

“வண்டில லிஃப்ட் கேட்டு வந்தேனுங்க...” என்றதற்கு எவனோ அடிவயிற்றில் ஓங்கி உதைத்து மோசமான வார்த்தைகளை திசையறியாது பறக்கவிட்டான்.

“தண்ணீ போட்டுட்டு... ராயப்பன் ஓட்டல்ல மூணு பயலும் மட்டனும் சிக்கனும்னு வெளுத்துட்டுருந்துட்டு... லிஃப்டா? -சொல்லியபடியே பச்சை முள்ளுச் செடியால் விளாசிய விளாசலில் வலி உள்ளோடி எரிந்தது.

இந்த இரவு இவ்வளவு மோசமாக இருக்குமென்று அவன் எதிர்பார்க்கவில்லை. வசமாக சிக்கிக்கொண்டோம் எனபதை அவனால் ஜீரணிக்க முடியவில்லை. சேவல் கூவும் சத்தம் கேட்டது. அவனைத் தூக்கி மாட்டு வண்டியில் போட்டனர். மதிப்பற்ற உயிராக விழுந்து புரண்டான். வலி உயிர்க் குலையை நெருக்கியது.

டயர் வண்டியின் சாலை தேய்ப்பும் மாடுகளின் மூச்சு சப்தமும் பின்தொடரும் இரு சக்கர வாகனங்களின் ஒளிப் புள்ளிகளும் இரைச்சலான ஒலியுமாக தூங்கியும் தூங்காமலும் பயணப்பட்டான். மனது அடங்கவில்லை. கால இடைவெளியில் கடந்து செல்லும் கனரக வாகனங்களின் ஒலி வலி மண்டிய காதினுள் நுழைந்து இரைச்சலோடு தேய்ந்து ஓடியது. ஓடிப்போன குளத்தூரான் வண்டியை அக்குவேறு ஆணிவேறாகப் பிரித்து இருக்கக் கூடும். மாட்டிக்கொண்ட தன்னைப் பற்றி யோசிக்க அவனுக்கு அவசியம் இருக்குமென்று நம்பிக்கையில்லை. மாட்டுவண்டி சாய்வாக நிறுத்தப்பட்டு இருந்தது. மாடுகள் அவன் கண்கள் பரவும் திசைவரை அகப்படவில்லை.

அடிவயிற்றின் தசைப்பகுதி சுண்டியிழுத்தது. குடல் நெளிந்து புரள்வது தெரிந்தது. மல வாயிலை அடக்கிக்கொண்டான். முகமெங்கும் வியர்க்க ஆரம்பித்தது, சிறுநீர் கழிக்க ஆணுறுப்பு உந்தியது. எழுந்திருக்க முடியவில்லை. கைகளைக் கட்டி, கால்களை கட்டி, உணர்வுகளை அடக்கிய தேகத்தின் முடியாத கணத்தில் படுத்தவாக்கில் சிறுநீர் கழித்தான். மாட்டு வண்டிப் பலகை வழியே கசிந்து பரவி விழும் துளிகள் கீழே படுத்திருந்தவர்களை எழுப்பியது. முறை தவறிய உறவுகளை ஆணுறுப்பு பெண்ணுறுப்புகளோடு சம்பந்தப்படுத்திய வார்த்தைத் துண்டடங்கள் விடிகாலைப் பொழுதில் சிதறடித்துத்

தெறித்துக்கொண்டிருந்தது. மூன்று பேர் அவனைத் தூக்கி, கட்டுகளை அவிழ்த்து வாய்க்கால் கரையில் இறக்கினர். அவன் எல்லாவற்றையும் முடித்துக்கொண்டு தடுமாறி வாய்க்கால் நீரிலிருந்து காலை எடுத்தான். கரையோரம் நின்றிருந்தவனுக்குத் தோன்றிய உணர்வை அவன் மீது செயல்படுத்தினான். குறைந்தோடும் நீரில் மோதி தரையில் பட்டு மோதியவனும் அவனும் சேர்ந்து விழுந்தனர். காயம்பட்ட இடங்களில் எல்லாம் நீர் பட்டு எரிந்தது. மறுபடியும் சிரிப்பும் திட்டல்களுமாகத் தூக்கி மரங்களடர்ந்த தோப்பில் கட்டி வைத்தனர்.

நீர் பட்ட எரிச்சலை அடக்க முடியாது தவித்தவனுக்கு மாட்டை ஓட்டும் சாட்டையால் விளாசல் கிடைத்தது. கதறியவனின் குரலொலி திக்கற்று அலைந்தது. சுற்றியிருந்தவர்களின் வேண்டுகோளை மிரட்டலை மாறுபட்ட உணர்வுகளை என எல்லாவற்றையும் நிராகரித்தது.

“அடிவாங்கியே சாவப் போறேடா” -என்றவனின் முகம் நோக்கி உமிழ்ந்தான். வலுவற்ற உமிழ்வு. அவனிடமே வழிந்தது. அவனின் எதிர்ப்புணர்வுக்கு பதிலடி நாலா திசைகளிலிருந்தும் கவனத்துடன் கிடைத்தது. பறவைகள் அவன் கதறலைக் கண்டு நடுங்கிப் பறந்தன. மேய்ச்சலுக்கு வந்த ஆடு மாடுகளோடு மேய்ப்பவர்கள் காலைப் பொழுதில் கலங்கி நின்றனர்.

“ஊரைப்பத்தித் தெரியாம மெனக்கிடறே... வண்டி கைக்குக் கிடைச்சாலும் கிடைக்காட்டாலும் பொணமாத்தான் போகப் போறேடா...” என்றவனின் முகம் பார்க்க முடியாது அடிகள் முகத்தில் விழுந்தன.

எவனோ வாய்க்குள் குச்சியை வைத்து விலக்கி “எந்தூரு... யாரு எவருன்னு சொல்லிடு... நாங்க பாத்துக்கறோம்...” என்றான்.

“வாயைத் திறக்கறானா பார்... நாயே” -மறுபடியும் ஆளாளுக்கு அடிக்க நின்றபடியே துவண்டான். கன்னச் சதைகள் வீங்கி உதடுகள் தடித்து ரத்தம் கசிந்தது. கண்களைத் திறக்க முடியாது வலியோடு முனகியவன் நினைவுச் சுழலுக்குள் விழுந்தான்.

பிய்த்து எறிந்த கோழி இறகாக மிதந்தான். வெளிச்சம் விழுந்து கிடந்த வெளியெங்கும் பரவினான். இருட் குகைக்குள் நுழைய பயந்தான். காற்று வெளியில் இறங்கி நீர் வெளிப்பரப்பை ஆசை தீரப் பருக கைகளால் அள்ளினான். கை குவியல்களுக்கும் நாசிக்கும் இடைப்பட்ட தூர கால அளவு குறைந்துகொண்டிருந்தது. வீச்சம் முகத்தை சுளிக்க வைத்தது. கன்னச்சதை பிரண்டு தொங்கியதைக் காண கண்களை வலியோடு திறக்க முயன்றான். வீங்கிய கன்னத்தை உலுக்குவதும் அடிப்பதுமாக பலவித கைவிரல்கள் மோதிக்கொண்டிருந்தன. மயக்க நிலையில் கண்களைத் திறக்கமுடியாது தவித்தான். தெளியாத மயக்கத்தைத் தண்ணீர் ஊற்றி உயிர்ப்பித்தனர். சுணங்கியவனை நிமிர்த்தி இழுத்தபடியே புகை மண்டிய உணவு விடுதிக்குள் உட்கார வைத்தனர். பசியின் ருசியை நோக்கி, குடலும் நாவும் நெளிந்தன.

“சாப்பிடுடா...” என்று உபசரித்தவன் பின்னந்தலையில் ஓங்கி அடித்தான். அடியை எதிர்பாராதவன் அடித்த வேகத்தில் சாப்பாட்டு இலையில் மோதினான். தசைகளில் பரவிய வலி சாப்பாட்டை விழுங்குவதற்குள் மறு ஜென்மம் எடுக்க வைத்தது. பசியும் அடியும் வலுக்கட்டாயமாக உணவை குடலுக்குள் தள்ளிக்கொண்டிருந்தது.

முண்டா பனியனோடு அவனருகில் அமர்ந்த நரைத்த மீசை “சாப்புடு... சாப்புடு... எல்லா விவரத்தையும் சொல்லிப் பொழைச்சுப் போ...” என்றது.

சாப்பிட்ட உணவுத் துகள்களோடு நாவு புரண்டு குழறிய குரலின் பதில் ‘பஸ் இல்லைன்னு அவனுங்க வண்டில...’ என்பதாக விழுந்தது. முகம் சுருங்கி நரைத்த மீசை முறைத்தது.

“போலீஸ்காரனையே நம்பாத ஊரு... கட்டிப்போட்ட தோப்புகிட்டே ஓடுதே வாய்க்காலு... அதைக் கேட்டுப்பாரு எத்தனை பயல்களை இந்த ஊரு பலி போட்டுருக்குன்னு...?” என்றவரின் நகர்தலுக்குப் பின் சுற்றியிருந்த ஒருவன் அவன் முகத்தில் கண்மண் தெரியாது தென்னை விளாறலால்

விளாசினான். சாப்பிட்டுக்கொண்டிருந்த இலை சிதற எழுந்தவன் அடியின் வலி தாங்காது கதறினான். சாப்பிட்ட கைகளின் கார எரிச்சல் முகமெங்கும் பரவ பிம்பங்களெனக் கழண்டுவிழும் ஞாபகச் சில்லுகளைப் பொறுக்கி அடுக்கினான்.

கைப்பிடி கைப்பிடியாக பலசரக்குக் கடையில் அரிசியெடுத்த முதல் சுழி நினைவில் கலைந்து திரும்பியது. அவனைத் தூக்கி தார்ச் சாலை வழியே தரதரவென இழுத்துச் சென்றனர். உணவற்ற பல இரவுகள் கலங்கலாக விளக்கொளியில் விலகிப்போனது. எப்படி ஆரம்பித்தது என்று புரியாத புதிர் வழிகளின் பணம் புரண்ட திசைகளில் எல்லாம் பாதைகளை அமைத்துப் பணம் பார்க்க ஆரம்பித்தான். ஆட்டைக் கூறு போட்டு விற்று முதலீடற்ற லாபமாகத் திரிந்தான். தப்பியோடிய கோழியை ஒருமுறை காலால் மிதித்தே சாப விமோசனம் தந்தான். வயல்களின் வாழைத் தார்கள், காடு கரைகளில் சுற்றும் மாடுகள், நடுநிசியூடே ஏறிப் பறித்த தேங்காய்க் குலைகளென எங்கும் அகப்பட்டுக்கொண்டு கதறியதில்லை. கூட்டு சேர்ந்த பொழுதுகளில் பட்டைச் சாராயமும் எலிக்கறியும் புகைச்சலோடு கசிந்த போதை வாழ்க்கையுமெனக் கடந்தன காலத் துளிகள். இரு சக்கர வாகன மகிமைகளைச் சொல்லி ருசி பார்க்க வைத்தவன் கைவிட்டுப் போய்விட்டான். எந்தச் சிரமமும் இல்லாமல் நடந்த திருட்டு இன்பம் இப்போது மரத் தோப்பில் தொங்கிக்கொண்டிருக்கிறது.

கண்களை உள்ளுக்குள் உருட்டி இமைகளை மெல்ல விரிக்க முயற்சித்தான். யாரோ பயத்தின் வழி மென்மையாகக் கூப்பிடுவது பாதாளத்திலிருந்து எழும் குரலாய் காதில் விழுந்தது. கண்களைத் திறக்க முடியாது வேதனையில் சிதறிக்கொண்டிருந்தான். பாதாளக்குரல் மெல்ல மேலெழுந்து சிறிது சிறிதாகத் தனது குரல் சப்தத்தை உயர்த்திக்கொண்டிருந்தது. “தம்பீ... தம்பீ...” -அக்காவின் குரல். இவள் எங்கே இங்கே வந்தாள். மனது முழுதும் எரிச்சல் பரவ கண் திறந்தான். எரிந்தது. வீங்கிய கன்னம் உதடுகள் வழியே அக்காள் சலனமாகத் தெரிந்தாள். கண்கள் கலங்கியிருந்தன. நவீன சித்திரமாக அலை அலையென

பிரிந்துகொண்டிருந்தது. புகை மூட்டம் கண்களுக்குள் தனது ஆதிக்கத்தைச் செலுத்த நீர் தளும்பி வெளியேறியது. ‘அடுப்பை ஊதி மெல்ல எரிய வுடுறா...’ என்று கத்தினாள். ஆள் அரவமற்ற நடுநிசி இருளில் சாராயம் காய்ச்சத் தொடங்கிய ஒரு பொழுது. கடுக்காய், நவச்சாரம், கழிச்ச வெல்லம், போவணி பேரல்கள் எனச் சுற்றிச் சுழன்ற வாழ்க்கை. காய்ச்சியதைச் சுடுதண்ணியில் பக்குவமாகக் கலந்து ஒன்றை மூன்றாக்கிப் பணம் பார்க்க ஆரம்பித்தது. ஆகாதவன் போட்டுக் கொடுத்த புண்ணியத்தில் காக்கிச் சட்டைகள் துரத்தியது. சட்டத்தைப் பாதுகாக்க எனக் கருதிய யோசிப்பில் அவை நாக்கைத் தொங்கப் போட்டு அலையும் வகைகள் என்று புரிந்த மணித் துளிகளிலிருந்து எல்லாம் ஆரம்பித்தது. எவ்வளவு விற்றும் தீர்க்க முடியாத ஆசைகளின் பிம்பங்களாக வளைய வந்த காக்கி உடுப்புகளின் தொந்தரவு தாளாமல் அக்காள் எல்லாவற்றையும் உடைத்துப் போட்டாள். ஒரு கணம். யாரையோ திட்டிக்கொண்டிருந்தாள். யார் வயிற்றெரிச்சலை யார் கொட்டிக் கொண்டது. வார்த்தை துண்டங்கள் அவள் குரலொலியில் தெறித்துக்கொண்டிருந்தன. வீங்கிய கண்களின் வழியே அவளின் பிம்பம் தெளிவற்று தெரிந்தது. தன்னைத்தான் திட்டிக்கொண்டிருக்கிறாளோ என்று நினைத்தவனின் மனத் தடத்தில் அவள்தான் அவனை வாரி இறைத்துக்கொண்டிருந்தாள். அவளின் இரைச்சலுக்கு “அதையேதான் விடிய விடிய கேட்கறோம்...” என்று பதிலுக்கு இரைந்தனர்.

“எல்லாம் இன்னைக்குள்ளே நடந்துடணும். இல்லைன்னா ஒரு மசிறும் பார்க்க மாட்டோம். ஆளையே காணோம்னு நீ தேடிக்கிட்டுதான் திரியணும்...” என்கிற வார்த்தைகளின் அதிகாரத்துக்கு அக்காள் வார்த்தைகளால் குழறினாள். அலட்சியம் இவன் நரம்புகளின் நீட்சியில் நீண்டு பரவிக் கொண்டிருந்தது. விலகிக் கத்திக்கொண்டிருந்தவள் நெருங்கி அவனைக் கட்டிப் பிடித்தும் பிடிக்காமலும் அழுதபடி கத்தினாள். இல்லை மெல்லமாக என்னவோ கூறுகிறாள். வார்த்தைகள் திசை தெரியாது தடுமாறி விழுந்தன. அள்ளி அர்த்தம் கணிக்க மனநிலை கலங்கி கண்ணீரில் வழிந்தது. ‘தப்பித்துச் சென்று

விடு' என்கிறாள். வெளியேறத்தான் முடியுமா? ஒரு ஊரை எதிர்த்து கட்டுகளை அவிழ்த்து உயிரோடு உயிரைத் தப்பிக்க வைக்க முடியுமா? மனச் சோர்வு பிடித்தாட்டியது. மயங்கிய மனநிலை பிடித்து உலுக்க தன்னையறியாமல் உறக்கத்தில் விழுந்துகொண்டிருந்தான்.

“இந்தா… அழுகாச்சியை நிப்பாட்டிட்டு வண்டியைக் கொண்டு வர வழியைப்பாரு…” சொன்ன நபரை வெறித்தாள். எல்லாம் கழட்டி விற்று வாயில் போட்டுக்கொண்டவனை இழுத்து வந்து என்ன செய்வது? மர வேர் தடிப்பில் குத்துக்காலிட்டு உட்கார்ந்தாள். கே.கே.யின் கை கால்களைப் பிடித்து கெஞ்சிக் கூத்தாடிப் பார்க்க வேண்டும். அக்கு அக்காக வண்டியைப் பிரித்து இன்னேரம் எல்லாம் முடிந்திருக்கும் என்றால் என்ன செய்வார்கள்?

மொபட் சத்தம் மெல்ல மெல்ல அவனை நெருங்கிக் கொண்டிருந்தது. ஐம்புலன்களும் துடித்தன. எந்த கம்பெனி என்ன கலர் என நினைவுகள் பயணப்பட்ட பாதையில் நுழைந்தன. மொபட்டில் உட்கார்ந்தபடியே உணர்ச்சியே இல்லாமல் போலீஸ்காரர் பேசிக்கொண்டிருந்தது காற்றில் அலைமோதியது.

“நீங்களா எதுனா செஞ்சுட்டு இருந்தா அதுக்கு ஒரு அர்த்தம் வேணாமா?” என்றவரின் வார்த்தைகளுக்கு எந்த மரியாதையும் கிடைப்பதாகத் தெரியவில்லை.

தன் அக்காளைப் பார்த்தான். எரிச்சல் மண்டியது. வந்திருக்கும் போலீஸிடம் ஏதேனும் சொல்லி இவள் காப்பாற்ற வைத்தால் தேவலாம் என்றிருந்தது அவனுக்கு. அக்காளோ கூட்டத்தில் ஒருத்தியாக பம்மி நிற்கிறாள். போலீஸுக்கு பணம் அழுது கட்டுப்படியாகாது என்றிருக்கிறாளோ என்னவோ. புல்லட் சத்தம் தடதடத்து ஒலியளவு குறைந்தபோது மடித்துக் கட்டிய வேட்டியிலிருந்த மனிதன் கீழே இறங்கினான். எல்லோருக்குள்ளும் மரியாதை இழைபிரித்து ஓடியது. மொபட்டில் உட்கார்ந்திருந்த காவல் சட்டை எழுந்து வணக்கம் செய்து நெருங்கியது.

“என்னண்ணே இப்படி.... ஸ்டேசனுக்கு எவனோ போன் பண்ணிபிட்டான்..”

“ரிப்போர்ட் யாரும் பண்ணலீயே?” என்றவர் மடித்துக் கட்டிய வேட்டியை உதறி சட்டையை இழுத்துவிட்டார்.

“போனது போகட்டும், ஸ்டேசன்ல ஹேண்டில் பண்ணிப்பிடுங்க...” என்ற போலீஸ்காரரிடம் “அப்படியே கண்டுபிடிச்சு வண்டியைக் கையில் கொடுத்துதான் புடுவீங்க?!” என்று கே.கே கோபக் குரலில் சொன்னதைக் கேட்டு இவன் ஈரக்குலை நடுங்கியது.

“விஷயத்தைப் பெரிசாக்கிப்பிடாதீங்க...” போலீஸ்காரரின் மொபட் தன் சப்தத்தை இழந்தபடியே மறைந்துகொண்டிருந்த கணத்தில்தான் அவனுக்குத் தப்பான இடத்தில் மாட்டிக்கொண்ட பயம் அதிகரித்தது. நூறு நூற்றைம்பது கிலோ மீட்டர் தள்ளி தன் கூடப்பிறந்தவன் உதைபட்டுக் கிடப்பதை கண்டு வெதும்பி ‘கே.கே’வை கையெடுத்துக் கும்பிட்டாள். கும்பிட்டவளைப் புறம் தள்ளினார்.

“வண்டி வரணும்... வண்டியோட போனவங்களும்...”

அந்தச் சாயங்கால வெயிலில் மடக்கிய மஞ்சள் பையோடு கூடப்பிறந்தவள் ஒற்றையடிப் பாதையில் தளர்ந்து நடந்து செல்வதை வீங்கிய கண்களின் வழியே பார்த்துக் கொண்டிருந்தான்.

குளத்தூரானை அக்காள் வரவழைத்து விடுவாளா? அவள் கண்களுக்கு அவன் அகப்பட்டு வரச் சம்மதிப்பானா? வண்டி எந்த லட்சணத்தில் இருக்கிறதோ? அக்காளும் எதுவும் சொல்லாது போகிறாளே? மதியம் கிடைத்த சாப்பாடே அதிசயம். அதுவும் அரைகுறையாகப் போய்விட்டது. வயிறு பசித்தது. தாகம் வாட்டியது. மெல்ல மெல்ல வந்த நிலா வெளிச்சம் மரங்களினூடே விழுந்து சூழலை பயங்கரமாக்கியது. காவலுக்கிருந்த நாலைந்து பேர் உடைக்கப்பட்ட மது பாட்டில்கள் மிச்சப்பட்ட மாமிச வறுவல்களோடு கலைந்து கிடந்தனர்.

அவன் சோர்ந்து கிடந்தான். அவன் காதுகளில் பூச்சிகளின் 'உய்ய்ய்ங்ங்...' சப்த இடைவெளியினூடே தூரத்திலிருந்து வார்த்தைகள் மோதி விழுந்தன. இருட்டும் நிலா வெளிச்சமும் திட்டு திட்டாக இருக்க ஏழெட்டு பேர்களுக்கிடையில் ஒருவன் மாட்டிக்கொண்டு கதறிக் கொண்டிருந்தான். 'அய்யோ... கை...' என்கிற சத்தமும் மோசமான வார்த்தைகளும் தெறித்து விழுந்தன. உள்ளூர் விவகாரம் போலிருக்கிறது.

உடல் வலியும் முதுகு வலியும் பின்னியெடுக்க கால்களை விறைத்தவனுக்கு வித்தியாசமாக இருந்தது. கட்டபட்ட கயிறு தளர்ந்திருக்கிறது. 'தப்பிச்சு ஓடு!' மூளையின் அனைத்து நரம்புகளும் முறுக்கேறின. கைகளையும் கால்களையும் உருவி இழுத்தான். அவர்கள் வருவதற்குள் தப்பித்து விடுவது உசிதம். இந்த நிமிசத்திலிருந்து அவர்களின் கண்களில் அகப்பட்டால் வாய்க்காலின் நீர் வழியினூடே மிதந்துசெல்லும்படியாக ஆகிவிடலாம். வயிற்றையும் மரத்தையும் சுற்றிக் கட்டிய கயிறு மூன்று சுற்றாக மரத்திலிருந்து கீழிறங்கி வேறு பக்கம் முடிச்சிடப்பட்டிருந்தது. யூகக் கண்களின் வழி உணர்ந்தான். சாப்பிடாத களைப்பையும் மீறி தப்பித்து விடலாம் என்ற உயிராசை வயிற்றுக் கயிறால் தடதடத்தது. கைகளைப் பின்னுக்குத் திருப்பி கயிற்றைப் பிடித்து இழுக்க இழுக்க வந்து கொண்டிருந்த கால நீட்சியில் தான் தப்பித்து விட்டதை நம்ப முடியாமல் திகைத்தான். கலைந்து கிடந்தவர்களையும் கவிழ்ந்த பாட்டில்களையும் எலும்புத் துண்டங்களையும் எரிச்சலாக எரியும் கால்களால் கடந்து 'இனி களவு கூடாது. கற்று மற' என்பதாக மண்ணை உதைத்தபடி ஓடினான். தென்பட்ட வழிப்பாதை எங்கே போகிறது என்று புரியவில்லை. வழிப்பாதை தெருவின் ஆரம்பமாகவோ முடிவாகவோ எதுவாகவும் இருக்கலாம். பல வாசல்கள் கயிற்றுக் கட்டில் மனிதர்களை விந்திய நடையில் கடந்து வயல்வெளிச் சரிவில் இறங்கி விலகிக் கொண்டிருந்தான். ஒற்றையடிப் பாதையில் எதிர்த் திசையில் வந்துகொண்டிருந்த கிழவி உருவம் கண்களுக்குள் மசமசத்தது. அவள் காதில் தொங்கிய பாம்படம் அவனைப் பார்த்துச் சிரித்தது. வாழ்வின் அவனுக்கான பக்கங்களைக் காலம் அவன்

முன் விரித்தது. கற்று மற என்பது வேறு விதமாக மாறியது. காதை அறுத்தால்தான் முடியும். அவன் யோசிப்பைத் தடுத்தபடி கிழவி சன்னக்குரலில் கத்தினாள். கைகளை நீட்டினான். கைகள் நீண்டுகெண்டிருந்தன. நெருங்குவதாக கிழவியின் பிம்பமும் தோற்றம் தந்தது. சன்னக் குரலின் ஒலி காற்றில் பரவி தேய்ந்தது.

'அடங்கொய்யால... நின்ன வாக்கிலேயே எல்லாத்தையும் முடிச்சிட்டான்யா...' -குரல் கொடூரமாக உராய்ந்தது. கண்கள் பிசுபிசுப்பில் விரிய மறுத்தது. களைப்பு பிடறியில் அடிக்க உறக்க கனவின் உமிழ்நீர்க் கசப்பு வாயில் திரண்டது. துப்பவும் வலுவற்று வழிய விட்டவனை இழுத்துக்கொண்டு கணுக்கால் அளவு வாய்க்கால் நீரில் விட்டனர். நீரில் அமர்ந்தவன் கண்களில் பூச்சிகள் பறந்தன. களைப்பை வெல்ல முடியாத உடல் பின்புறமாக நீரில் சாய்ந்தது. மூச்சுக் குழல்கள் இயங்கிக் கொண்டிருக்க அவன் மனசுள் அந்தக் கிழவியின் காது பாம்படம் மினுமினுத்துக் கொண்டிருந்தது.

2004

கூன்பாய்

கூன்பாய் அடிவிழும் என எதிர்பார்க்கவில்லை. கருப்பன் எதில் அடித்தான் என்று இருட்டில் புலப்படவில்லை. அடி விழுந்தவுடன் கண்களில் பொறி பறந்தது. ‘முபாருக்கு...’ என்று பெற்ற மகனைத்தான் கத்திக் கூப்பாடு போட முடிந்தது. பாரூக் முபாரக் இப்போது அவரிடம் இல்லை. அவன் ஓடிப்போய் வருடம் இருபதுக்கு மேலாகிறது. இனியும் கண்டுபிடிக்க முடியுமா என்பது தெரியவில்லை. அவனாக வந்தால்தான் உண்டு. உயிரோடு இருந்தால்தான் அதுவும் சாத்தியம். கருப்பன் நல்ல போதையில் இருந்தான். மேகங்களுக்குள் ஒளிந்து பிடித்து விளையாடிக்கொண்டிருந்தது நிலா.

தட்டுத்தடுமாறி கருப்பனிடமிருந்து நழுவி தனது இருப்பிடத்திற்கு வந்தார். கருப்பன் வீட்டிற்குக் கிழக்குப் பகுதியில் வீட்டின் சுவரை ஒட்டிய குடிசைதான் கூன்பாயின் வாழ்விடம். பாவுப்பட்டறை ‘புள்’ளை தள்ளிய அலுப்பில் விழுந்து கிடப்பது அங்குதான். லட்சுமி மிச்சம் மீதி பட்டதை மகன் கிருஷ்ணனிடம் கொடுத்து அனுப்புவாள். லட்சுமி கருப்பனுக்கு ஜோடி பொருத்தமில்லாத மனையாட்டி. கிருஷ்ணன்

அவ்வப்போது பிஸ்கெட் வாழைப்பழம் என்று கூன்பாயுக்கு வாங்கி வந்து தருவான். எதுவும் பேசமாட்டான். பஞ்சடைத்த கண்களால் கூன்பாய் கிருஷ்ணனைப் பாசம் மிளிர பார்ப்பார். ஓரக்கண்ணால் கிருஷ்ணன் அவரைப் பார்த்துப் பல சமயம் கண்ணடிப்பான். அது அவர்களுக்குள் நடக்கும் புரியாத பரிபாஷை. அந்தச் சமயத்தில் நாலைந்து பற்கள் விழுந்த வாயால் சிரிப்பார். சத்தமில்லாத சிரிப்பு. கிருஷ்ணன் நான்கு வயதில் இருக்கும்போது இந்த ஊருக்கு வந்தார் கூன்பாய். கிருஷ்ணனுக்குதான் பெண் எதுவும் அமையமாட்டேன் என்கிறது. லட்சுமி புலம்புவது அவ்வப்போது காதில் விழும். தன் பெண் மெகபுனீஷா நினைவில் அழுந்தி எழுந்தாள். கூன்பாயுக்கு கண்களில் நீர் கோத்துக்கொண்டது.

'மெகபுனீஷா என் பெண்ணே' மனம் கேவி அழுதது.

'கிளியை வளர்த்துப் பூனை கையில் கொடுத்துட்டேன்யா' என்று மளிகைக் கடைக்காரர் தம்புவிடம் மனம் கலங்கி நித்தமும் புலம்பிய காலத்தில் பயங்கர மன உளைச்சலிலேயே கூன்பாயின் மனைவி தவுலத் போய்ச் சேர்ந்தாள். மெகபுனீஷாவை மேற்கொண்டு படிக்க வைக்கத்தான் எண்ணினார். 'தனிச்சுக் கிடக்கோம்... தாட்டி விட்றலாம்' என்று எண்பது கிலோ மீட்டருக்கு அந்தப் பக்கமிருந்து வந்த ரபீக்குக்கு நிக்காஹ் முடித்து வைக்கச் சொன்னது தவுலத்துதான். பர்னிச்சர் கடை வைத்திருந்த ரபீக் குடும்பம் செழிப்போடு இருப்பதாக முதல் பார்வைக்குப் பட்டது. தினமும் மனதளவிலும் உடலளவிலும் வதைபடுவதாக கடிதம் வழி மாதம் இரு முறையேனும் மெகபுனீஷாவிடமிருந்து கடிதம் வர ஆரம்பித்தது.

'ஒத்தைப் பொண்ணை வகை தெரியாம கொடுத்திட்டீயே பாய்...' என்று மளிகைக்கடை தம்பு சொன்னபோது மிகவும் மனம் உடைந்துபோனார் கூன்பாய்.

பீடி சிகரெட் சோப்பு சீப்பு விதவிதமான மிட்டாய்கள் பிஸ்கெட்டுகள் என விற்று வரும் பெட்டிக்கடை வருமானத்தில் அடிக்கடி பேருந்துப் பயணம் வழி மகளைப் பார்த்து வருவார்.

ஒரு கட்டத்தில் அது முடியாமல் போக மகளே வீட்டிற்கு வந்துவிட்டாள். உடலும் முகமும் பொலிவிழந்து கிடந்தாள்.

ஆற்றுக்குச் செல்லும் பாதை வழியில்தான் கூன்பாய் பெட்டிக்கடை வைத்திருந்தார். பரவாயில்லை என்பது போல்தான் வாழ்க்கை ஓடிக்கொண்டிருந்தது. இன்னொருத்தர் கடை வைக்கப்போக கொஞ்சம் டல் அடிக்க ஆரம்பித்ததை உணர்ந்தார். மனைவியையும் மகளையும் கடையைப் பார்த்துக் கொள்ளச் சொல்லிவிட்டு ஊதுவத்தி சென்ட் வகைகளை மொத்தமாக வாங்கி சுற்றுப் பக்க நான்கு மாவட்டக் கிராமங்களுக்கு விற்பனை செய்ய அலையாய் அலைந்தார். எங்கேயோ வாழ்க்கை பிசிறடிக்க ஆரம்பித்ததைப் போல் உணர்ந்த மெகபுனீஷா ஒரு முற்பகல் பொழுதில் ஆளரவமற்ற நேரத்தில் ஆற்றுக் கரையோரம் உள்ளடங்கியிருந்த புளியமரத்தில் தொங்கினாள். சித்தம் கலங்கித் தடுமாறிப் போனார் கூன்பாய். நடை பிணமாக சமைத்துப்போட்டு காலம் கழித்த கூன்பாயின் மனைவியும் நடு இரவில் அவரை விட்டு தூக்கத்திலேயே பிரிந்து சென்றாள்.

பெட்டிக்கடையை விட்டு விட்டு ஒரு நாள் காணாமல் போனார்.

உடம்பில் சாட்டையடித்து தனது வேதனைகளையும் ஆற்றாமைகளையும் தீர்த்துக்கொண்டு விரித்த துண்டில் விழும் பைசாக்களை வயிற்றைக் கழுவ வைத்துக் கொண்டார். மளிகைக் கடைக்கு சரக்குப் போட வந்த தம்பு பஸ் நிலையத்தின் ஓரத்தில் சாட்டையை உடம்பில் விசிறியடித்துக்கொண்டே வலியில் கத்தி இறைஞ்சும் கூன்பாயைக் கண்டு அதிர்ச்சி அடைந்தார். பேருந்துகள் ஹாரன் ஒலிகளோடு நுழைவதும் வெளியேறுவதுமாக இருந்தன.

“பாய்... என்னய்யா இது?”

“வயித்தைக் கழுவணும்ல...”

“அதுக்கு உடம்பை நோகடிச்சுக்கிட்டு இதென்ன பிழைப்புய்யா?”

“வேகமா அடிச்சுக்க மாட்டேன் தம்பு... பட்டும் படாமத்தான்...” கண்களில் நீர் கட்டியது கூன்பாயுக்கு.

“வேற வழி இருக்குய்யா...” என்று ஊருக்குக் கூட்டி வந்தார் தம்புசாமி.

அருகிலிருக்கும் சிறுநகர கடை வீதியில் உள்ள கடைகளுக்கு சாம்பிராணிப் புகையை முணுமுணுத்தபடி பரவவிட்டு விசிறினார். தட்டில் பைசாக்களும் நோட்டுகளும் விழுந்தன. சிறியகடை பெரியகடை எல்லாவற்றிற்கும் அனுமதியின்றிப் புகையைப் பரவவிட்டு வாழ்க்கையை ஓட்டினார்.

நெசவு பாவு பட்டறைகளுக்கும் சென்றார். முதலில் நீளவாக்கில் புகையைப் பரவவிட்டு குறுக்கும் நெடுக்குமாக அலைந்தார். சிரித்துக்கொண்டே கருப்பன், “என்ன பாய்... பட்டறைக்கு எதுக்கு இந்த விசிறு விசுறுற... பேசாம பட்டறைக்கு வந்து புள்ளை தள்ளு... தட்டுல விழறதை விட அதிகமா சம்பாதிக்கலாம்..” என்று போகிற போக்கில் சொன்னான். ‘புள்’ளில் கஞ்சியில் உருட்டிய துணியுருண்டையைத் தேய்த்தபடி வேக வேகமாக நீளவாக்கில் நீட்டப்பட்டிருந்த பாவில் நீர்மங்கள் தெளித்து பரவ வந்து போய்க் கொண்டிருந்த கருப்பனை ஒரு கணம் மௌனமாகப் பார்த்தார் கூன்பாய்.

இரண்டு மாதங்கழித்து கருப்பனிடம் வந்து நின்றார். அன்றைக்கு ஆரம்பித்தது கூன்பாயின் மற்றொரு வாழ்வின் பக்கம். சில மாதங்கழித்து அந்த வேலை சலிப்புத் தட்ட “கருவாடு கடை போடப்போறேன்...” என்று வந்து நின்றார்.

“யோவ்... எதுனா ஒண்ணுல உருப்படியா நில்லுய்யா...”

“இல்லை வாரச் சந்தைக்கெல்லாம் போய் கருவாடை வித்து... எதுனா நான் பண்ணதான் வேணுமில்ல...”

“சம்பாதிச்சு என்ன பண்ணப் போறே... ஆமா என்ன வயசிருக்கும் உனக்கு..?”

“சரியா தெரியலை... ஐம்பத்தஞ்சுக்கு மேலேயிருக்கும்...”

“ஏன்யா லோல் படறே... உன் பையன் தேடி வருவான்னு நினைக்கிறீயா.. சொத்து சேர்த்து வைக்கப்போறே..?”

அந்த கணம் மனதின் ஒரு மூலையிலிருந்து மகனின் பாசம் வெளியே வந்து துடிக்க ஆரம்பித்தது. பேச்சு வராமல் திக்கினார். ‘ஏன்டா ஓடிப்போனாய்?’ என்று பல வருடங்களாக மனதளவில் கேட்டுக்கொண்டுதானிருக்கிறார். “மனசு நிலையாக நிக்கமாட்டேங்குது கருப்பா...” என்று ஓயாமல் மதுவைக் குடித்துக்கொண்டு தடுமாறினார்.

லட்சுமிதான், “எதுக்குண்ணே இப்படிப் பண்றே... அல்லா புண்ணியத்துல உசுரோட அவன் எங்கேயாவது நல்லா வாழ்ந்து கிட்டிருப்பான். மனசைப் போட்டுக் குழப்பிக்காதே” என்றவள் கிருஷ்ணனைக் கூப்பிட்டு காதில் ஏதோ கூறி கண்சாடை காட்டி, “போ” என்றாள்.

“வாங்க பாய்...” என்று கூன்பாயின் கையை அழுத்தமாகப் பற்றி மென்மையாக இழுத்தான் கிருஷ்ணன். மகன் முபாரக்கின் நினைவில் அமுழ்ந்தியிருந்தவர் கிருஷ்ணனின் கை பட்டதும் பொலபொலவென்று அழ ஆரம்பித்தார்.

கிருஷ்ணன் அவரை ஆற்றுக்குக் கூட்டிப் போனான். மது கிறக்கம் கண்களை நின்று நிதானித்துச் சுழற்ற வைத்தது. கால்கள் பின்னிப் பின்னித் தடுமாற வைத்தது. அவரைக் கிட்டத்தட்ட அணைத்து இழுத்தபடி ஆற்றுப்பாதைச் சரிவில் இறங்கினான்.

“கூன்பாய் கூன்பாய்னு கூப்பிட்டே பழகிடுச்சு... உங்க ஒரிஜினல் பேரென்ன பாய்...?”

வெட்கத்துடன் பற்களைக் காட்டிச் சிரித்தார். புருவங்கள் மேலே உயர்ந்து இருந்தன. ஆலமர விழுதுகளில் மாட்டுப் பிரசவக் கழிவுகள் அங்கொன்றும் இங்கொன்றுமாகக் கட்டித் தொங்கவிடப்பட்டிருந்தன. மரத்தை பார்த்தபடியே இருவரும் கடந்தனர். குளித்து முடித்த இரு பெண்கள் துவைத்த துணிகளை கக்கத்திலும் தோளிலும் இடுக்கிப் போட்டுக்கொண்டு கடந்து

போயினர். சரிவோரமாக நடந்து போனார்கள். போதையில் கீழே விழுந்து விடுவது போல் சாய்ந்து தடுமாறியபடி கூன்பாய் வந்தார். புற்களும் செடிகளும் அண்டிக் கிடந்தன.

“சாகுல் ஹமீது... முதுகு கூன் போட்டுட்டதாலே பாய்னு கூப்பிட்டவங்க கூனையும் சேர்த்துக்கிட்டானுங்க... நீ சின்னப் பையனா இருக்கிறப்ப இந்த ஊருக்கு வந்தோம். நெசவுல அப்ப கொடிகட்டிப் பறந்த ஊரு...” போதை மயக்கத்தினூடே சொல்லிக் கொண்டிருந்த கூன்பாய் திடீரெனப் பாட ஆரம்பித்தார். கரையோரங்களில் வளர்ந்திருந்த நீண்ட கோரைப் புற்கள் அண்டிய பகுதிகளில் மஞ்சள் நிற மூக்கோடு சில பறவைகள் உட்காருவதும் பறப்பதுமாக இருந்தன.

“ஆக்காட்டி.... ஆக்காட்டி....” என்று தாள லயத்தோடு ஆரம்பித்தார். இடது காலை பின்னோக்கியும் வலது காலை சற்று முன்னோக்கியும் வைத்து இரு கைகளையும் முன்புறம் நீட்டியும் ஒரு ஆட்டத்துக்குத் தயாராவது போல் கால்களைத் தட்டிக் கொண்டிருந்தார்.

“ரொம்ப ஓவராயிடுச்சு பாய் உனக்கு. தண்ணீல முக்காட்டினாத்தான் சரிப்படுவே...” என்றபடி கிருஷ்ணன் அவரை இழுத்தான். திமிறி அவனிடமிருந்து விடுபட்டார்.

“ஆவாரம்பூ ஆக்காட்டி....
எங்கே எங்கே முட்டையிட்டாய்...
கல்லுத் துளைத்து கருமலையில்
முட்டையிட்டேன்...”

என்று நீட்டி ராகம் போட்டு இழுக்க ஆரம்பித்தார். ஆற்றில் அவ்வளவாகத் தண்ணீர் ஓடாததால் புற்களை விலக்கியபடி ஈர மணலில் கால்கள் புதைய நடந்தனர். அந்தப் பறவைகள் அவர்களைக் கண்டு ‘இட்டி.... இட்டி....’ என குரலொலிகளை எழுப்பியபடி அங்கும் இங்கும் பறந்தன. நாலைந்து பேர் “அவரை இங்கே கூட்டிட்டு வாடா கிருஷ்ணா...” எனச் சிரித்தபடி கத்திக் கூப்பிட்டனர்.

“யோவ் பாய்... மானம் போதுய்யா...”

ஈர மண்ணிலும் ஆட்டம் முன்னும் பின்னுமாகத் தொடர்ந்தது.

“இட்டது நாலு முட்டை
பொரித்தது மூணு குஞ்சு
மூத்த குஞ்சுக்கு இரை தேடி
மூணு மலை சுற்றி வந்தேன்...”

குரல் கம்ம இழுத்தவர் முழங்காலளவு தண்ணீரில் ‘பொத்தடீர்’ என விழுந்தார். தலை முகம் என நீர் சிலும்பி வழிந்தது. முக்கி முக்கி எழுந்தார்.

“எல்லாம் போச்சுடா... கிருஷ்ணா” என்றார்.

முகத்தில் சோப்பை போட்டபடி கிருஷ்ணன் “என்ன போதை இறங்கிப் போயிடுச்சா...?” என்றபடி தண்ணீரில் முழுகினான்.

“நெசவு... ஆத்துத் தண்ணீர்... ஆக்காட்டி குருவின்னு எல்லாம் போயிடுச்சு. பாவு தொழிலையே தொடர்ந்து செய்யலாம்னு நினைச்சுடாதே... நல்லா படிச்சு வேலைக்குப் போடா கிருஷ்ணா...”

“சாகுல் ஹமீது...” என ஆரம்பித்தான்.

“அடே... என் பேரை ஞாபகம் வச்சிருக்கியே...”

“கிழிஞ்சது பாய்... இப்பதானே வரும்போது சொன்னீரு..”

“வரும்போது சொன்னேனா..?” என்று சந்தேகத்தோடு அவனைப் பார்த்தார்.

“அது சரி... போதை இறங்கிடுச்சுன்னு மறுபடியும் குடிக்கப் போயிடாதிங்க சாகுல் ஹமீது...” என்றபடி கண்ணடித்தான் கிருஷ்ணன். தலையை சிலுப்பியபடி இருவரும் கரையேறினார்கள்.

டூ வீலரின் தட தட சத்தம் கேட்டு நினைவை உதறினார். இரவு பதினொரு மணிக்கு மேலிருக்கும். டூ வீலரின் வெளிச்சப்

புள்ளிகள் கீற்று இடைவெளிகளில் தெறித்து விழுந்தன. கிருஷ்ணன் வந்து விட்டான். உடல் எரிச்சல்களுக்கிடையே கூன்பாயுக்கு ஏனோ ஒரு தெம்பு வந்தது போலிருந்தது. இரு சக்கர வாகனத்தை நிறுத்தும் சத்தம் கேட்டது. லட்சுமி வாசல் படிக்கட்டு இறங்கி வரும் சரசரப்பு ஒலிகளுக்கிடையே கிருஷ்ணன் தரும் ஹேண்ட்பேக்கை வாங்கியபடி “ஏன் லேட்டாயிடுச்சு...” என்று கேட்கும் பேச்சும் “பயங்கர டிராபிக்’மா” என்ற பதிலும் கேட்டது. எழுந்து உட்காரலாமா என கூன்பாய் நினைத்தார். வலி பின்னியெடுத்தது.

வீட்டின் ஒரு பக்கத் திண்ணையின் மூலைப் பகுதியில்தான் கீற்றுக் கொட்டகை. தட்டிக் கதவை லேசாகத் திறக்கும் ஒலி. கண்களுக்கு மசமசப்பாக அசைவுகள் புலப்பட்டது. எதுவோ தன்னருகே விழும் சப்தம். தூக்கியெறிவது போல் இல்லை பிடிச்சுக்கோ என்பது போன்ற தூக்கிப் போடுதல்.

“பாய்... நைட் லாம்ப் போட்டுக்கலையா?”

“டேய்... வெறித்தனமா அடிச்சுட்டாருடா...” என்றாள் லட்சுமி.

“இதே வேலைம்மா அவருக்கு. ரங்கனுக்கு பிறகு கூன்பாய் மாட்டிக்கிட்டாரா...? மனுசனாம்மா அவரு? எதுக்கு அடிக்கறதையே பொழப்பா வச்சிருக்காரு...?”

“சத்தமா பேசாதே... இன்னும் தூங்காமதான் உள்ளே படுத்திருக்காரு.”

முணுமுணுத்தபடி கால்களில் தண்ணீரை ஊற்றிக் கழுவும் சப்தமும் வாயைக் கொப்புளிக்கும் சத்தமும் கேட்டது. துண்டை உதறி முகத்தை அழுத்தித் துடைப்பதையும் கேட்க முடிந்தது. பக்கத்தில் இருட்டில் துழாவ முயன்றார் கூன்பாய்.

“ஏன் நைட் லாம்ப் எரியாதா?” சுவிட்சைப் போட்டு ஏமாற்றமடைந்து வீட்டினுள் கிருஷ்ணன் நுழைவதும் வாசல் கதவை சாத்தும் ஒலியும் கேட்டது. இரவு நிசப்தமாக இருந்தது. லட்சுமி கரைத்துக் கொடுத்த சாதத்தைச் சாப்பிட்டதுதான். இப்போது ஏனோ எதையாவது கொறிக்க வேண்டும்

போலிருந்தது. கையை வேகமாகத் திருப்ப முடியவில்லை. சோர்வாகவும் வலியாகவும் இருந்தது. மிக்சரோ பிஸ்கெட் பாக்கெட்டோ எதுவோ பல முறை வேலை விட்டு வரும்போது பாய் தங்கும் அறையில் கிருஷ்ணன் போட்டிருப்பான். தனியார் பள்ளி ஆசிரியர் பணிக்குச் சென்ற பின் பள்ளி டியுசன் சென்டர் என அவனுக்கு எல்லாம் மாறிப்போனது. கூன்பாயிடம் எப்போதாவது தவிர்க்க முடியாத சந்தர்ப்பங்களில் சில வார்த்தைகள் பேசுவான்.

கருப்பனுக்கு பாவு பட்டறை வருமானம் முன்னர் போல் இல்லை. கடந்த பத்து வருடங்களாகவே கைத்தறி நெசவு சொல்லிக் கொள்ளும்படி இல்லை. அந்த இயலாமை அடிகளாக வேலை செய்பவர்களிடம் காட்டுவதில் முடிந்தது. ரங்கனுக்குப் பின் கூன்பாய் என்றானது. கருப்பனுக்கு. அவர்களை அடிக்கும் போதெல்லாம் கண்கள் போதையேறிச் சிவந்து கிடக்கும். வேலைக்கு வந்த ஆரம்பத்தில் கருப்பனிடம் ரங்கன் பயங்கரமாக அடிவாங்குவதை கூன்பாய் திகிலோடு பார்த்துக்கொண்டிருப்பார். வேறு நாதியுறவு ஏதுமற்றவன். அடிவாங்கி அடிவாங்கியே வாய் பேச முடியாமல் ஆனவன். அப்போதெல்லாம் தனக்கும் அந்த நிலைமை வரும் என்று நினைத்துக்கூட பார்க்கவில்லை. சாப்பாடும் தங்கும் இடமும் முடியாத இந்த வயதான காலத்தில் யாரிடம் கிடைக்கும். முபாரக் தன்னுடன் இருந்திருந்தால் என நினைக்கும்போதே அது வறட்டுப் புன்னகையாக முடியும். முபாரக்கும் மெகபுனீஷாவும் சிண்டை பிடித்து அடித்துக்கொள்ளாத குறையாக சண்டையிட்டுக்கொள்வதுதான் அடிக்கடி நடக்கும். ஏழாம் வகுப்பில் முபாரக்கும் எட்டாம் வகுப்பில் மெகபுனீஷாவும் படித்துக் கொண்டிருந்தார்கள்.

“சொல்லிடுவேன்டா... சொல்லிடுவேன்டா...”

தம்புசாமியிடம் மொத்தமாக வாங்கி வந்த மிட்டாய் ரகங்கள் பீடி சிகரெட் புகையிலை பத்தி சாம்பிராணி பிரைஸ் குலுக்கல் அட்டைகள் அடங்கிய பையை சிரமப்பட்டுத் தூக்கியபடி வீட்டினுள் நுழைந்த கூன்பாய் அவர்களை அதட்டியபடி வைத்தார்.

“தேன் மிட்டாய் அதிரச பாக்கெட்டுகளை மட்டும் நோகாம எடுத்து வை மெகபுனீஷா... காலையில் கடையில் வைச்சுக்கிடலாம்...” என்றபடி கை கால்களை அலம்ப பின்புறம் சென்றார்.

“சொல்லிடுவேன்டா... சொல்லிடுவேன்டா...” மீண்டும் மெகபுனீஷா முபாரக்கைப் பார்த்து கண்களை உருட்டிக் கொண்டிருந்தாள்.

லாந்தர் லைட் வெளிச்சத்தில் கூன்பாயுக்கு வித்தியாசமாகப் பட்டு அவர்களை நெருங்கினார். படீரென்று முபாரக்கின் முதுகில் ஒன்று வைத்தார். எதிர்பாராத அந்த அடி அவனுக்கு பயங்கர திடுக்கென்ற மன உணர்வைத் தந்தது.

“எத்தனை திமிறு... எடுடா அதை...”

மெகபுனீஷா பின்வாங்கினாள். தான் மறைத்து வைத்த தேன்மிட்டாய் பாக்கெட்டை வைக்க வேண்டிய இடத்தில் சட்டென்று வைத்துவிட்டாள்.

“தின்கிறதை எது வேணாலும் எடுத்துக்கோ... ஏன் அதை எடுத்தே?” என்று மறுபடியும் கூன்பாய் தனது தொப்பியைக் கழட்டியபடி முபாரக்கை நெருங்கினார்.

மெகபுனீஷாவும் பயத்தில் வெளிறிப்போனாள்.

சிகரெட் பாக்கெட் பீடிக்கட்டு என தனது கால்சட்டை பாக்கெட்டிலிருந்து நடுங்கியபடி எடுத்து வைத்தான்.

“அடிக்கடி ஆத்து படுகை தோப்பில பீடி குடிக்கிறான்பா...” மெகபுனீஷா திக்கித் திணறி சொல்ல கூன்பாயுக்கு கோபம் உச்சியில் தறிகெட்டு ஆடியது. தவுலத் தடுக்கத் தடுக்க வெளுத்து வாங்கினார்.

“தனிச்சுக் கிடக்கோம்டா... நல்ல பிள்ளைன்னு பேரை வாங்க வேணாமா?”

அன்று இரவு முழுக்க அவனின் தேம்புதல் அவரின் காதுகளைத் துளைத்துக்கொண்டிருந்தது. தவுலத் அவனை அணைத்துக் கொண்டு அவளும் தேம்பிக் கொண்டிருந்தாள்.

பள்ளியில் தகாத வார்த்தைகள் பேசுவதாகவும் ஆரம்பத்திலேயே கண்டித்து வைக்கும்படி முபாரக்கின் பள்ளி வாத்தியார் சென்ற வாரம் சொன்னதில் அவருக்கு “என்ன செய்து கண்டித்தாலும் திருந்த மாட்டேன் என்கிறானே...’ என்றிருந்தது.

உறக்கம் நீங்கி காலையில் புறப்பட்டபோது தவுலத், “எங்கே போனானோ தெரியலை. டீத் தண்ணீ கூட குடிக்கலே...” என்றாள்.

இங்கேதான் எங்கேயேனும் சுற்றிக்கொண்டிருப்பான் என நினைத்துக்கொண்டிருந்தனர். அன்று இரவும் அவன் தென்படவில்லை. மனசில் சுருக் என்றது. நாட்கள் கடந்து போனது. காவல் நிலையத்தில் எழுத்தில் புகாராக நின்றது. இருபது நாள் கழித்து பழனி மலையில் பார்த்ததாகவும் தங்களைக் கண்டதும் ஓடி மறைந்துவிட்டதாகவும் தேக்கமலை ஆசாரி சொன்னான். பழனி மலையையே அலசிவிட்டார். தென்படவேயில்லை. சேலத்தில் டீக்கடையில் வேலை செய்வதைப் பார்த்ததாக ஒருத்தர் கூற மூன்று நாட்கள் சேலத்தை அலசினதுதான் மிச்சம். நாகூர் சென்றிருப்பானோ என்று அங்கேயும் பார்த்து சலித்து மனம் வெந்து போனார்கள் கூன்பாயும் தவுலத்தும். சில மாதங்கள் புத்தி பேதலித்துக் கிடந்தனர் மூன்று பேரும். மெகபுனீஷாவுக்கு தான் சொன்னதால்தானே இவ்வளவும் என்று நித்தமும் அரற்றிக் கொண்டிருந்தாள். ‘எங்கே... எப்படி இருக்கிறானோ...’ உணர்வுகள் அழுந்த இருட்டை வெறித்தபடி கண்கள் சொருக கூன்பாய் தேக வலியோடு நினைவுகளை உதறியும் உதறாமலும் உறக்கத்தில் விழுந்தார்.

தன்மேல் எதுவோ விழும் அதிர்வு கண்டு திடுக்கிட்டு எழ முயற்சித்தார். எழுந்துகொள்ள முடியவில்லை. வெளியே சலசலப்பும் பலவிதப் பதற்றம் நிரம்பிய குரல்களும் கேட்டன.

விடிந்து வெயில் வந்திருந்தது. தென்னங்கீற்றுத் தடுப்பு இடைவெளிகளினூடே கூன்பாய் தேகமெங்கும் பட்டு சுளீரென்றிருந்தது.

“சறுக்கித்தான் விழுந்திருக்காப்ல...”

தட்டிக் கதவை மெல்லத் தள்ளி எரியும் வலியோடு பார்த்தார். “அய்யோ...” என்று தலையிலடித்துக் கொண்டு லட்சுமி ரோட்டின் கிழக்குப் பக்கம் நோக்கி ஓடுவது தெரிந்தது. அவளோடு கருப்பனும் வேறு சிலரும் ஓடினார்கள். கூன்பாயுக்கு பொறிதட்ட கிருஷ்ணனின் டூ வீலர் நிறுத்தும் இடத்தைப் பார்த்தார். இல்லை. வேலைக்குச் செல்லும் நேரம்தான். சென்றுவிட்டானா?

“ஸ்பாட்டுலயே முடிஞ்சிடுச்சுய்யா...”

வீட்டுக்கு வெளியேயும் சாலையிலும் பட்டறை வேலைக்கு வந்தவர்களும் தெரு ஜனங்களும் திட்டுதிட்டாகக் குழுமியிருந்தனர். தடுமாறி வெளியே வந்தவர் பரப்பியபடி மண் தரையில் விழுந்தார். யாரோ தூக்கிவிட்டனர்.

“பாய்... எதுக்க வந்த லாரி மேலே... ஓவர் டேக் பண்ணும்போது கிருஷ்ணன்...” சொன்னவன் திணறி தேம்பினான். காது அடைத்து கண்களிலிருந்து நீர் பொலபொலவென கூன்பாயுக்கு வழிந்தது.

“அய்யோ... முபாரக்கு...” என்று கிருஷ்ணனை நினைத்தபடி அலறிய கூன்பாய் கால்கள் தேய வலியோடு சாலையை நோக்கி ஓடினார்.

2016

நில்

திடீர் பிரேக் போடுவதைப் பேருந்தில் பயணித்த யார்தான் எதிர்பார்த்தார்கள். ஒவ்வொருவருமே நிலைகுலைந்து போனார்கள். சீட்டில் உட்கார்ந்திருந்தவர்கள் முன் சீட்டு கைப்பிடிக் கம்பியில் முட்டிக்கொண்டனர். நின்றுகொண்டிருந்தவர்களின் நிலைதான் வெவ்வேறு விதங்களில் நொந்து நூலானது. வைதேகி தனது கால்கள் முறிவுபெற்று திருகிக்கொண்டதோ என்று பயந்துபோனாள். எதிரே வந்த டேங்கர் லாரி கம்பெனி பஸ் மேல் மோதாமல் சட்டென்று திரும்பி எதிர் பிளாட்பாரத்தில் ஏறி சாய்ந்து நின்றபடி மேற்கொண்டு நகராமல் உறுமிக்கொண்டிருந்தது. பஸ்ஸோ ஸ்டார்ட் ஆகிக் கிளம்பிவிட்டது. அதற்குப் பின் பஸ் ஒரே சத்தக்காடானது.

வைதேகிக்குச் சற்று உட்கார்ந்தால் தேவலை என்பது போல் இருந்தது. நின்றுகொண்டே பணி செய்வது காலை பின்ன வைக்கிறது. வேலையை முடித்து கம்பெனி பஸ் படிக்கட்டை ஏறுவதற்குள் உள்ளே சீட்டுகளில் கசகசவென்று அமர்ந்து விடுகின்றனர். நிற்கக் கூட இயலாத கூட்ட நெரிசல். எல்லோருமே நின்றபடியே பணி செயபவர்கள்தான். யார்

இல்லை என்றது? அவர்களைப் பார்த்து வருத்தப்பட என்ன இருக்கிறது. இருபத்தெட்டு கிலோமீட்டர் கடந்தபின்னர்தான் ‘அப்பாடா’ என்று உட்காரமுடியும்.

விவசாய நிலங்களில் தண்ணீர் பிரச்னை தலைவிரித்து ஆடுவதால் விவசாய வேலைகள் சரிவர அமையவில்லை. எல்லோருக்கும் கம்பெனி வேலை ஆபத்தில் உதவும் நண்பனாக இருக்கிறது.

“என்னாடியிது... உட்காரக் கூட விடமாட்டேங்கிறான் அந்த ஒல்லிக்குச்சி சூபர்வைசரு?”

புதிதாக வேலைக்கு வருபவர்களின் ஆரம்பகட்ட புலம்பல்கள் இப்படித்தான் ஆரம்பிக்கும். அப்புறம் போகப்போக கால் வலிகள் பழகிப்போகும்.

பனிரெண்டாம் வகுப்பு முடித்தபின் ‘படித்தது போதும்’ என்று வீட்டில் சொல்லிவிட அழுது ஆர்ப்பாட்டம் செய்தாள் வைதேகி. ஒன்றும் பலிக்கவில்லை.

ஜவுளிக்கடையில் வேலைக்குச் சேர்த்துவிட்டனர். பளபளப்பான கட்டிடமும் பளிச்சென்ற மஞ்சளும் வெள்ளையும் மாறிமாறி மினுங்கி வெளிச்சக்காடாகப் பல வண்ணங்கள் துணிகளில் படர்ந்து விரிந்தது. சில வாரங்கள் அந்த பிரமிப்பில் ‘சேல்ஸ் கேர்ள்’ ஆக வேலைக்குப் போய் வந்து கொண்டிருந்தாள்.

ஒருநாள் கடையின் மாடிப்படிகளில் ஏறியபோது தடுமாறினாள். கால் வலி பின்னியெடுத்தது. மருத்துவமனைக்குச் சென்றபோது ‘எங்கே வேலை செய்கிறாய்’ என்று கேட்ட டாக்டரின் உள்ளர்த்தம் என்னவென்று புரியாது விழித்தாள்.

“நின்றபடியே வேலை செய்கிறாயா?”

நின்றபடியோ நடந்தபடியோதான் வாழ்க்கை ஓடிக் கொண்டிருப்பதை நினைத்துப் பார்த்தாள். வியப்பு கலந்த அதிர்ச்சியாக இருந்தது.

பஸ்ஸில் பாடல் போடப்பட்ட ஒலியால் நினைவு கலைந்தாள். 'கண்ணே... நவமணியே... உன்னைக் காணாமல் கண்ணுறங்குமோ...' பஸ் திருப்பத்தில் திரும்பி மேம்பாலத்தில் ஏறியது.

கெண்டைக்கால் சதை கடுகடுவென்றிருந்தது. முழங்காலுக்குக் கீழ் வலி குறுகுறுவெனக் குடைந்தது. இன்று வேலை வழக்கத்தைவிட பெண்டு கழட்டிவிட்டது. தைத்து முடிக்கப்பட்டு வந்த ஒவ்வொரு ராம்போ சைஸ் பேக்குகளும் நான்கு கிலோ முந்நூற்று ஐம்பது கிராம் இருந்தது. அதைத் தூக்கி டேபிளில் வைத்து அங்குலம் அங்குலமாக செக்கிங் செய்து காற்றைப் பிடித்து அது வெளியேறுகிறதா எனப் பார்க்க வேண்டும். கண்களைக் கூசச் செய்யும் பல்புகளின் வெளிச்சத்தில் மற்றொரு செக்-அப். பின் மடித்து மடித்து சுருக்கப்பட்ட பாலிதீன் சாக்குப் பையானது பேலிங் செக்சனுக்கு அனுப்பி வைக்கவேண்டும். அங்கேயிருந்து கண்டெய்னருக்கு... அப்படியே கப்பல் மூலம் வெளிநாட்டிற்கு.

"படிச்ச படிப்புக்கு என்னடி வேலை பாக்குறே" என்று போனமுறை தனியார் பள்ளியில் டீச்சராக இருக்கும் சாவித்திரி கேட்டாள்.

"நின்னுகிட்டேயிருக்கேன்டி" என்று சொன்னாள். அப்போது நின்றபடியே பணி செய்து உயிரைவிட்ட 'நிஜம்' ஒன்று நினைவுக்கு வந்தது.

"ஓடோடி விளையாடு... ஓரமாக விளையாடு... நேரங்காலம் பாக்காம ஆடிப்பாடி விளையாடு..." பஸ்ஸில் இன்றைக்குக் கேட்கும்படியான பாடல்களாக ஒலிக்கிறது, என்ன செய்ய நிறையப் பேருக்கு அடிப்பாட்டு குத்துப்பாட்டுதான் பிடிக்கிறது. இந்த டிரைவர் அண்ணா மனசுக்கு இதமான பாட்டுகளாகப் போடுகிறார்.

மதியழகன் சார் இறங்கினார். அவர் அமர்ந்திருந்த சீட் காலியாக இருந்தது. எவரும் உட்காரவில்லை. இருவர் அமரும் சீட்டில்

அமர்நாத் சார் மட்டும்தான் உட்கார்ந்து இருந்தார். போய் உட்கார்ந்தால் அவரும் தவறாக எண்ண வாய்ப்பில்லை. ஆனால் கம்பெனி ரூல்ஸ் அப்படித் தளர்வானதாக இல்லை. அவராவது எழுந்து இரு பெண்களுக்கு இடம் தரலாம். ஆனால் அவர் வகிக்கும் பதவி விட்டுக்கொடுக்கும் மனதைத் தராது.

ஜவுளிக்கடை வேலையை விட்டுவிட்டு நகைக்கடையில் வேலை செய்யும்போது ஒருமுறை கால் வலிக்கிறதே என்று உட்கார்ந்தபடி வியாபாரத்தைக் கவனித்தாள். இரண்டு வெள்ளி விளக்குகள் காணாமல் போய்விட்டன. சி.சி.டி.வி கேமராவில் பார்த்து இவள் உட்கார்ந்தபடியே வியாபாரத்தைக் கவனித்ததால் கோட்டை விட்டுவிட்டாள் என்று குற்றம் சுமத்தப்பட்டது.

“நிற்பதுவே...நடப்பதுவே...பறப்பதுவே...நீங்களெல்லாம் சொப்பனந்தானோ... பல தோற்ற மயக்கங்களோ...” பாரதி பாடல் பஸ்ஸில் அதிர்ந்தது. குக்கிராமங்களின் திருப்பங்களில் சட் சட்டென்று திரும்பி பஸ் மெதுவாக விரைந்தது. காற்று சிலீரென்று வீசியது. மழை வருமோ... குனிந்து பார்த்தாள். ஜன்னல் கண்ணாடிகளுக்கு அப்பால் மேகம் திரண்டு கொண்டிருந்தது. மாலை நேரத்து மயக்கம்.

கிராமத்து சாலையின் வயற்காட்டுப் பரப்பிலிருந்து ரோட்டுக்குக் குறுக்காக ஒரு ஆட்டுக் குட்டி ஓடியது. டிரைவர் சடக்கென்று பிரேக் போட்டார். முட்டிக்கால் மடங்கி சுளுக்கெடுத்தது போல் ‘மளுக்’ என்றது. பஸ் நின்றுவிட்டது. யாரோ கீழேயிறங்கிப் பார்த்துவிட்டு, “ஒண்ணுமில்லே... ஒண்ணுமில்லே...” என்று கூறி வண்டியை எடுக்கச் சொன்னார்கள்.

இன்று இரண்டு முறை பஸ் நடக்கவிருந்த விபத்துகளில் தப்பியிருப்பதை மனசு உணர்ந்தது. சற்று அதிர்ச்சியாக இருந்தது. இரண்டு வருடங்களுக்கு முன் நடந்த கம்பெனி பஸ் விபத்து நினைவில் தடம் புரண்டது. சிலருக்கு ஏற்பட்ட பலத்த காயத்துடன் அன்று எல்லோருமே தப்பியது புண்ணியம்தான். ஆனால் இப்படி நெருக்கியடித்து அன்று எவரும் பயணம் செய்யவில்லை.

கம்பெனிக்கு வேலைக்கு வந்த பிறகுதான் நிற்பது என்பதே பெரும் பூதமாக மனக்கண் முன் எழுந்து நின்றது.

சில வேலைகளில் கட்டிங் செக்சன்களில் வெட்டித் தரும் பேப்ரிக்குகளை எடுத்துக்கொண்டு குவாலிடி செக்கிங் பகுதிக்கு வரவேண்டும். ஷிப்டில் முன்னூறு முறையாவது அப்படி நடக்கும்படி இருக்கும். கட்டுகள் ஒவ்வொன்றும் நான்கு கிலோவுக்குக் குறையாது. கட்டுகளைப் பிரித்து ஐம்பது நாற்பது என்று இருக்கும் பீஸ்களைக் கண்கொத்திப் பாம்பாக செக் செய்யவேண்டும். நீளம் அதிகமான பீஸாக இருந்தால் டேபிளின் இந்த முனையிலிருந்து அந்த முனைக்கு நடந்தபடி செக் செய்ய வேண்டியிருக்கும். நிற்பது மட்டுமின்றி இங்கிட்டும் அங்கிட்டும் நடந்து கால்கள் ஒன்றோடு ஒன்று பின்னி வலியெடுக்கும். புடவை கட்டி வந்திருந்தால் அன்று தொலைந்தோம்.

“அள்ளித் தந்த பூமி அன்னையல்லவா... சொல்லித் தந்த வானம் தந்தையல்லவா...” காற்றில் தவழ்ந்து வரும் இசை கூட்ட நெரிசலில் புகுந்து புகுந்து பரவ பஸ் விரைந்துகொண்டிருந்தது.

கால் விரல்கள் பின்னுவதுபோல் இருந்தது. நின்றபடியே கூட்ட நெரிசலின் நசநசப்பில் விரல்களைப் பார்க்க முடியவில்லை. பஸ் ஓடும் வேகத்தில் கண்ணாடி ஜன்னல்கள் வழியே வெளிச்சம் அவ்வப்போது உள் நுழைந்து மினுங்குவது போல் மறைந்துகொண்டிருந்தது. அந்தச் சில நொடி வெளிச்சத்தில் கண்களைச் சுருக்கி இடது கால் பாதத்தைப் பார்த்தாள். செருப்பை மீறி பாதம் வீங்கியது போல் தோன்றியது. சுடிதார் பேண்டை சற்று மேலிழுத்தால் நன்றாகப் பார்க்கலாம். வீக்கம்தானா? நினைக்கும்போதே வைதேகிக்கு மனம் துணுக்குற்றது.

ஒன்றரை வருடங்களுக்கு முன் கேண்டினில் சாப்பிட்டுவிட்டு மருதாணிச் செடியருகே வரும்போது கால் இடறிக் கீழே விழப்போனாள். சுதாரித்து நிமிர்ந்து பணி செய்யும் இடத்துக்கு வந்தாள். இரண்டு மணி நேரங்கழித்து கால்

பாதங்கள் வித்தியாசமாக இருப்பதைப் போல் உணர்ந்து பார்த்தவள் அதிர்ந்து போனாள். புஸ்ஸென்று கெண்டைக்கால் பகுதியிலிருந்து பாத மேற்புறம் வரை வலியில்லாத வீக்கமாக பார்வைக்கு திகிலை உண்டு பண்ணியது. தொட்டுப் பார்த்தாள். மெது மெது என்று இருந்தது. இடது காலை விட வலது கால் பாதம் வீக்கம் சற்றுக் குறைவாக இருந்தது.

மூன்று வார மருத்துவ சிகிச்சைக்குப் பிறகு பணிக்கு வந்தாள். அதிகம் நடக்கக்கூடாது நிற்கக்கூடாது என்ற மருத்துவரின் பரிந்துரை நடைமுறைக்கு ஒத்துவரவில்லை. ஆனால் அதற்குப் பிறகு எந்தப் பிரச்னையும் வரவில்லை. இப்போது புஸ்ஸென்ற வீக்கம் இடது காலில் ஏற்பட்டிருப்பது போல் தோன்றியது. பஸ்ஸைவிட்டு இறங்கியதும் முதலில் பாதங்களை நன்றாகப் பார்க்கவேண்டும். மனம் பரபரத்து நிலைகொள்ளாமல் தவித்தது.

தான் நின்றுகொண்டிருந்த இடத்தின் அருகில் அமர்ந்திருந்த அலமேலு அக்கா 'சுங்க கேட்ல கொஞ்சம் வேலையிருக்கு' என்று சொல்லி இறங்கிக்கொண்டாள். மனசுக்குள் பூப்பூத்ததுபோல் இருந்தது. சட்டென்று அந்த இடத்தில் அமர்ந்தாள் வைதேகி. குனிந்து கால் பாதங்களைப் பார்த்தாள். கூட்ட நெரிசலால் வெளிச்சம் சரியாகக் கிடைக்கவில்லை.

திடீரென்று “வைதேகி சித்த நான் உட்காந்துக்கிறேனே ஒண்ணும் முடியலே” என்று பரமேஸ்வரியம்மாள் கேட்டாள். கேண்டினில் வேலை செய்யும் அவளுக்கு அறுபது வயதுக்கு மேல் இருக்கும். இந்த வயதிலேயும் வேலைக்கு வருகிறாளே என்று மனசிற்குப் படும். சட்டென்று எழுந்து இடம் கொடுத்தாள் வைதேகி. கிடைத்ததும் அமையவில்லை. இவள் கால் மாற்றி கால் நின்றுகொண்டு தவிப்பதைப் பார்த்த பரமேஸ்வரியம்மாள் கனிவாக, “உட்கார்ந்துக்கிறீயா வைதேகி” என்றாள்.

இவள் சிரித்தபடியே, “இல்லையில்லே நீங்க உட்காருங்க” என்றாள்.

சில்லென்று குளிர்ந்த நீரை முழங்காலுக்குக் கீழே ஊற்றினால் சற்று பரவசம் கிடைக்கும். கால் கடுகடுப்பும் குறையும். அதற்கு

இன்னும் ஒரு மணி நேரம் இருக்கிறது. தான் இறங்கும் இடத்திலிருந்து வேறொரு மினி பஸ்ஸைப் பிடித்துதான் ஊருக்குச் செல்லவேண்டும். வீட்டிற்குச் செல்வதற்குள் இருட்டாகிவிடும்.

முழங்காலுக்குக் கீழே கடுகடுப்பு அதிகரிப்பது போல் தோன்றியது. அப்படியே நசுக்கித் தேய்த்து விட வேண்டும் போலிருந்தது.

“ஒரு மூடன் கதை சொன்னால் என் கதை அதுதான்... இது காதல் தெய்வீகம் அடப்போடா...” என்ற பாடல் ஒலித்தபோது வைதேகி இறங்கும் இடம் வந்தது. கூட்ட நசநசப்பைக் கடந்து இறங்கினாள். வெளிக்காற்று முகத்தில் பட்டது. இதமான உற்சாகம் மெல்ல உடல் முழுக்கப் பரவியது. முதலில் உட்காரவேண்டும். கால்களைப் பார்த்தாள். சற்று வித்தியாசமாக இருப்பதுபோல்தான் தோன்றியது. பொழுது இறங்கும் முகமாக இருந்தது. ஆள் நடமாட்டமே இல்லை.

மூன்று பிரிவு சாலைகளில் மெயின் சாலையை விரிவுபடுத்தும் நோக்கில் ஜேசிபி வண்டி ஒன்று சாலையை இருபக்கமும் கிளறி வைத்திருந்தது. செருப்பை மீறி கற்கள் வேறு கால் பாதங்களைப் பதம் பார்த்தது. சாலை வேலையால் அருகில் இருந்த ஒரேயொரு டீக்கடையும் சில நாட்களாகச் சாத்திவிட்டிருந்தனர். இல்லையென்றால் மினி பேருந்து வரும் வரை அங்கே சென்று உட்கார்ந்திருக்கலாம். வைதேகி நின்ற இடத்தின் அருகில் வறண்டுபோன மழை வந்தால் நீர் போகும் கால்வாய் பள்ளம் முட்புதர்களோடு இருந்தது. சாலையைக் கிளறியதால் சற்று உட்காரத் தோதாய் இருந்த குத்துக்கல்லையும் காணவில்லை.

மினி பஸ் வரும் நேரம்தான். அது வரும் கிழக்கு திசையையே பார்த்துக்கொண்டிருந்தாள் வைதேகி. மினி பஸ்ஸில் உட்கார இடம் கிடைத்தால் நன்றாக இருக்கும்.

இரு சக்கர வாகனத்தில் ஒருவர் தூரமாய் வருவது தெரிந்தது. நெருங்க நெருங்க சிவாண்ணன் என்பது புரிந்தது. லேசாகப் புன்னகைத்தாள்.

“மினி பஸ் மெக்கானிக் ஷெட்ல இருக்குதும்மா... வர கொஞ்சம் முன்ன பின்ன ஆகும்” என்றவர் சற்று நின்றார்.

அவர் வண்டியில் சென்றுவிடலாமா என்று குழப்பத்தில் இருந்தாள். முடிவெடுப்பதற்குள் அவர் கிளம்பிவிட்டார்.

இறங்கும் பொழுதை இருள் கவ்வ சாலை விளக்குகள் பளிச்சிட ஆரம்பித்தன.

கால்கள் இரண்டும் கடுகடுவென்றிருந்தது.

உட்காரத் தோதான இடத்தைத் தேடினாள். வறண்ட வெற்றிட நிலப்பகுதியில் மண் தரையில்தான் அமர வேண்டியிருக்கும்.

மினி பஸ்ஸின் வருகைக்காக வெகு நேரம் நின்றபடியே கால்கள் வலிக்கக் காத்திருந்தாள் வைதேகி.

2018

(குறிப்பு : தமிழ் நாடு அரசுப் பணியிடங்களில் ஊழியர்கள் அமர நாற்காலி வைக்க அரசாணையை 2021 ல் வெளியிட்டுள்ளது.)

சஞ்சலம்

சத்தம் கேட்டு ஓடி வந்தவன் ஸ்பேனரை வைத்துவிட்டு அழுதுகொண்டிருந்த மாலதியைப் பிடுங்காத குறையாக சௌம்யாவிடமிருந்து வாங்கினான். மாலதி அவனைப் பார்த்து கண்களில் நீர் வழிய சிரித்தாள்.

வீட்டுக்கு முன்பகுதியில் வைத்திருக்கும் மெக்கானிக் ஷாப்பிற்கு நாதன் சென்று இருசக்கர வாகனத்தின் ஸீட் கவரை எடுத்து விளையாட்டுப் பொருளாக வைத்தான். அதில் ஏறி உட்கார்ந்துகொண்டு "டுர்...டுர்ர்..." என்று எச்சில் வடிய சத்தமிட்டபடி விளையாடும் மாலதியை மௌனமாகப் பார்த்தான். பார்க்கப் பார்க்க மனம் சஞ்சலம் அடைய கழட்டிவைத்திருந்த வீலை மாட்டுவதில் கவனமானான்.

"வர...வர... இவ அழிச்சாட்டியம் அதிகமாகுதுங்கு... தினமும் இம்சையா எத்தனை நாளுக்கு சமாளிக்கிறதுங்க..." என்றபடி வந்த சௌம்யாவின் கையில் நாதனுக்கு காபியும் மாலதிக்கு பால் பாட்டிலும் இருந்தது.

திருமணமாகி ஐந்து வருடங்கழித்து தவமாய் தவமிருந்து பிறந்தவள் மாலதி. பால்பாட்டிலைத் திமிறத் திமிறத் திணித்து

பாலைப் புகட்டிய செளம்யா நாதனிடம், “உங்ககிட்ட மட்டும் பதவுசா இருந்துக்கிறா...” என்றாள்.

“என்னய்யா... நாதா வண்டியைச் சரிபண்ணிட்டியா...” கேட்டபடி வந்த சுந்தரத்திடம் சரிபண்ணிய டூ வீலரைத் துடைத்துக்கொடுத்தான். மாலதியைப் பார்த்த சுந்தரம் “பரவால்லையே... பாப்பா முன்னைக்கு இப்ப சூட்டிகையா யிட்டாளே...”என்றார்.

“வயசு கூடக் கூட மனசுக்குக் கஷ்டமாயிருக்குண்ணே...” என்ற நாதனின் முதுகைத் தடவிக் கொடுத்த சுந்தரம், “ஆண்டவன் யாரும் சரியா கவனிச்சுக்க மாட்டாங்கன்னுதான் இந்தக் குழந்தையை உங்ககிட்ட அனுப்பிச்சுருக்காரு... சஞ்சலப்படாம வளர்த்து ஆளாக்குய்யா...” என்றவர் கிளம்பிப் போனார்.

ஐந்து வயதுக் குழந்தையின் மனதைக் கொண்ட பனிரெண்டு வயதாகும் மாலதியைக் கண்களில் நீர்வழிய வாரி அணைத்துக்கொண்டாள் செளம்யா. உணர்ச்சியே இல்லாமல் இருவரையும் பார்த்தான் நாதன் மௌனமாக.

2020

துரோகங்களினூடே...

‘ஒன்று, இரண்டு, மூன்று... எட்டு... பதினொன்று... இருபது...’ காய்ந்துபோன புங்கை மரத்தின் இலைகளை ‘வெறித்தலோடு’ எண்ணிக் கொண்டிருந்தான். புல் பரப்பின் மேல்புறப் பரவலாக நிறைய காய்ந்த இலைகள் மக்கிய பழுப்பில்... ஒவ்வொன்றும் உள்ளங்கைக்குள் அடங்கும் தன்மையாய்... ஐம்பத்தாறு என்றந்த மக்கிய பழுப்பு நிற இலையை எண்ணியபோது அது வீசிய காற்றுக்கு தரையிலிருந்து லேசாக உயர்ந்து பறந்து மீண்டும் தள்ளிப் போய் விழுந்தது. குரோட்டன்ஸ் செடிகள் அரை வட்ட வடிவில் வரிசையாய் இடுப்பு உயரத்துக்கு நின்றிருந்தது. அதன் அருகில் பாதையோர பதியலாய் செங்கல்லைச் சாய்த்து முக்கோண தினுசாக பாத்தி கட்டிவைத்த இடத்தில்தான் காய்ந்த பழுப்பு இலை விழுந்திருந்தது. இங்கேதான் ‘மனசை’ எட்டாய்.. பதினாறாய் மடித்த இம்சை நடந்தேறியது. அந்த ‘ரண நினைவு’ இடத்தில்தான் இலைச் சருகும் குத்துக்காலிட்டு தரையோடு தரையாக ஒட்டிக்கொண்டிருந்தது.

சிவப்ரகாஷிற்கு எரிச்சல் எரிச்சலாக வந்தது. ‘எதற்கு பழசைப் போய் கிளறி..’ என்பதாய் யோசிக்கும்போதே அதில் அமிழ்ந்து போனான்.

“ஹேய்... அலங்காநல்லூரரா... காளையை அடக்குற ஊரு.. இந்த ‘வண்டிகேட்’டு காளையை அடக்குவீயா...?”

சியாமளா சர்வநாடியும் ஒடுங்கிப்போனாள். 'இருநூறு கிலோ மீட்டருக்கு அந்தப் பக்கமிருந்து படிக்க வருபவளை இப்படியா ஈவ் டீஸிங் பண்ணுவார்கள். இன்னும் எனக்கு வீட்டு நினைப்பே அலைக்கழிக்கிறது. அம்மா, அப்பா, அண்ணா, அக்கா என்று எல்லோரையும் விட்டுவிட்டு இங்கே வந்து படிக்க வேண்டும் என்று வந்திருப்பவளைப் போய்...' கண்களில் நீர் முட்டிக் கொண்டு விழியுள் பரவியது.

"என்னடி.... அடக்குவீயா...?"

'ஏன் இப்படி மரியாதை இல்லாத தொனியில் பேசி...' எதிரில் இருந்தவன் பார்வை நெஞ்சுப் பகுதியில்தான் இருந்தது. 'போய்விடலாமா?' பதில் சொல்லாது போனால் என்ன செய்வார்கள்? தங்கியிருக்கும் ரூமிற்கு வந்து கலாட்டா பண்ணுவார்களா? வந்த இரண்டாவது வாரத்திலேயே இப்படி என்றால்... இனி வரப்போகும் நாட்களை எப்படி சமாளிப்பேன். அப்பா ஈஸியாகச் சொல்லிவிட்டுப் போய்விட்டார். 'சிவப்ரகாஷ் இருக்கான் கவலைப்படாதே'னு. வாஸ்தவம்தான். ஆனால் இப்படி எடக்கு முடக்காய் பேசும் வம்பாளிகளை என்ன செய்யிறது?

'முணுக்'கென்று வந்த கண்ணீர் அவளை வேகமாக அந்த இடத்தை விட்டு நகரச் செய்துவிட்டது.

சர்க்கரை ஆலை மேனேஜ்மெண்டின் 'கோட்டா' மூலம் இடம் கிடைத்தது. டிப்ளமோ இன் கம்ப்யூட்டர் சயன்ஸ்.

'நல்ல சான்ஸ் சியாமளா... பீஸூம் கம்மி. நம்ம மில் எஸ்.ஓ ரெகமண்டேசன். எதுக்கும் ஓர்ரி பண்ணிக்காதே. கஷ்டமாத்தான் இருக்கும். பழகிக்கோ... அடிக்கடி லட்டர் எழுது. என்னடா இருநூறு கிலோ மீட்டர் தாண்டி படிக்கப் போக வேண்டியிருக்கேன்னு ஃபீல் பண்ணாதடி.... நம்ம குடும்ப நிலவரம் உனக்குப் புரியாததில்லை. சிவப்ரகாஷ் இருக்கான். நம்ம பக்கத்துப் பசங்க பொண்ணுங்கள்ளாம் வருசத்துக்கு நாலஞ்சு பேர் அங்கே போய் படிச்சுண்டுதானிருக்கா...' ஈஸியா சொன்ன தமயந்திக்கா 'ஹோம் சிக்'னா என்னன்னு தெரியுமா உனக்கு?

வந்த பதினாலு நாள் எத்தனை தடவை தனிமையிலே அழுதிருப்பேன் தெரியுமா?

காலைல ஒன்பது மணிக்குப் போனா ஈவினிங் அஞ்சு மணிக்குதான் விடறா. ஒரே இம்சையா இருக்கு. கொஞ்சம் கூட 'ரிலாக்ஸ்' பண்ணிக்க டைமே இல்லை. வந்து சமைச்சு துணிமணிகளைத் துவைச்சு... அப்புறம் படிக்க உட்கார்ந்தா வீட்டு நினைப்பு. அங்க இன்னேரம் நீங்கள்லாம் என்ன பண்ணிட்டிருப்பீங்கன்னு ஒரே யோசனை.

சிவப்ரகாஷ் நம்ம ஊர்ல ஒரே கலகலப்பாயிருப்பான். அடிக்கடி வீட்டுக்கு வந்து ஏதாவது 'ஜோக்'கடிச்சுட்டே இருப்பான். இங்கே 'அவன்-இவன்'னு சொல்லக்கூடாதாம். ஒரு வருஷம் சீனியர். அவன் இவன்னு சொன்னா மத்த பசங்கள்லாம் கோச்சுக்குவாங்களாம்.

கூட்டுறவு சர்க்கரை ஆலை பாலிடெக்னிக்ல ஃபிப்டி பர்சண்ட் மெரிட்லயும் மீதி பாதி ஸ்டூடண்ட்ஸ் சுகர் மில் கோட்டா மூலமும் செலக்ஷன் ஆவறது. ஒண்ணு மட்டும் நிச்சயம்... ரொம்ப தூரத்துல இருந்து படிக்க வர்றவங்க 'என்னை மாதிரிதான்'னு ஒரு நினைப்பு மனசுக்குள்ளே அப்பிக் கிடக்கு.

பனிரெண்டுக்கு எட்டு அடிகொண்ட அறையில் சமையல் செய்யும் பாத்திரங்கள்... உடைகள்... அட்டைப் பெட்டியில் புத்தகங்களும் நோட்டுகளும்... தள்ளி இன்னொரு அட்டைப் பெட்டியில் சமைக்கத் தேவையான பொருட்கள்... உள்ளே 'நம நமப்பாய்' ஒரு வாசனை சர்வ நாழியும் வீசிக்கொண்டிருக்கிறது. வந்ததிலேர்ந்து மனசுக்குள் ஒரே வலி. பதில் சொல்லாது அலட்சியமாய் நகர்ந்து வந்துவிட்டது பயத்தைத் தந்தது. ஒரு வார்த்தை சிவாவிடம் சொல்லிவிடலாமா?

பயம் கலந்த யோசனையோடு தோசை வார்த்தாள். காலையில் வைத்த புளிக்குழம்பு மீதியிருந்தது. 'சமாளிச்சுடுவோம் என்றபடிக்கு புத்தகத்தைத் திறந்து படிக்க முனைந்தபோது 'கரண்ட்' போயிற்று. மனசுள் கரும்பிசுப்பாய் ஏதோ ஒட்டிக் கொண்டது.

இந்தப் பக்கம் ஏழு ஆனால் 'கரண்ட்' போய்விடுகிறது. மெழுகுவர்த்தி இருக்கிறது. பொருத்த வேண்டும். பொருத்தாது மங்கிய இருட்டு 'மச மசப்பையே' பார்த்துக் கொண்டிருந்தாள். ஹாஸ்டல் வசதி இருந்தால் சுகமாகத்தான் இருக்கும். ஆனால் அதற்கு வசதி இங்கில்லை. இருந்திருந்தால் சரியாக இருக்குமா என்று மனசிற்குத் தெரியவில்லை.

இரண்டு வாரங்களுக்கு முன் அலங்காநல்லூரில் இருந்தோம் என்பதே பெரிசாய்ப்படுகிறது. இந்த நொடி இங்கே வண்டிகேட்டில்... இருநூறு கிலோ மீட்டருக்கு அப்பால்... நினைக்கும்போது 'குமிழி குமிழிகளாக' பிரிவின் வேதனை.

'அம்மா என்ன செய்துகொண்டிருக்கிறாய்? வயர் கூடையைப் பின்னியபடி சாட்டிலைட் டி.வி.யில் மூழ்கியிருக்கிறாயா? தமயந்திக்கா பூச்செடிகளுக்கெல்லாம் தண்ணீர் வார்த்தாயா? அப்பா உனக்கேதும் வரனுக்கு முயற்சித்தாரா? அண்ணா அடிக்கடி லட்டர் போடறானா? ஆமாம்... லட்டர் எழுதினால் என்ன? வரட்டும்... கரண்ட் வரட்டும். 'அவன். இவன். வாடா.' எப்படி வேணாலும் அண்ணனைக் கூப்பிடலாம். அவனும் வேறோரிடத்தில். ஏதோ அணைக்கட்டுமானத்தில். உனக்கும் வீட்டு நினைப்பு வந்திருக்கும் இல்லையா. அதான் அடிக்கடி லட்டர் எழுதினாயோ; எழுதுகிறாயோ. இப்பதான் புரியறது... உன் 'ஹோம் சிக்' சங்கதியெல்லாம்.

இந்த வெள்ளி ஊருக்குப் போலாமா. சிவப்ரகாஷைக் கேட்பமா. சனி ஞாயிறு இருந்துவிட்டு திங்கள் காலை புறப்பட்டு செவ்வாய் கிளாஸ் போவமா? ஏதேனும் சொல்வார்களா? ஏன் லீவ் எடுத்தாய்? காரணம் கேட்டால் என்ன சொல்வது? வந்து ஒரு மாதம் கூட முடியவில்லை அதற்குள்..?! ஏதாவது ஸ்லோகம் சொல்வமா? கரண்ட் வர்ற வரை.

"ஹேய்... யாரது? ஒரு லைட் கூட பொருத்திக்காம இருட்ல இருக்கிறது?" வீட்டு ஓனர் பெண்ணின் 'கரகர' குரல்.

ஒரு கணம் திடுக்கிட்ட சியாமளா... "நெருப்புப் பெட்டியை எங்கனேயோ வச்சிட்டேன்க்கா" என்றாள்.

வந்த இரண்டாம் நாளே உடுமலை வத்சலா வீட்டு ஓனரின் பெண்ணைப் பற்றி 'ஒரு மாதிரி' சொல்லிக்கொண்டிருந்தாள். என்ன இப்படிப் பேசுகிறார்கள் என்று 'குமட்டல்' வந்தது. இதற்குப் பழகிக்கொள்ளவேண்டுமோ என்று கவலை வந்தது.

"சியா... கடைக்குப் போலாம் வர்றியா... தலைக்குத் தேய்க்கிற எண்ணெய் தீர்ந்துபோச்சு..." பெரம்பலூர் மாலாஸ்ரீ. இன்னும் ஒட்டுதல் நிகழவில்லை. மௌனமாய் ஒரு பிணைப்பு இருக்கிறது. எப்பொழுது 'கலகலப்புக்கும் ஆரவாரத்திற்கும்' தாவும் என்று சொல்ல முடியவில்லை. ஆனால், யாரும் வீட்டு நினைப்பின் வேதனையை வெளிக்காட்டுவதில்லை. பாசாங்காய் அலைகிறார்கள்.

"என்ன தேங்காயெண்ணெய் வாங்கியாறதா?" சிவப்ரகாஷ் புரோட்டாவும் தேங்காய்ச் சட்னியும் கலந்து ஏப்பத்தோடு கேட்டான். 'குருமா பிடிப்பதில்லை. என்னென்னத்தையோ கலந்து...'

அதிர்ந்து பின் சட்டென்று புன்னகைத்தாள். விசிறியடித்த பனித்துளிகள் பச்சைப் பசேலென்ற இலைகளின் மேல்பட்ட மனதாய் தன்னை உணர்ந்தாள். ஆமாம் என்பதாய் தலையசைத்தலோடு பூரிப்பான புன்னகையை வெளிப்படுத்தினாள். கன்னத்தில் ஏற்பட்ட குழி, சிரிப்போடு சேர்ந்து சிரித்தது.

"சியாமளா... இவன் செந்தில்குமார்... இவன் சாமிநாதன்... ரெண்டு பேரும் சேலத்துப் பக்கம்தான். சாமி நல்லா சமைப்பான் தெரியுமா?"

சிரித்துக்கொண்டே 'ஹலோ' சொன்னாள். மாலாஸ்ரீக்கு சற்றுக் கூச்சமும் தயக்கமும் வாட்ட மிரட்சியோடு இருந்தாள். சீனியர் என்றாலும் மரியாதையாய் பேசியவிதம் ஆச்சர்யத்தை ஏற்படுத்தியது.

சாயங்காலம்... நாலு மணி நேரத்துக்கு முன்னால்... 'காளையை அடக்குவீயாடி' என்ற அந்த 'குண்டு பூசணி' சீனியர்க்கும்

இவர்களுக்கும் என்ன வித்தியாசம். இவர்களிடம் அந்த விஷயத்தைச் சொல்லிவிடலாமா?

“என்னமா... இந்தப் பொண்ணை அறிமுகப்படுத்தமாட்டியா?” என்ற செந்திலுக்கு மாலாவை அறிமுகப்படுத்தினாள். எதேச்சையாகத் திரும்பி தாவணியைச் சரிப்படுத்தியவள் அதிர்ந்தாள். ‘குண்டு பூசணி?!’

“சிவா... நான் சொன்னவுடனே அந்தப் பக்கம் பாத்திடாதே” என்றபடிக்கு மாலையில் நடந்ததை அவனிடம் சொன்னாள்.

“இவ்வளவுதானே... ஈஸியா எடுத்துக்கோ சியா! லேசா ஸ்மைல் பண்ணிட்டு நகர்ந்திடு. அவங்கள்லாம் உள்ளூர். அப்படித்தான் இருப்பாங்க. நாமதான் ஈஸியா எடுத்துக்கணும்!”

“எப்படி எடுத்துக்கறது? எவ்வளவு அசிங்கமா ‘பிஹேவ்’ பண்ணினா தெரியுமா? என் கூட வந்த பொண்ணுங்களையெல்லாம் போகச் சொல்லிட்டு, நாலைந்து பேராவது இருக்கும். நானும் இங்கே படிக்கிறவதானே... என்னையே போய் எதுக்கு?”

“இல்லைமா... நீ இதுக்கெல்லாம் பழகிக்கணும். ஒரு ரெண்டு மாசம் குதிப்பானுங்க. அப்புறம் எல்லாம் நார்மலாயிடும். படிக்க வந்திருக்கிறோம். செலவு பண்ணி வீட்ல அனுப்புறாங்க. சில விஷயங்களை சகிச்சுக்கிட்டு ‘நல்ல ஸ்கோர்’ வாங்கிட்டுப் போவோம். மனசை ஈஸியா வச்சுக்கோமா...” செந்தில்தான் பதில் சொன்னான்.

அவனையே நிலைத்த பார்வையாப் பார்த்தாள்.

“சிவப்ரகாஷ் இந்த வீக் ஊருக்குப் போலாம்னு...” சியாமளா முடிப்பதற்குள் சாமிநாதன் “என்னங்க... ‘ஹோம் சிக்கா’?!” அர்த்தபுஷ்டியோடு கேட்டான்.

சிவப்ரகாஷ் அவளையே பார்த்தபடி பேசாமல் நடையைத் தொடர்ந்தான். பின்னர் “முடிவு பண்ணிட்டியா... அப்படின்னா போயிட்டு வந்துடு நோ ப்ராப்ளம்!” என்றான்.

“மாப்ளே... அடுத்த வாரம் வெள்ளி மிலாடி நபி ஹாலிடே. ஸோ வியாழன் புறப்பட்டா வீட்ல மூணு நாள் ‘டேரா’ போடலாண்டா...”

“என்ன சியா... அடுத்த வாரம் போலாமா? நானும் வரேன்...”

அரைமனதாய் அவள் தலை அசைந்தது. ஆனால் இப்பொழுதே இந்த நிமிடமே வீட்டுக்குப் போய்விட்டால் தேவலாம் என்று ‘ஏக்கம் ஏக்கமாய்’ வந்து தொலைக்கிறது.

வழக்கமாய் வந்து போகும் வகுப்பில் சக தோழிகளிடம் சற்றுப் பிடிப்பு ஏற்பட்டது. விமலா, சித்ரா, ராஜலட்சுமி... நன்கு பழக்கமான அந்த வாரமே சித்ராவும் விமலாவும் ‘தங்கள் வீட்டிற்கு வருகிறாயா’ என்றழைக்க சியாமளாவிற்கு மறுக்கத்தான் தோன்றிற்று. அவர்கள் முகத்தை சுண்டிக் கொள்ள தர்மசங்கடத்துடன் அந்த ஞாயிறு அவர்களின் வீட்டிற்குள் நுழைந்தாள். அங்கே அன்பாய் பேசியதே மனசில் ஒட்டிக்கொள்ள நான்கு மணி நேர, அர்த்தமான சந்தோஷத்தோடு ‘வண்டிகேட்’டிற்கு பஸ் ஏறினாள். பத்து நிமிடப் பயணம்தான். சற்று நெரிசலாய் கூட்டம். ‘வளர்ந்த பொண்ணு... இவ்ளதான் சாப்ட்றதா... கூச்சப்படாம சாப்பிடு...’ தோழியின் அம்மா சொன்னது அம்மாவே பக்கத்தில் நிற்பது போல்... அம்மா இன்னிக்கு ரொம்ப சந்தோஷத்தில் இருக்கேன்... அங்கே நீயும் அப்டித்தானே...’

“விரல்ல சுண்டினா ரத்தம் தெறிக்கும்ன்றேன்... என்ன சொல்ற!” அருகில்... வெகு அருகில் ‘கசகச’ப்பாய் கேட்கும் குரல். திரும்பலாமா? நம்மைத்தான் சொல்கிறார்களா? இல்லை வேறு யாரையாவதா? நிறைய பேர் தன் பின்னே நெருக்கியடிப்பதுபோல்...

சியாமளாவிற்கு முகமெல்லாம் வியர்த்து வடிந்தது.

‘குண்டுப் பூசணி’ எப்படி கவனிக்காமல் ஏறித் தொலைத்தேன். கடவுளே... எல்லாரும் அவன் நண்பர்களா? அவனைப் போலவே

அவர்களும்... ஆனால் அவர்கள் படிப்பவர்களில்லை... லாரியில் ஓடுகிறார்கள் என்பதாய் யூகம்... பேசாமல் தைரியமாய்...

சட்டென்று இடுப்புச் சதையை யாரோ பிடிப்பதாய்... அவளுள் பயம் அப்பிக்கொண்டது. இத்தனை பேர் பயணிக்கும் போதே...

"மாப்ஸ்... இனி சிலும்ப மாட்டா பாரேன்... தெனாவெட்டு காட்னா சொல்லு உரிச்சிடறேன்..." சன்னமாய் சாக்கடைக் குரல். விழியுள் மிரட்சியை வைத்து எங்கேயோ வெறித்தாள். 'இதோ கொஞ்ச தூரம்... இதோ கொஞ்ச தூரம்...' அய்யோ மணிக்கட்டை அழுத்தமாய்... இந்தப் பக்கம் எவனோ மிக நெருக்கமான இடித்தலாய்... 'என்ன இது... என்னயிது...' இத்தனை பேரில் ஒருவர் கூடவா பார்க்கவில்லை? பார்த்து சும்மாயிருப்பார்களா? அய்யோ இருக்கிறார்களே...?

"டிக்கெட்... டிக்கெட்..." கண்டக்டரின் குரல். சொல்லலாமா. மௌனமாய் இம்சிக்கிறார்களே... இவரிடம் சொல்லலாமா? ட்ரைவரிடம் சொல்லலாமா?... கடந்துபோகும் 'டிக்கெட்... டிக்கெட்...' குரல்... கூட்ட 'நசநச'ப்பில் எவன் கையோ... நெஞ்சுப் பகுதியில்... விழியில் பரவிய உப்புத் துளி வெடித்து அழுகைக் குரலாய்...

"கூடப் பிறந்தவ மாதிரி என்னை நினைக்கக்கூடாதா?" மன்னிக்கும் மனோபாவக்குரல்... குண்டுப் பூசணியின் இளக்காரம். குரல் கேட்டு சிலரின் வேடிக்கைப் பார்வை...

"உன் கூட 'கூடத்தான்' புறந்திருக்கோம். சம்மதமா..." நரகலை தின்றுகொண்டே பேசுகிறான். மனசை ஒடித்து ரணப்படுத்தி நெருப்பில் கோலமிடுகிறார்கள். கண்டும் காணாமல் நிறைய பேர் தங்களின் சுயநலத்தில்.. தேகத்தீண்டல் தீர்ந்துவிடாத ஆதங்கக் கண்ணீர்... "கண்டக்டர்" என்றபோது "வண்டி கேட்... இறங்கறதுக்கு வழிவுடு... சீக்கிரம் இறங்கு... இறங்கு..."

அவளை நெருக்கிப் பிழிந்து... மனசைக் கீறி... "என்ன எல்லோரும் ஓட்டுமொத்தமா வரலாமா?"... கொக்கரிப்புக் குரலாய்... 'அய்யா... அலங்காநல்லூர் அய்யா... உன் பொண்ணை இப்படியிப்படி...'

- உள்ளே ஓலமாய் அழுகை... கன்னத்தில் தாரை தாரையான மௌன வழிசலாய்.

இனி எவர் வீட்டுக்கும் செல்லக்கூடாது என்றெண்ணினாள். தன்னம்பிக்கை குலைவு... பதில் சொல்லாது வந்ததற்கா இப்படி. ஒருவேளை 'பெண்களை' நடத்தும் விதமே அப்படித்தானா? அத்தனை பேரும் கண்டும் காணாமல் எப்படி இருக்கிறார்கள்? பயமா... ஏன் குதர்க்கமாகப் பேசி... தேக இச்சையாய்... யாரோ கழிவுநீரை வலுக்கட்டாயமாகக் குடிக்க வைப்பதாய்...

சிவப்ரகாஷ் அதிர்ந்துபோனான். ஏக்கமான அழுகையில் இருக்கும் சியாமளாவை அப்போதுதான் பார்க்கிறான். இவள் அப்படியொன்றும் அழகாய் இல்லை. சற்று திருத்தமாய் தெளிவாய் இருக்கிறாள். அகத்தின் அழகு முகத்தில் தெரிய ஒரு கவர்ச்சி இருக்கிறது. கருணைப் பார்வையாய் கன்னத்தில் குழிவு புன்னகை.

"நேத்து பஸ்ல..." - என்று ஆரம்பித்த உடனே... 'குண்டுப் பூசணி' செட் அவனை இளக்காரத்தோடு முறைத்தது.

சியாமளாவிடம் "பிரின்ஸ்பால்ட்ட சொல்ல வேண்டாம். சமாதானமா பேசி முடிச்சுக்கலாம். அவங்களும் நம்ம வயசுதானே. பார்ப்போம்.... பேசறேன். ப்ச்... ஏன் இப்படியெல்லாம் பண்றாங்க.. எல்லாத்திட்டேயும் நல்லா பழகு சியா.." என்று சொல்லித் தேற்றியிருந்தான்.

"அவ உனக்கு என்னா வேணும்?"

'என்னை... என் ஊரைத் தெரிந்திருந்தும்... கேட்கிறார்கள். யோசித்த சிவப்ரகாஷ் "ப்ரெண்ட்" என்றான். இன்ஸ்டிடியூட்டிலிருந்து எல்லோரும் வெளியேறிக்கொண்டிருக்கும் மாலை. சாயங்கால வெயில் புங்கை மர இலைகளைத் தாண்டி வெளிறாய் மின்னி சிதறிற்று.

"ஃப்ரெண்ட்னா... என்னா?" நக்கல் பிளிறிட்டது. மெக்கானிகல் ஹெச்.ஓ.டி. இவர்களைக் கவனித்துக்கொண்டே 'என்ஃபீல்டில்

சென்று கொண்டிருந்தார். நிறைய 'ஸ்டாப்' நடந்தும்... டூ வீலரிலும்... சிரித்துக்கொண்டும்... அன்ன நடையோடும் புறப்பட்டுக்கொண்டிருக்க 'செட் செட்டாய்' மாணவர்கள் சப்தமாய்ப் பேசி... சிரித்து... அடித்து ஓடி... நகர்ந்து... சற்றுக் கவலையாய்... பலர் பலவிதமாய்.

"படுக்கக் கூப்பிட்டா படுக்கப் போமாட்டீயா? எல்லா பயல்களும் அதுக்காகத்தானே 'பரிஞ்சு' வர்ரீங்க..."

நெஞ்சைப் பிளந்து 'இரு நெருப்புத் துண்டங்களை வைத்து மூடி இழுத்துத் தைப்பதாய்... கண்கள் கனன்றது. கோபம் அடக்கு சிவப்ரகாஷ். இவர்கள் பேசுவதால் எதுவும் நிதர்சனமான குற்றமாகிவிடாது. ஏனிப்படி பேசுகிறார்கள்?

"இந்தப் பொண்ணு நினைச்சிருந்தா... போலீஸ் ஸ்டேசனுக்குப் போயிருக்கலாம். எதுக்கு அப்படி நடந்துகிட்டீங்க. சரியோ தப்போ எதுவானாலும் பேசித் தீர்த்துக்..." முடிப்பதற்குள் அவன் சட்டையைப் பிடித்தார்கள்.

"கேட்ட கேள்விக்குப் பதில் எங்கடா... கம்னாட்டி?"

மெல்ல அவர்கள் கையை விலக்கி... "பிரச்னை பண்ணவோ, வாதம் பண்ணவோ நான் வரலை. நமக்குள்ளே எதுக்கு விவகாரம். அந்தப் பொண்ணு ரொம்ப பயந்துபோயிருக்கு..." வெகு நிதானமாகச் சொன்னான்.

"கேட்டதுக்குப் பதில் என்னடான்னா?"

சூப்பர் சீனியர் என்பதற்காக இப்படியா. இல்லை. நல்ல மனசுக்காரர்கள் இருக்கிறார்கள். இவர்கள் வேறு. 'பெண் என்றால் படுக்கை மட்டும்தான் என்று தப்பிதமாக வளர்ந்திருக்கிறீர்கள் நண்பர்களே...'

அலங்காநல்லூர் பக்கத்திலிருந்து வந்த நண்பர்கள் என்ன பிரச்னை என்பது புரியாமல் தயங்கி விலகியே நின்றார்கள். சிவாவின் டிபார்ட்மெண்ட் ஹெச்.ஓ.டி. மேடம் அவனைப் பார்த்து தனது மொபெட்டில் முகம் சுளித்துச் செல்வதாய் ஓர் உணர்வு...

“நானும் என் ஃப்ரெண்டும் தீர்மானிக்க வேண்டிய ஒன்றை உங்களிடம் சொல்ல வேண்டிய அவசியம் எனக்கில்லை.”

“ஊர் விட்டு ஊர் வந்த நாய்க்கு திமிர பாத்தீயா?” அவர்களில் ஒருவன் சிவாவின் சட்டையை இழுத்துப் பிடிக்க மதியம் சாப்பிட்ட சால்னாவுடன் கூடிய புரோட்டா ‘எதுக்களித்து’ நெஞ்சுள் நிற்பது போல்... சற்றுக் கிறுகிறுப்பாய்... தோள்பட்டையை நெருக்கிப் பிடித்தழுத்தி “என்னடா ஆட்டம் காட்டலாம்னு பாக்கறீயா... புடுங்கக் கூட முடியாது. எத்தனை வாத்தி பயல்க போறானுங்க... ஒருத்தனையாவது ‘ஏன்’னு ‘என்ன’ன்னு கேட்கச் சொல்லு...? நொட்டக்கூட முடியாது. கொஞ்சம் அடக்கியே வாசி... என்ன?”

மனசு விக்கித்துப்போயிற்று. புரிய வைப்போம் என்றுதானே பேசவே வர நேரிட்டது. ‘ஊர் விட்டு ஊர் வந்து’ என்கிறார்களே. ஒருவேளை... ஊர் விட்டு ஊர் வந்து வீட்டை மறந்து... மறப்பதாக பாவித்து... மனசுள்ளேயே ரணப்பட்டு... அதை வெளிக்காட்டாமல் படிக்க வருவது பிடிக்கவில்லையோ?

உயர்ந்துவிடுவோம் என்கிற பயமா? எந்தவிதத்தில். ஏன் நரித்தனமாய் இருக்கிறார்கள். சியாமளா சகஜமாய் எல்லோரிடமும் பழகிவிடமாட்டாள். அப்படியிருப்பது அலட்சியப்படுத்துகிறாள் என்றெண்ணிவிட்டார்களா? அதற்காக நரகலை விழுங்கும் விதமாய் கேவலப்படுத்துவார்களா?

“உங்க ஊர் பொண்ணுக்கு இப்படி நடந்திருந்தா சும்மாயிருந்திருப்பீங்களா?”

“என்னடா சொன்ன தாயளி... செஞ்சுடுவீயா... செஞ்சுடுவீயான்னே” என்றபடி வெறியாய்ப் பிடித்துத் தள்ள... தடுமாறி குரோட்டன்ஸ் செடியின் தொட்டியில் சாய... அதுவும் நிலைகுலைந்து பாத்தி கட்டிய செங்கல்லில் விழுந்து லேசாய் விரிசல் விட்டது. பக்குவமாய் தொட்டியை நிமிர்த்த குனிந்தவனை... கழுத்தைப் பிடித்து அழுத்தும் விதமாய் எவனோ...

“கம்னாட்டிங்க... எல்லா பயல்களும் வேடிக்கைதான் பார்க்கிறானுங்க வரச்சொல்லுடா... பாத்துக்கிலான்றேன். மசிராண்டிங்களா பெரியாளா ஆக பாக்கிறீங்களா?” குண்டுப் பூசணி செட்டிலிருந்த ஒடிசலானவன் கீச்சுக்குரலில் பிசிறினான். ‘உள்ளூர்டா ஒண்ணும் பண்ணமுடியாது’ என்கிற பெருமையை அவர்கள் காட்டிக்கொள்ள முயற்சிப்பதாய்ப்பட்டது. எதையோ இல்லாததை மனதில் வைத்து குரோதம் காட்டுகிறார்கள். திமிறினான் பின் கழுத்து வலிக்க... கண்களில் அவனையுமறியாமல் மிரட்சி... பிய்ந்துகிடக்கும் மாணவர் கூட்டமும் சென்றுவிட பஸ்ஸின் ‘ஹாரன்’ தொலைதூர சப்தத்தில்... சிவப்ரகாஷிற்குத் தெரிந்த நண்பர்கள் புரியாது... அமைதியாய்த் தவித்துத் தொலைவில்.

இன்னும் பிரின்ஸ்பால் போகவில்லை. இனிமேலும் இதைப் பொறுத்துக்கொள்ள முடியாது. சொல்லிவிட வேண்டியதுதான். திமிறலாய் தன்னை விடுவித்து நகர்ந்துசெல்பவனை-

“ய்யோய்... என்ன பிரின்ஸ்பால்ட்டேயா” என்று சொல்லிக் கொண்டே குண்டுப் பூசணி அவனைப் பிடித்திழுத்து “அங்கேன் போறே... எஸ்.ஓ.ட்டேயே போ போடான்றேன்.”

“ப்ளீஸ் விடுங்க... ப்ரெண்ட்ஷிப்பா புரியவைக்கத்தான் வந்தேன். நீங்க விதண்டாவாதமாக எடுத்துக்கிட்டா...” பிடியைத் தள்ளுவதுபோல் விட மீண்டும் குரோட்டன்ஸ் செடிகளின் மேலேயே விழ நேரிட்டது.

மறையும் சூரியனை மீறி புங்கை மர இலைகள் மௌனம் காத்த விநாடியில், “என்ன மேன் பிரச்னை பண்ணீட்டிருக்கீங்க...” சலிப்பான உணர்ச்சியற்ற பிரின்ஸ்பாலின் நெருங்கிவரும் குரல்.

வளாகம் ஓரளவு வெறிச்சோடியிருந்தது.

விலகியிருந்த சிவாவின் மதுரை பக்க நண்பர்களில் பால்பாண்டி மட்டும் நெருங்கி தாங்க மாட்டாமல்... “நின்னு ஒரு நியாயம் கூட நாங்க கேட்க கூடாதுன்றாங்க” என்றான்.

முகத்தில் கடுப்பு தெறிக்க "நடுவுல பூந்து என்னடா மால்' கட்றே" என்றபடிக்கு பால்பாண்டியின் புஜத்தைத் தட்டினான் 'குண்டுப் பூசணி'

சலனமற்றவராய் பிரின்ஸ்பால்.

பிரச்னை சொல்லப்பட்டது.

"போங்க... நா பேசிக்கிறேன்... உன் பேரென்ன சிவப்பிரகாஷம்தானே!... போ... போமய்யா... பிரச்னையெல்லாம் பண்ண வேணாம்!"

மறுத்துப் பேச நினைத்த சிவப்ரகாஷ் எது பேசினாலும் இனி அதுவே பிரச்னையாகிவிடும் என்பதான கவலையோடு நகர்ந்து சென்றான். பால்பாண்டிதான் "சிவா... இந்த மனுசனும் வெளியூர்தாண்டா... உள்ளூர் பசங்களை கண்டிக்கமாட்டார்டா... பதிலடியை நாம உடனுக்குடனே குடுத்துடனுண்டா."

"ச்சூ... என்ன பேசுற நீ. ஒழுங்கா படிப்பைக் கவனிப்போம். நல்ல 'ஸ்கோர்' வாங்கிட்டு போவம்டா..." விழிகளில் நீர்ப் பரப்பு... வீட்டுப் பொருளாதாரத் தடுமாற்றத்தின் நினைவு பிம்பங்கள்.

திரும்பிப் பார்த்தான்.

சகஜமாய் அந்த 'குண்டுப் பூசணி' இலகுவான எக்காளம் நிறைந்த சிரிப்புடன் பேசுவது தெரிந்தது. வாஸ்தவத்தைத்தான் சொல்லியிருக்கிறான் பால்பாண்டி.

இவர்களுக்குக் கடுமையான எச்சரிப்பு நிறைந்த கண்டிப்புதான் தேவை. 'மிஸ்டர் பிரின்ஸ்பால்' இதுபோன்று ஃப்ரெண்ட்லியாக கண்டிப்பதன் மூலம் எதுவும் சாத்தியமில்லை. மீண்டும் எந்த கல்யாணியையோ, ராகவியையோ 'இன்சல்ட்' செய்யத்தான் போவார்கள். உங்களுக்கும் 'உள்ளூர்' என்கிற தயக்கமா?

சியாமளா என்கிற பெண்ணின் மனதை ஏன் எவரும் உணர்ந்து கொள்ளவேயில்லை. சுயநலம். தனக்கு நிகழவில்லைதானே...

'அப்ப விடு' என்பதாய்த்தான் நிறையப் பேர். எவ்வளவு கேவலமாய்... ச்சேய்... கசப்பு கசப்பாக உணர்வுக் குமிழிகள்... நினைவுகளை நசுக்கிக்கொண்டு...

"சிவப்ரகாஷ்... நைன் ஸ்டார் மெயின் கேட்கிட்டே வந்துடுச்சு. சீக்கிரம் வா! புங்கை மரத்தையெல்லாம் நாலுநாள் கழிச்சு வந்து எண்ணிக்கலாம்."

சியாமளாவின் குரல்... நிறைய இலைகள்... மக்கிய புங்கை மர இலைகள் வீசிய காற்றுக்கு இடம் மாறி... திசைமாறி... எண்ணியவைகள் எவை... எண்ணப்படாதவைகள் எவையென்று புரியாத கணக்காய்...

"என்ன கலகலப்பே காணோம். ஊருக்குப் போறோம்ன்ற சந்தோசமேயில்லையா. ஒரு மாசத்தைக் கூட என்னால சமாளிக்க முடியலை... இதையெல்லாம் வீட்ல சொல்லாதே... அய்யோ, அப்புறம் போன வாரம் நடந்ததைக் கூட சொல்லிடாதேடா..." அலங்காநல்லூர் பக்கத்து வீட்டு சியாமளாவாய் அவளின் பேச்சு.

மெயின் கேட்டை விட்டு பஸ், வண்டிகேட் நோக்கி வந்து கொண்டிருந்தது.

"வீட்ல சொல்லும்போது என்னன்னு சொல்ல?"

அவளின் கேள்வியைப் புரிந்துகொண்டோ... புரிந்து கொள்ளாமலேயோ சட்டென்று வார்த்தைகள்... அறுந்து விழும் நாக்குத் துண்டங்களாய்... "தேவடியாப் பசங்க..." மனசைக் கட்டி இழுத்துப் பிசைந்து எதுவாலேயோ குத்தப்படுவதாய்... எதிரொலிக்கும் அவனின் வார்த்தைகள். அழுந்தப்பட்ட உணர்வுகளைத் துப்பிய நிம்மதி.

கணையாழி - அக்டோபர் 1996

துணைவன்

இன்றைக்கு யாரோ வருகிறார்களாம். அப்பாவுக்கு அவரது அலுவலக நண்பர் போனில் சொன்னார். வரட்டுமே. வந்து புதிதாக என்ன நடந்துவிடப்போகிறது?

அவர்கள் வந்ததும், வீட்டில் அனைவரிடமும் (என்னைத் தவிர) ஒரு சின்ன பரபரப்பு தொற்றிக்கொள்ளும். அனைவரையும் உட்கார வைப்பதில் அப்பாவும் அண்ணனும் மிகுந்த சிரத்தை எடுத்துக் கொள்வார்கள். மாப்பிள்ளைப் பையனின் ஐந்து வயது அண்ணன் மகனோ, ஏழு வயது அக்கா மகளோ நின்றால்கூட அப்பா பதறிவிடுவார். அந்தப் பொடிசுகளுக்கும் ஏதாவது சீட் தேடிக்கொடுத்து, உட்கார வைத்த பிறகுதான் அவர் உட்கார்வார்.

பொண்ணு என்ன சம்பளம் வாங்குறா, கூடப் பிறந்தவங்க எத்தனை பேர், எங்க பையனுக்கு இவ்வளவு சம்பளம், திருச்சி 'பெல்'லில் பாய்லர் செக்ஷனில் சூபரிண்டென்ட் ஆக இருக்குற சுந்தரேசனைத் தெரியுமா, உங்க செல்லுல என்ன கார்டு போட்டிருக்கீங்க... இப்படி ரொம்ப சம்பிரதாயமாகப் பேச்சு நீளும். அப்பாவும் அம்மாவும் தங்களால் முடிந்தவரை ஈடுகொடுக்க முயற்சி செய்வார்கள். பேச்சு தேக்கமடைந்து விட்டதாகத் தோன்றும் ஒரு தருணத்தில் அப்பா, அம்மாவைப் பார்த்து ஏதோ சைகை காட்டுவார். கொஞ்சமும் விருப்பமில்லாத

ஒப்பனையுடன் நான் என் அறையில் உட்கார்ந்திருப்பேன். அம்மா வந்து என்னை ஹாலுக்கு அழைத்துச் செல்வாள். சர்க்கசில் கடைசிக் காட்சியில் கிழட்டுச்சிங்கத்தை பலத்த கரகோஷத்துடன் வரவைப்பதுதான் அந்தச் சமயங்களில் எனக்கு ஞாபகம் வரும்.

பையன் என்னைப் பார்த்ததும் லேசாக 'ஜெர்க்' ஆவான். அவனது அம்மாவோ, அப்பாவோ அதைக் கண்டுகொள்ளமாட்டார்கள். ஆனாலும் பையனின் அம்மா ரொம்ப வாஞ்சையுடன் என் கையைப் பிடித்து, தன்னருகில் அமர்த்திக்கொள்வாள். ஏதோ நான்தான் அவளது மகள் என்று கண்டுபிடித்துவிட்டது மாதிரி அப்படியொரு செஞ்சு வச்ச சிரிப்பு. நான் தர்மசங்கடத்துடன் சிரித்தபடி உட்கார்ந்திருப்பேன். அவ்வப்போது அம்மாவை நான் முறைத்துப் பார்ப்பது அவளுக்கு மட்டும்தான் தெரியும். பாவம், அவள் மீது கோபப்படுவதற்கு என்ன இருக்கிறது? எனக்குத் திருமணம் ஆகவேண்டும் என்று அவளுக்கும் கவலை இருக்காதா? கடைசியில் என் மீதிருந்த கவனத்தைத் திருப்பிவிட்டு, பையனின் அம்மாவும் அப்பாவும் பேச ஆரம்பிப்பார்கள்.

"எம் மூத்த பையனுக்கு அறுபது ரூபாயும் அம்பது பவுனும் போட்டாங்க."

"நாங்களா வச்சுக்கப் போறோம்? உங்க பொண்ணுக்குத்தானே நீங்க கொடுக்குறது சேரப்போகுது?"

"பொண்ணு நிறையப் படிச்சிருக்கே. ரெண்டு மாடு, நாலு ஆட்டுக்குட்டி வளர்க்குறோம். வயக்காட்டிலே ஏதாவது வேலைன்னா கவனிச்சுக்குமா?"

"கவுந்தம்பாடியிலே நிறையப் போடுறதா சொன்னாங்களே...?"

"ரொம்ப கம்மியாப் போட்டீங்கன்னா, எங்க சொந்தத்துல மதிப்பா இருக்காதே!" கொஞ்சம்கூட கூச்சமே இல்லாமல் பையனின் அம்மா பேரம் பேசுவாள். அப்பா வைத்திருக்கும் கணக்கு எனக்குத் தெரியும். முப்பதாயிரம் ரூபாய், இருபத்தைந்து

பவுன் நகைகள்தான் அவர் ஒவ்வொரு வரனிடமும் தரும் வாக்குறுதி. "சரிங்க, நாங்க கிளம்புறோம். நீங்க யோசிச்சுச் சொல்லுங்க" என்று பேரத்தில் தோற்றுப்போன சின்ன வருத்தத்தை முகத்தில் மறைத்துக்கொண்டு பையன் வீட்டினர் கிளம்பிச் செல்வார்கள். அதற்குப் பிறகு வீட்டில் சில நிமிஷங்கள் நீடிக்கும் மவுனம்தான் சகிக்க முடியாததாக இருக்கும். "என்ன இப்போ உங்களுக்குத் திருப்தியா? எனக்குக் கல்யாணம் வேணும்ன்னு எவ அழுதா?" என்று அப்பாவையும் அம்மாவையும் பொதுவாகப் பார்த்து, கேட்பேன். அப்பா தலையைக் குனிந்துகொண்டு, டிவியில் நியூஸ் பார்க்க ரிமோட்டைத் தேடுவார். அம்மா அழ ஆரம்பிப்பாள். அவர்களுக்குத் தெரியாது. இப்படி ஏதாவது சொல்லி, வீட்டில் கவிந்திருக்கும் மவுனத்தை உடைக்காவிட்டால், நான் அழுதுவிடுவேன் என்று.

போகப்போக நான் பையன் குடும்பத்தினரிடம் திருவாய் மலர்ந்து, பேச ஆரம்பித்தேன். நாகப்பட்டினத்திலிருந்து வந்த ஒரு பையனின் அக்கா அதற்கான சந்தர்ப்பத்தைத் தந்தாள். "என்ன பொண்ணு பேசாதோ?" என்று கேட்க, பல்லைக் கடித்துக்கொண்டு அமைதியாக இருந்தேன். எனக்கென்றே ஒரு வாய்ப்பு வந்தபோது, பையனைப் பார்த்துக்கொண்டே "மாப்பிள்ளைக்கு சிகரெட், தண்ணிப் பழக்கம் எல்லாம் உண்டா?"

அவ்வளவுதான் வந்தவர்கள் டென்ஷன் ஆகிவிட்டார்கள். "என்னங்க, பொண்ணு இப்படியெல்லாம் பேசுது! தம்பி, நம்ம வீட்டுக்கு இது சரிப்படும்ன்னு தோணலை" என்று அதே அக்கா சொன்னாள். அவர்கள் இடத்தைக் காலி செய்ததும், இரண்டு சீரியல் எபிசோடுகள் அளவுக்கான நேரம் நான் வீட்டில் திட்டு வாங்க வேண்டியிருந்தது...

"ஏய் பகவதி! என்ன சாப்பிடாம பராக்குப் பார்க்குற?"

"நடக்கக்கூடிய காரியமா?"

"என்னது?" என்றான் விநோத். நான் சுதாரித்துக்கொண்டேன்.

“ஆங்... ஒண்ணுமில்லே!”

விநோத் முப்பது வயதைத் தாண்டியவன் போல வாட்டசாட்டமாக இருப்பான். அவன் அலுவலகத்துக்கு வந்த புதிதில், என்னைவிட வயதில் பெரியவன் என்று நினைத்துவிட்டேன். பிறகு, மதிய உணவு வேளையில், பேசிக்கொண்டிருந்தபோதுதான் உண்மை தெரிந்தது. அவனுக்கு இருபத்து நான்கு வயதுதான். கல்யாணம் ஆகிவிட்டது. ஒரு நாள் விகற்பம் இல்லாமல், என்னிடம் கேட்டான். “உங்களுக்கு எத்தனை குழந்தைங்க?”

கண்டிப்பாக அவனது கண்களில் சில்மிஷம் தெரியவில்லை. சில நொடிகள் என் முகத்தில் சிரிப்பு நீடித்தது. “எனக்கு மேரேஜ் இன்னும் ஆகலை விநோத்.”

“ஓ, சாரி மேடம்!” என்று வருத்தமும் வெட்கமும் கலந்த குரலில் சுருக்கமாய் மன்னிப்பு கேட்டான். அதற்குப் பிறகு, இரண்டு வரன்களைக் கூட அழைத்து வந்தான். அப்பா அழைத்து வந்தாலும், அலுவலக நண்பன் அழைத்து வந்தாலும் பையன்கள் பையன்கள்தானே. சில சமயங்களில் பையன்கள் பேரம் பேசுகிறார்கள். அவர்களுக்குப் பேரம் பேசத் தெரியாவிட்டால், அவர்களின் அம்மாக்களோ, அப்பாக்களோ அதைப் பார்த்துக் கொள்கிறார்கள். திருமணம் நண்பர்களுக்கும் சினிமாவிலும் மட்டுமே நடக்கக்கூடியதாக இருக்கிறது.

இப்போதெல்லாம் என்னை விட, ஜெயாவைப் பற்றி நினைத்துத்தான் மனசு கிடந்து அடித்துக்கொள்கிறது. அவளும் தற்போது ரேசில் இருக்கிறாள். முதன் முதலாக என்னைப் பெண் பார்க்க வந்திருந்தபோது, ஜெயா பி.எஸ்சி., கடைசி வருஷம் படித்துக்கொண்டிருந்தாள். எனக்கு அந்த வரன் செட்டாகவில்லையே என்ற வருத்தத்துக்கு நிகராக, அடுத்த நாள் பிசிக்ஸில் பிராக்டிகல் எக்சாம் என்ற வருத்தம் அவளுக்கு இருந்தது. இப்போது அவளுக்கும் திருமண வயது. “அக்கா, தங்கச்சி ரெண்டு பேருக்கும் ஒரே வீட்ல கட்டிக்கொடுத்துட்டா ரொம்ப நல்லதா போயிரும். அண்ணன், தம்பி வரன் இருந்தா

சொல்லுங்க” என்று அப்பா சிச்சுவேஷன் தெரியாமல் ஜோக் அடித்து, யாரிடமோ போனில் பேசிக்கொண்டிருந்தது எனக்கு ஞாபகம் வந்தது. ஐய்யோ, பாவம்.

“பகவதி, போன்!”

“இல்லைன்னு சொல்.”

டைப்பிஸ்ட் முறைத்தாள். பிடிவாதமாக ரிசீவரை என்னிடம் நீட்டினாள். வேறு வழியின்றி வாங்கி, என் காதில் வைத்தேன். “ஹலோ பகவதி ஹியர்.”

எதிர்முனை மவுனம் காத்தது. டைப்பிஸ்ட்டை இப்போது நான் முறைத்தேன். அவள் போனைப் பிடுங்கிக் காதில் வைத்துக்கொண்டாள். எதிர்முனை ஏதோ சொன்னது டைப்பிஸ்ட் முகத்தில் தெரிந்தது. “நேர்ல வர்றேன்!” என்று போனில் பேசியவன் சொன்னானாம். “வாய்சைக் கேட்டா, உன் வயசு மாதிரி தெரியுது!” என்று எக்ஸ்ட்ரா தகவலையும் சொன்னாள் டைப்பிஸ்ட்.

யாராக இருக்கும்? அம்மாவோ, அப்பாவோ என் அலுவலக எண்ணைக் கொடுத்திருப்பார்களோ? வீட்டிற்கு போன் செய்து கேட்டால் என்ன? வேணாம். வருபவனை இங்கேயே டீல் செய்து, அனுப்பிவிடலாம். இதுவரை பெண் பார்த்துப் போனவர்களையெல்லாம் பழிவாங்கியது போன்ற நிறைவு எனக்கு ஏற்பட்டது. இருந்தாலும், என் மேல் எனக்கே கோபம் வந்தது. வேலை எதுவும் ஓடவில்லை. மேனேஜரிடம் மதியம் லீவ் சொல்லிவிட்டு, மலைக்கோயிலுக்குக் கிளம்பினேன்.

தெரிந்த முகங்கள் எதுவும் தென்படவில்லை. ஒவ்வொரு படியாக பாதங்களை எடுத்து வைத்தேன். காட்டன் புடைவை அணிந்திருந்ததால், வெயில் அவ்வளவாக சிரமம் தரவில்லை. படிக்கட்டுகள் முடிந்து, பரந்த புல்வெளி தொடங்கும். அதில் நின்ற மரத்தின் அடியில் உட்கார்ந்தேன். ‘நீரடியில் மல்லிகைச் செடி’ கவிதைப் புத்தகத்தை பேக்கிலிருந்து எடுத்து, வாசிக்க ஆரம்பித்தேன்.

வீட்டிற்குள் நுழைந்தபோது அமைதியாக இருந்தது. முகத்தைக் கழுவிவிட்டு, ஆசுவாசமாக ஹாலில் உட்கார்ந்தேன். என் முன்னால் ஜெயா காபி கொண்டு வந்து வைத்தாள். கூடவே ஒரு தட்டில் பலகாரம், மிக்சர், மைசூர்ப்பாகு எக்ஸ்ட்ரா. ஐய்யோ, பெண் பார்க்கும் வைபவத்துக்கு என்றே கண்டுபிடிக்கப்பட்ட பதார்த்தங்கள்!

“இன்னைக்கு வந்த மாப்பிள்ளை உன்னை ஏற்கனவே பார்த்துருக்காராம். ரொம்ப நேரம் உனக்காக வெயிட் பண்ணிப் பார்த்தாங்க நீ ‘மௌனராகம்’ ரேவதி மாதிரி எஸ்கேப் ஆகிட்டே” என்றாள் ஜெயா. “எனக்குத்தான் பிடிக்கலைன்னு சொல்றேன்ல” என்று எரிச்சலுடன் கத்தினேன். ஏற்கனவே பார்த்திருந்தால்தான் என்னவாம்? தினமும் என்னைக் கடந்து நிறையப் பேர் போய்க்கொண்டுதான் இருப்பார்கள்.

என்னைச் சமாதானப்படுத்தும் விதத்தில் சிரித்த ஜெயாவிடம் சட்டென்று கேட்டேன், “உனக்கு எதுவும் இடைஞ்சலா இருக்கேனா?” அவள் அதைச் சாதாரணமாக எடுத்துக் கொண்டாலும், அம்மா விடுவதாக இல்லை. அவளது ‘பண்பலை அலைவரிசையை ஆரம்பித்தாள். அம்மாவை ரசித்தபடி ஜெயா என் கையில் ஒரு துண்டுப் பேப்பரைத் திணித்தாள். ‘நாளை உங்களைச் சந்திக்க விரும்புகிறேன்’ என்று எழுதி, ஒரு செல் நம்பரும் குறிப்பிடப்பட்டிருந்தது.

அலுவலகத்தில் வழக்கம்போல வேலை முழுவீச்சில் போய்க் கொண்டிருந்தது. மணி பதினொன்று இருக்கும். “பகவதி உன்னைப் பார்க்க ஒருத்தர் வந்துருக்கார்.”

கேபினை விட்டு எழுந்தேன். வரவேற்பறையில் கம்பீரமான தோற்றத்தில் ஒருவன். ஆனால் ஏனோ ‘மிஸ்’ஸிடம் ரைம்ஸ் ஒப்பிக்கும் ஒண்ணாம் கிளாஸ் பையன் போல கைகளைக் கட்டியிருந்தான். “முதல்ல கையைக் கீழே போடுப்பா” என்று சொல்ல வாய் வரைக்கும் வந்து, கஷ்டப்பட்டுக் கட்டுப்படுத்திக்கொண்டேன்.

“நேத்து வீட்டுக்கும் ஆபிசுக்குமா ரொம்ப அலைய வச்சுட்டீங்க” ஆரம்பத்திலேயே இப்படியொரு நேரடித்தாக்குதலா? நான்

எதிர்பார்க்கவில்லை. நான் சுதாரிப்பதற்குள் அடுத்த கேள்வி, "உங்க பிரச்னை என்னன்னு தெரிஞ்சுக்கலாமா?"

மவுனம் காத்தேன். மவுனம் சம்மதம் என்று சினிமாத்தனமாக அர்த்தப்படுத்திக்கொண்டால், என்ன செய்வது? அவசரமாக மறுத்தேன்.

"எனக்கு விருப்பமில்லை!"

"சரிங்க, ஆனா எனக்கு உங்களைப் பிடிச்சிருக்கு இந்தாங்க" என்று அவன் என்னிடம் எதையோ நீட்ட, தன்னிச்சையாக வாங்கிவிட்டேன். இருபது பக்கங்களில் ஒரு சிறு நோட்டுப் புத்தகம். எனது அதிர்ச்சியை அவன் புரிந்திருக்க வேண்டும். "பயப்படாதீங்க, சில கேள்விகள் அடங்குன புக்லெட் இது. இந்த கேள்விகளுக்கு உங்களால் முடிஞ்சளவுக்கு பதில் எழுதுங்க. ஜாதகப் பொருத்தம், அது இதுன்னு பார்ப்பாங்க மனப்பொருத்தம் யாரும் பார்க்குறதில்லை. நாம பார்ப்போம்." சத்தமில்லாமல் புன்னகைத்துவிட்டுப் போய்விட்டான். நான் அந்த நோட்டுப் புத்தகத்தை விசித்திரமாகப் பார்த்தேன்.

அவனைப் பற்றிய விவரங்களுடன் ஆரம்பித்த நோட்டுப் புத்தகத்தில் என்னைப் பற்றி இருபது கேள்விகள் கேட்கப்பட்டிருந்தன. "கட்டுப்படுத்த முடியாதளவுக்குக் கோபம் உங்களுக்கு வந்தால், என்ன செய்வீர்கள்?"

"ம்... மண்டையை உடைப்பேன்!"

"என்ன மேடம், நீங்களா பேசிட்டிருக்கீங்க?" விநோத்திடம் மறுபடியும் மாட்டிக்கொண்டேன். அவனிடம் அந்த நோட்டுப் புத்தகத்தை நீட்டினேன். முதல் பக்கத்திலிருந்து புரட்டினான்.

"பெயர் தனபால். தொழில் டெய்லரிங். தந்தை பெயர் ராமநாதன்..." என்று உரக்க வாசித்துக்கொண்டே போனான். "மேடம் உங்களுக்கு ஏத்த மாதிரிதான் செலக்ட் பண்ணியிருக்கீங்க."

"இன்னும் முடிவு பண்ணலை விநோத்."

“இவ இந்த ஜென்மத்துல திருந்தமாட்டா” என்றாள் டைப்பிஸ்ட். நான் அதைப் பொருட்படுத்தாமல் கம்ப்யூட்டர் மானிட்டரில் பார்வையை ஓடவிட்டுக்கொண்டிருந்தேன்.

“மேடம், உங்களுக்குப் பிடிச்ச கவிஞர் யாருன்னு கூட கேட்டுருக்காரு” விநோத் சொல்ல, “ஆங்... களத்துமேட்டுக் குப்பம்மாள்” என்றேன். “இதை அலட்சியப்படுத்தாதீங்க மேடம்! லைஃப்ல முக்கியமான விஷயத்தை இழந்துருவீங்களோன்னு எங்களுக்குப் பயமா இருக்கு!” என்று அவன் அறிவுரையை ஆரம்பித்தான்.

இனிமேல் இழப்பதற்கு என்ன இருக்கிறது? அவனைப் புரட்சிகரமானவனாகக் காட்டிக்கொள்வதற்கு இந்த நோட்டுப் புத்தகத்தைத் தந்திருக்கிறான். இந்தப் புத்தகத்தை எத்தனை பெண்களிடம் காட்டி, அவர்கள் வயிற்றெரிச்சலை வாங்கிக் கட்டிக்கொண்டானோ? இப்படி எனக்குள் எண்ணங்கள் ஓடினாலும், அவன் வார்த்தைக்கு வார்த்தை மரியாதை கொடுத்துப் பேசியது நினைவில் வந்துபோனது.

வீட்டில் அம்மாவின் புராணத்தைத்தான் தாங்கிக்கொள்ள முடியவில்லை. “என்னடி முடிவெடுத்திருக்கே?”

“உங்களுக்குக் கஷ்டமா இருந்தா சொல்லிருங்க. நான் ஹாஸ்டல்ல தங்கிக்குறேன்.”

“என்னடி இப்படிப் பேசுற? உனக்குப் பின்னாடி ஒருத்தி கல்யாணத்துக்காக நிக்குறதை நெனைச்சுப் பார்த்தியா?” காதைப், பொத்திக்கொண்டு, மொட்டை மாடிக்குப் போய்விட்டேன். ஏதேதோ காரணங்களைச் சொல்லி, என்னை நிறையப் பேர் நிராகரிச்சுருக்காங்க. என்னைப் பிடிச்சுருக்குன்னு சொல்ற ஒருத்தனை நான் நிராகரிக்கக்கூடாதா? நாளை அவன் வரட்டும். என் நரம்புகளில் கோபம் இடம்பெயர்ந்தது.

மதிய உணவு இடைவேளை. தனபால் என் முன்னால் நின்றிருந்தான். “அநேகமாகக் கேள்வித்தாளை நிரப்பி யிருப்பீங்கன்னு நெனைக்குறேன்.”

மௌனம் காத்த என் முன்னால் இன்னொரு நோட்டுப் புத்தகத்தை வைத்தான். என்ன மற்றொரு கொஸ்டீன் பேப்பரா?

“இது என்னைப் பத்தி நீங்க கேட்க நெனைக்குற கேள்விகளும் அதுக்கான பதில்களும் இருக்கு. இதைப் படிச்சா என்னோட மனநிலையை நீங்க தெரிஞ்சுக்கலாம். புன்னகையுடன், நிதானத்துடன் அதை நீட்டினான். அவனை விரட்ட வேண்டும் என்பதற்காக வார்த்தைகளைச் சேகரித்து வைத்திருந்த நான் என்னை மறந்து அதை வாங்கினேன்.

“ஒண்ணும் அவசரம் இல்ல. முதல்ல நான் கொடுத்த புக்லெட்டை படிச்சுப்பாருங்க. ஒரே கேள்விகளுக்கு நம்ம ரெண்டு பேரோட பதில்களையும் ஒப்பிட்டுப் பாருங்க. நானும் பார்க்குறேன். நாம சேர்ந்து வாழ முடியும்ன்னு தோணுச்சின்னா, ரெண்டு பேர் வீட்டுலயும் இதைப் பத்திப் பேசுவோம்...”

“சேர்ந்து வாழ முடியும்ன்னு தோணலைன்னா?”

“விலகிடலாம். கொஞ்சம்கூட மனசு ஒத்துவராதவங்க கூட வாழ்றது கஷ்டம்ங்க” அதிராமல் சொல்லிவிட்டு, போனவனையே பார்த்துக்கொண்டிருந்தேன். நேற்று அவன் தந்துவிட்டுப்போன நோட்டுப் புத்தகத்தில் இருந்த கேள்விகளை நிரப்ப ஆரம்பித்தேன்.

“சமீபத்தில் படித்த கவிதைப் புத்தகம்?”

‘நீரடியில் மல்லிகைச்செடி’ மெல்ல எழுதினேன். ஏனோ மனம் குறுகுறுத்தது. அவன் அந்தக் கேள்விக்கு என்ன பதில் எழுதியிருப்பான்? தேட ஆரம்பித்தேன்.

அமரர் டி.வி.ஆர். நினைவுச் சிறுகதைப் போட்டியில்
ஆறுதல் பரிசு பெற்றது. 31-12-2006.

கனாக்காலம்

நீண்ட கைப்பிடிக் கம்பியின் நிக்கல் வழுவழுப்பு சில்லிட்டது. இறுக்கமான எனது பிடியில் அது நெளிந்துவிடும்போல்தான் இருந்தது. நகரும் மனித இரைச்சல்கள். ட்ராலி வண்டிகளில் லக்கேஜ்களை ஏற்றும் பலவித ஒலிகள். ஒன்றிரண்டு குழந்தைகளின் உற்சாகக் கத்தல்கள் என இடமே ரம்யமாக இருந்தது. நான்தான் மனதளவில் சுணங்கி நொறுங்கிக் கொண்டிருப்பதாகப்பட்டது.

பிரம்மாண்டமும் விசாலமுமாக இருந்த ஏர்போர்ட்டின் காத்திருப்பு வளாகத்தில் “அம்மா இதற்குப் பிறகு பயணம் செய்பவர்களுக்கு மட்டும்தான் அனுமதி” என்று வளவன் தனது லக்கேஜ்களோடு விடைபெற்றான். செல்வதற்கு முன் தன்னை அணைத்து “தைரியமாக இரு... விடுமுறையில் வருவேன்மா” என்றவன் நெற்றியில் முத்தமிட்டான். எனக்கு கண்களில் நீர் தளும்பி நின்றது.

“போடி வெளியே” என்ற காட்டுக் கத்தலுக்கு பயந்து வீட்டு வாசல்படிக்கும் தெருவுக்கும் இடையில் இருந்த புங்கை மரத்தடியில் மாலையும் இருட்டும் நெருங்கும் பொழுதில் தடுமாறி நின்றபோது வளவனுக்கு அப்போது

நான்கு வயது. அவனும் நடுங்கிக்கொண்டிருந்தான். எங்கே போவது? குடிப்பதும் அடிப்பதும் சந்தேகப் பிராணியாகவும் இருப்பவனோடு இனிமேலும் குப்பை கொட்டக் கூடாது என்றுதான் தோன்றியது. ஆனால் எங்கே போவது?

வளவனை இழுத்துக்கொண்டு மீண்டும் வீட்டினுள் நுழைந்தேன். 'வேண்டாம்மா' என்பதுபோல் வளவன் என்னைப் பிடித்து இழுத்தான். பற்களைக் கடித்துக்கொண்டு அழுகையைக் கட்டுப்படுத்த முயன்றேன். சந்தேகப் பிசாசுகள் மூலைக்கு ஒன்றாக நின்றன. மூன்று ஜோடி கண்கள் என்னையும் வளவனையும் எரிப்பதுபோல் பார்த்தன.

வளவன் வயிற்றில் இருந்தபோது, ஒரு மழை நாளில் பிடித்துத் தள்ளிய பிசாசு ஒன்று. நிறைமாதக் கர்ப்பிணியாய் மருத்துவ பரிசோதனைக்குச் சென்று விட்டு வந்த நாளில் சிரமபட்டு சமைத்து வைத்துவிட்டுச் சென்றிருந்த உணவைத் தின்று தீர்த்திருந்த நாத்தனார் பிசாசு மற்றொன்று. கட்டிக்கொண்ட புல்லானாலும் புருசன் பிசாசு இன்னொன்று.

படித்த சர்டிபிகேட்டுகளை எடுத்துக்கொண்டு வெறுங்கழுத்தாக வளவனோடு வெளியேறினேன். போட்டுவிட்ட நகை நட்டுகளெல்லாம் வங்கி அடமானத்தில் உள்ளதா இல்லை விற்று முழுங்கிவிட்டனரா என்று புல்லானாலும் புருசனைத்தான் கேட்கவேண்டும்.

மழை தூறும் போலிருந்தது. ஏர்போர்ட் வாசலைவிட்டு வெளியே வந்தேன். பிளாட்பாரத்தில் நடக்கும்போது மனம் நடுங்கிக்கொண்டிருந்தது. வானத்தில் இரு விமானங்கள் பறந்து செல்லும் ஓசைகள். ஒன்றில் வளவனின் பயணம். பிரிவின் உணர்வைக் கட்டுப்படுத்த முயன்று கண்களில் இரண்டு துளிகள் 'ப்ளக்' என வெளிப்பட்டது.

"மேடம் எங்கே போகணும்?" வலிய வந்த ஆட்டோ டிரைவருக்கு சைகையாய் மறுப்புத் தெரிவித்துவிட்டு கைப்பையிலிருந்து போனை எடுத்தேன்.

“மூணு பஸ் மாத்திப் போவணும்மா நீ... வடகை கார் மூலமா போயிடலாம்... திரும்ப வீட்டுக்கு கார்லயே போயிடு. சிங்கப்பூர்ல ரீச் ஆனதும் உனக்கு போன் பண்றேன்” என்று வளவன்தான் வாடகைக் காரை ஏற்பாடு செய்திருந்தான்.

செய்த போனிற்கு, “அங்கேயே நில்லுங்கம்மா வந்துடறேன்” என்ற கார் டிரைவரின் பதிலால் பிளாட்பாரத்தில் இருந்த கடப்பாக்கல் மேடையில் உட்கார்ந்தேன். இதயத்தின் படபடப்பு மெல்ல அதிகரிப்பதை உணர முடிந்தது.

கார் ஏர்போர்ட்டை விட்டு வெளியேறி மெயின் சாலையைத் தொட்டது. டோல்கேட் தாண்டி மேம்பாலத்தில் ஏறியபோது கண்களில் முதன் முதலில் பணிக்குச் சேர்ந்த அலுவலகம் தென்பட்டது. இருபது வருடங்களுக்குப் பிறகும் ஐந்து மாடி கட்டிடத்தின் மூன்றாவது ஃப்ளோர் அதே பழமை வீச்சுடன் காணப்பட்டது.

வளவன் அலுவலகத்தின் ரிசப்சன் அறையில் துறுதுறுப்போடு இங்கும் அங்கும் ஓடிக்கொண்டிருந்தான். கையில் ஃபைலோடு அழைப்பிற்காகக் காத்திருந்தேன். கம்பெனிக்கு பிரிண்ட் இங்க் பர்சேஸ் செய்பவரும் கம்பெனியின் வெவ்வேறு செக்சன்களுக்குத் தேவையான ஸ்டேசனரிகளுக்கு ஆர்டர் பிடிக்க வந்தவரும் பக்கத்து இருக்கைகளில் அமர்ந்து இருந்தனர்.

கடைசியாக அழைக்கப்பட்டேன். ஐந்து நிமிடம்தான் நேர்காணல் நடந்தது. மூன்றாம் நாளே பணிக்குச் சேர்ந்தேன். அக்காள் வீட்டிலிருந்து பணிக்குச் சென்று வருவதில் சில மாதங்களுக்குப் பிறகு பிரச்னை ஆகும்போல் அறிகுறி தென்பட்டது. பெரிதாவதற்குள் தனியிடம் பார்த்து மாடி போர்ஷனில் குடிபுகுந்தேன். அடுத்த வருடம் வளவனைப் பள்ளியில் வேறு சேர்க்கவேண்டும்.

இடையில் யாரும் மத்தியஸ்தம் பேச வந்தால் எப்படி நடந்துகொள்ள வேண்டும் என்று மனதில் குழப்பம் ஏற்பட்டு தவித்தது. ஆனால் அப்படி எந்த அதிசயமும் நடந்துவிடவில்லை. அக்காளும் மாமாவும் கணவர் வீட்டில் பேசச் சென்று

அவமானம்தான் பதிலாகக் கிடைத்தது. கேள்விப்பட்டபோது அக்காள் மீது ஆத்திரம் ஆத்திரமாக வந்தது.

தனியாக வாழ முடியாதா என்ன? இந்த விநோதினி வாழ்ந்து காட்டுவாள். மேஜையை ஓங்கிக் குத்தினேன்.

அலுவலகத்தில் சேர்ந்து ஆறுமாதம் கடந்திருக்கும். அன்றைக்கு வழக்கமான நேரத்தைவிட அரைமணி நேரம் தாமதமாகப் புறப்பட்டுவரும்படி வளவனால் ஆகிவிட்டது. குழந்தைகள் காப்பகத்தில் வளவன் செய்த பிரச்னை பற்றிப் புகார் தெரிவிக்கப்பட்டது. ‘அப்பன் ரத்தம் சும்மா இருக்குமா’ என்று ஆத்திரமும் கோபமும் கலந்து வளவன் மீது எரிச்சலை ஏற்படுத்தியது.

அலுவலகத்தில் நுழைந்ததும் எனது இருக்கைக்கு அருகில் மெலிதான தேகத்தைக் கொண்ட இளைஞன் அமர்ந்திருந்தான். என் வயதைவிட முனபின் இரண்டு கூடவோ குறைவாகவோ இருக்கலாம்.

என்னைக் கண்டு “விநோதினி மேடம்?” என்று சந்தேகத்தை நிவர்த்தி செய்வது போல் கேட்டான்.

புதிதாகப் பணிக்குச் சேர்ந்தவன். ஆனந்தன் என்று அறிமுகப் படுத்திக்கொண்டான். அவனுக்கு அடிப்படையான சில விஷயங்களைக் கூறிவிட்டு நான்கைந்து ஃபைலை அவனிடம் ஒப்படைத்து நான்கு இருக்கைக்குப் பிறகு இருந்த டேபிளில் பணிசெய்ய பணித்தேன். சற்றுத் தனியாக இருக்க வேண்டும். வேலை சிந்தனையில் மனம் ஈடுபடவேயில்லை.

குழந்தைகள் காப்பகத்தில் வளவனிடம் சில குழந்தைகள் அப்பாவைப் பற்றிக் கேட்டார்களாம். யதார்த்தமாகத்தான் கேட்டிருக்க வேண்டும். இவன் அவர்களை அடித்து துவம்சம் செய்துவிட்டதாகக் கூறினார்கள்.

அலுவலகத்தில் எல்லோரிடமும் ‘அவர் வெளிநாட்டில் இருக்கிறார்’ என்று சொல்லித்தான் சமாளித்துக் கொண்டிருக் கிறேன். முறைப்படி விவகாரத்து பெற்ற பின்னும் வெறுங்

கழுத்தோடுதான் வலம் வருகிறேன். பணிக்கு வரும்போது மட்டும் மெல்லிய சிறிய வட்டத்தில் குங்குமம் இட்டுக்கொள்வேன். வீட்டில் இருக்கும்போது நெற்றியில் சிறு திருநீறு தீற்றல்தான்.

பக்கத்து டேபிளில் இருந்த ராகோத்தமன் சார் அன்று பயங்கரமாக அலுத்துக்கொண்டார். அவர் பெண் படிக்கும் பள்ளியில் அடுத்த மாதத்திலிருந்து சுடிதார்தான் யூனிபார்ம் என்று அறிவித்துவிட்டதாகவும் தாவணி பாவாடைகளுக்கு விடைகொடுத்துவிட்டதாகவும் அவரின் பெண் அதற்கு கூச்சமும் தயக்கமும் காட்டுவதாகவும் கூறினார். தான் இனி படிக்கப் போகப்போவதில்லை என்று அடம்பிடிப்பதாகவும் அலுத்துக்கொண்டார். பதின்மூன்று வயது பெண்ணிற்கு என்ன ஒரு பிடிவாதம் என்று பட்டாலும் தன்னைத் திடீரென்று அலுவலகத்தில் சுடிதாரில் வரச்சொன்னால் எப்படி இருக்கும். நினைக்கும்போதே மனம் துணுக்குற்றது. அய்யோ கண்டிப்பாக மாட்டேன்.

கார் மேம்பாலத்தை விட்டு இறங்கி திரும்பி ஊருக்குள் செல்லும் சாலையில் பயணப்பட்டது. தன்னையும் அறியாமல் சிரிப்பு படர்ந்தது. இப்போது எங்கு பார்த்தாலும் சுடிதாரும் சாலும்தான். நைட்டி உடையும் பரவலாகத் தென்படுகிறது. அவர்களுக்குத் தெரியுமா ஆரம்பகால உடைமாற்றலுக்கு ஆளான பெண்களின் பரிதவிப்பு. இப்போது தாவணி பாவாடைகளையே அதிகம் பார்க்க முடிவதில்லை.

வளவனுக்கு பதின்மூன்றோ பனிரெண்டோ நடக்கும்போதுதான் அந்தக் கேள்வியை கேட்டான். ஏற்கனவே கோபத்தில் இருந்தவள் அவனை இழுத்து வைத்துக் கன்னங்களில் மாறி மாறி அறைந்தேன்.

“அவ்வளவு பெரிய மனுசன் ஆயிட்டியோ!”

‘ஒழுங்கா படிடா’ என்றதற்கு எதிர்த்துப் பேசினான். முதுகில் ரெண்டு வைத்தேன். வெகுண்டு அழுது தேம்பிக்கொண்டு “நீ இன்னொரு கல்யாணம் பண்ணியிருக்க வேண்டியதுதானே” என்றான்.

தந்தை என்று ஒரு ஜீவன் இருந்திருந்தால் நன்றாக இருக்குமே என்று அப்போது அவன் எண்ணியிருக்கலாம். புரியாது அடித்து துவம்சம் செய்தது இப்போது உறுத்துகிறது.

கடந்த ஏழெட்டு மாதங்களுக்கு முன் மீசை வைத்த இளைஞனாக வளவன், "உண்மையாலுமே நீ இன்னொரு மேரேஜ் பண்ணியிருக்கணும்மா" என்றான். ஏனோ கோபமே வரவில்லை. சிரித்துக்கொண்டே "சரி.. சரி.. மாப்பிள்ளை பாருடா" என்றேன்.

"என் விவரம் புரியாத வயசிலே கல்யாணம் பண்ணியிருந்தால் அவர்தான் அப்பா'ன்னு ஏத்திக்கிட்டிருப்பேன்."

"அடப்போடா... போக்கத்தவனே. வெட்டிக்கதை பேசிக்கிட்டு... இந்தா லிஸ்ட்... போய் வாங்கிட்டு வா..." என்று மளிகைக் கடைக்கு அனுப்பினேன்.

ஆனால், ஆனந்தன் தன்னை வற்புறுத்தியது அலுவலகத்தில் ஒரு சிலரைத் தவிர யாருக்கும் தெரியாது.

அது ஒரு மழை நாள்.

எல்லோருக்கும் ஆனந்தன் இனிப்பு வழங்கினான். என்ன விஷயம் என்று கேட்டதற்கு சஸ்பென்ஸ் என்றான்.

"மேரேஜ் பிக்ஸ் ஆகிடுச்சா ஆனந்தா? என்றார் ராகோத்தமன் சார்.

"இப்ப நான் வாங்குற சம்பளத்துக்கு எந்தப் பொண்ணும் தலையாட்ட மாட்டாள் சார்" என்றான் சிரித்துக்கொண்டு.

இரண்டு வாரம் கழித்து பிரபல வார இதழின் பிரதிகளை அலுவலகத்தில் இருந்தவர்களுக்கு மட்டும் விநியோகித்தான். முதலில் புரட்டி சந்தோசமாக 'வாவ்!' என்றது ராகோத்தமன் சார்தான்.

"நீ கதையெல்லாம் எழுதிவீயா ஆனந்தா?"

"இது எத்தனையாவது கதை?"

"என்ன பதினெட்டாவது சிறுகதையா... தனியா புத்தகமே போடலாம் போலிருக்கே!"

பார்க்கும்தோறும் எல்லாம் ஆனந்தனின் நடவடிக்கை புதுத்தோற்றம் கொண்டதாகவே மனதிற்குப் பட்டது. ஆனால் அவன் அவனுடைய இயல்புபடிதான் இருக்கிறான்.

புதிதாக செல்போன் வாங்கியிருப்பதாக எல்லோரிடமும் காட்டிக்கொண்டிருந்தான். பேஜர் கருவி அறிமுகமாகி மறைந்த காலகட்டம். எல்லோருக்கும் ஆனந்தன் தனது செல்போன் எண்ணை தெரிவித்துக்கொண்டிருந்தான். எனது டேபிளுக்கு வந்தவன் "விநோதினி மேடம் குறிச்சுக்கோங்க" என்றான்.

தேவைப்படாது என்று மனதுக்குத் தோன்றினாலும் டேபிளில் இருந்த ஏதோவொரு விசிட்டிங்கார்டின் பின்பகுதியில் எழுதும்படி அவனிடம் நீட்டினேன்.

"ஆங்... இதுல வேணாம். உங்க ஹேண்ட்பேக்ல இருக்கிற கம்பெனி டயரியை எடுங்க" என்றான்.

'திக்'கென்றானது. அலுவலகத்தில் தான் இல்லாத சமயத்தில் கைப்பையை ஆராய்ச்சி செய்கிறார்களா? நான் டயரியை வெளியில் எடுப்பதே இல்லை. இந்த ஆறேழு மாத அளவில் அதில் அந்தரங்கமாக எதுவும் எழுதவில்லை. என்றாலும் மனம் அசூயைப்பட்டது.

அன்று மதிய உணவு வேளையின்போது அவன் செல்பேசி பற்றியே பேச்சு அதகளப்பட்டது.

"நீங்க வேணா பாருங்க... தெருவுக்கு மூணு தாலு இருக்கிற எஸ்.டி.டி., லோக்கல் பூத்துகளெல்லாம் ஐந்தாறு வருசம் கழிச்சு இல்லாமலேயே போயிடும்!?"

"அப்படின்றே??!"

“போன் பில் கட்டறதுக்குன்னே நிறைய சம்பாதிக்கணும் போலிருக்கே?!”

மண் சாலையில் இறங்கி மெல்ல ஊர்ந்த கார் வீட்டுக்கு முன் நின்றது. கார் கிளம்பிச் சென்றபின் கேட்டைத் திறந்தேன். பாக்கு மரம் மெல்ல அசைந்தது. செடிகளில் இருந்த பூக்கள் ஆடியது. போர்டிகோவைக் கடந்து கதவைத் திறந்தவள் உள்ளே நுழையாமல் அப்படியே வாசல்படியில் உட்கார்ந்துவிட்டேன். மனம் திண்ணென்று இருந்தது. காலம் நினைவுகளை மீண்டும் பின்னுக்கு இழுத்துச் சென்றது.

மௌனமாக எதிர் இருக்கையில் ரகோத்தமன் சார் உட்கார்ந்திருந்தார். நான் பிடிவாதமாக அவர் பேச்சுக்கு மறுத்து பேசிக்கொண்டிருந்தேன். அப்படிப் பேசியபோது வார்த்தைகளில் கோபம் தனது முகத்தை வெளிப்படுத்திக்கொண்டிருந்தது.

“ஆனந்தனுக்கு நல்ல பொண்ணு கிடைக்கும் சார்...” என்று முடிவாக தணிந்த குரலில் சொன்னேன்.

“ஒண்ணும் அவசரமில்லை விநோதினி... நிதானமாக யோசிச்சு முடிவைச் சொல்லு..”

“யோசிக்கிறதுக்கு இதுல ஒண்ணும் இல்லை சார்.”

ஆனந்தனுக்கு முதல் மணம். எனக்கு மறுமணம். நன்றாகத்தான் இருக்கிறது. சுற்றியிருப்பவர்கள் நாளை என்ன பேசுவார்கள்?

இரண்டு மணி நேரம் கழித்து ஆனந்தன் வந்தான்.

“நான்தான் மேடம் கேட்கச் சொன்னேன்” என்று ஆரம்பித்தான்.

எனக்கு என்ன பேசுவது என்று முதலில் தோன்றவேயில்லை. கிறுக்குத்தனமாக அவன் யோசிப்பதாகவே மனதிற்குப்பட்டது. அப்படியே நான் மறுமணம் செய்துகொள்ள விரும்பினால், ‘ச்சே... இனி வாழ்வில் எந்த ஒரு ஆணுக்கும் இடமில்லை.’ கசப்புச் சுவடுகள் மனதில் அணிவகுக்க ஆனந்தனின் மேல் வீசிய பார்வை வெறுப்பின் வெளிப்பாடுதான். ஆனால் அதை அவன் உணர்ந்த மாதிரி தெரியவில்லை.

“வளவனுக்குச் சின்ன வயசு. மனசுக்கு நெருக்கமாக நானும் அவனும் உறவாட பிரச்னையிருக்காது. நாலுபேர் நாலு விதமாக பேசுவாங்கன்னு எல்லாம் யோசிக்க வேண்டாம்.”

“ப்ளீஸ்... மறுமணம் பற்றிய எண்ணம் எனக்கில்லை...”

“நன்றாக யோசிச்சு முடிவெடுங்க...” என்றான்.

என்னத்தை யோசிக்க? அப்படி அவன் பேசியதே அபத்தமாக இருந்தது. தனியாக வாழவே முடியாதா? பெரியவனாகி வளவன் என்னைத் தவிக்க விட்டுவிடுவானா? அவனுக்குள்ளும் ஓடுவது அவன் அப்பன் ரத்தமும் இருக்கிறதே. அது வேலையே காட்டுமா? என்ன இது தேவையற்ற குழப்பத்தை உண்டு பண்ணிவிட்டுச் சென்றுவிட்டான்.

அதிலிருந்து விடுபடவே சில வாரங்கள் ஆனது.

ஒரு வருடம் கழித்து ஆனந்தன் வேறு பிராஞ்சுக்கு பதவி உயர்வோடு மாற்றல் வாங்கிச் சென்றுவிட்டான். தற்செயலா, திட்டமிட்டா என்று இன்றுவரை தெரியாது. நானும் வெவ்வேறு கம்பெனிகள் மாறி எக்ஸ்போர்ட் கம்பெனி ஒன்றில் நிரந்தரமானபோது வளவன் ஆறாம் வகுப்பை முடித்திருந்தான்.

“வளவனம்மா... என்ன வாசல்லேயே உட்கார்ந்திட்டீங்க... தம்பி கிளம்பிடுச்சா?”

வெளியே காய்கறிகளடங்கிய மூங்கில் தட்டைக் கீழே வைத்துவிட்டு கேட்டைத் திறந்தபடி உள்ளே வந்த அம்சவேணி போர்டிகோ தரையில் உட்கார்ந்தாள்.

“சுத்தியிலும் இன்னும் ரெண்டு மூணு வருசத்துல வீடுங்க கட்டி நிறையபேர் வந்த பின்னாலதான் நல்லாருக்கும்” என்றபடி முகத்தைத் துண்டால் துடைத்து நிமிர்ந்தவள் கண்களில் நீர் வழிவதைக் கண்டு பதறினாள்.

“என்னம்மா... அழுவுறீங்களா. அதெல்லாம் தைரியமா இருங்க... தம்பி வேலைக்கு தானே போயிருக்கு. அங்கே ஒரு

வெள்ளைக்காரியைக் கண்ணாலம் கட்டிக்கிட்டு வந்துடும் பாருங்க.”

மனதை லேசாக்குவதாக நினைத்து அம்சவேணி பேசிக்கெண்டிருந்தாள்.

வெளிநாட்டுத் திருமணம்... அங்கேயே திருமணம் செய்துகொண்டு தன்னைத் தனித்து விட்டுவிடுவானா? அம்சவேணி சென்றபின் மெதுவாக எழுந்து வீட்டினுள் நுழைந்தேன். ஹாலில் லைட்டை போட்டுவிட்டு சமையலறையில் நுழைந்தேன். ரசம் இருக்கிறது. சாதம் போதும். தொட்டுக்கொள்ள என்ன செய்வது?

“முன்னே மாதிரில்லாம் ஊறுகாய் அப்பளம்னுலாம் திங்கக் கூடாதும்மா” என்று வளவன் அடிக்கடி வயதை ஞாபகப்படுத்திக்கொண்டிருப்பான். ஒருமுறை மயங்கி விழுந்து பிரச்னையாகிவிட்டது. கல்லூரி இறுதியாண்டில் அப்போது இருந்தான்.

பொட்டுக்கடலை, நான்கு வில்லை தேங்காய்த்துண்டு, வரமிளகாய், பூண்டு, இஞ்சி, சிறிது தண்ணீர், உப்பு போட்டு மிக்சியை ஓடவிட்டு நிறுத்தினேன்.

சாப்பிட்டு முடித்தபின்னும் மனதுக்குள் பெரும் பள்ளம் விழுந்ததுபோல் இருந்தது. அப்படியே கட்டிலில் படுத்தவள் ஆண்ட்ராய்டு போன் அலறிய சப்தம் கேட்டு திடுக்கிட்டு விழித்தேன். வளவன்தான். மனதுக்குள் ஏதோ இனம் புரியாத நிறைவு ஏற்பட்டதுபோல் இருந்தது. வீடியோ காலில் பேசினான்.

“சிங்கப்பூர் வந்துட்டேன்மா... ஒருநாள் கழிச்சு வேலையில் ஜாயிண்ட் பண்ணிடுவேன்மா” என்று தொடர்ந்து ஏதேதோ பேசியபடியே இருந்தான். ஒளிப்புள்ளிகளாய்ச் சேர்ந்து பிம்ப அசைவுகளாகத் தெரியும் வளவனையே பார்த்துக்கொண்டிருந்தேன். அவனுக்குள்ளும் பிரிவின் பரிதவிப்பு வார்த்தைகளில் மறைந்தபடியே வெளிப்படுவதை உணரமுடிந்தது. மனம் நிலைகொள்ளாமல் தவித்தது. டி.வி சேனல்கள் நிம்மதியைத் துளியளவுகூட உணரவைக்கவில்லை.

எத்தனை சேனல்கள். மனம் உதட்டைப் பிதுக்கியது. ஏதேனும் புத்தகம் படிக்கலாமா?

பீரோவைத் திறக்க எழுந்தபோது மேலே இருந்த பழைய தகரப்பெட்டி கண்களில் பட்டது. மெதுவாக சேரைப்போட்டு ஏறி அதை கீழேயிறக்கி தூசிகளைத் தட்டினேன்.

உள்ளே வளவனின் பல்வேறு சான்றிதழ்கள், போட்டோக்கள், சிறுவயதில் அவன் வரைந்த ஓவியங்கள், ஓவியக்கிறுக்கல்கள், வளவன் பிறந்த பின் எழுதிய நாலைந்து டைரிகள், தன்னுடைய சர்டிபிகேட்டுகள்... ஒவ்வொன்றாகப் புரட்டினேன். மனம் பிதுங்கிக்கொண்டே இருந்தது. தனியாக வந்து முதல் பணியில் சேர்ந்து வாழ்க்கையை ஓட்டியபோது அந்தக் கம்பெனி அளித்த டைரி கண்களில் பழுத்த நிறத்தில் பட்டது. மனசுக்குள் றெக்கைகள் படபடவென்று அடித்துக்கொண்டன.

அந்த டைரியினுள்தான் ஆனந்தன் வாழ்த்துகளுடன் என்று எழுதி தனது செல்போன் எண்ணை எழுதித் தந்திருந்தான். கிட்டத்தட்ட பதினைந்து வருடங்கள் கடந்து சென்று விட்டிருந்தது. அந்த எண்ணில்தான் தற்போது இருப்பானா என்று சந்தேகம் தோன்றியது. போன் செய்து பார்த்தால்தான் என்ன?

இரவு எட்டரை மணிதான் ஆகிறது. போன் செய்யலாமா வேண்டாமா என்கிற மனக்குழப்பம் இறுதியில் தனிமையிடம் தோற்று எண்களை மெல்ல ஒவ்வொன்றாக அழுத்த வைத்தது.

ரிங் போய்க்கொண்டிருந்தது. சட்டென்று கட் ஆகி இளம் பெண் குரல் கேட்டது.

“ஹலோ யார் பேசறது?”

“ஆனந்தன்...” மேற்கொண்டு வார்த்தைகள் வராமல் திணறினேன்.

“அப்பாவா... கடைவீதிக்குப் போயிருக்காங்க... அரை மணி நேரம் கழிச்சுப் பண்றீங்களா?”

“நீங்க யாரு?”

“நான் வினோதினி ஆனந்தன்... நைன்த் ஸ்டேண்டர்ட் படிக்கிறேன்... என்னை வினோன்னு கூப்பி...” தொடர்ந்து பேசுவதற்குள்-

“படிக்காம செல்லை நோண்டிக்கிட்டு... யாருகிட்டே பேசுறே” என்ற நடுத்தர வயதுப் பெண் குரல் போனில் கசிந்தது.

“அப்பாவுக்கு போன்மா”

“ஹலோ... போனை மறந்து வைச்சுட்டுப் போயிட்டார்... என்ன சொல்லணுங்க அவருகிட்டே?” என்ற ஆனந்தன் மனைவியின் குரலுக்கு பதில் சொல்லாது மௌனமாக இருந்தேன். முன்பின் பார்த்திராதவளிடம் என்ன பேசுவது?

“ஹலோ... யாருங்க? எங்கேயிருந்து பேசறீங்க” குரலில் கனிவு நிரம்பி வழிந்தது.

எனக்கு ஏனோ மனசுவிட்டு அழவேண்டும் போலிருந்தது. கட்டுப்படுத்திக்கொண்டு “வினோதினி பேசுகிறேன்” என்று நிதானமாக ஆரம்பித்தேன்.

எதிர்முனையில் மௌனம். போன் உயிர்த்திருந்தது. நான் மறுபடியும் “வினோதினி வளவன் பேசுகிறேன்” என்றேன்.

சில நொடி மௌனத்திற்குப் பிறகு, “சொல்லியிருக்கார்... சொல்லியிருக்கார்... நல்லாயிருக்கீங்களா? எங்கேயிருந்து பேசுறீங்க?” என்றாள் ஆனந்தனின் மனைவி.

2018

கணை

1

அடர்ந்து படர்ந்த பசுமை நிறைந்த மரத்தின் மேற்பகுதி. அருகருகே ஒன்றிரண்டு மரங்கள். மரங்களின் கிளைகளைக் கடந்து தரைப்பகுதியில் கடப்பைக் கல்லாலான அமரும் இடத்தில் கந்தல் உடையில் விரிந்த சடையும் அழுக்குமாக செம்பட்டை நிறைந்த தலையை 'வரட் வரட்' என்று கைகளால் சீவுவது போல் செய்துகொண்டிருந்தாள் நாற்பத்தைந்து வயதைத் தாண்டிய பெண். ஒரு கணம் அவள் செய்கையில் காலம் உறைகிறது. பின் நகர்ந்து சென்றால் பிரம்மாண்டமான காவி கலந்த அரசு அலுவலகக் கட்டிடம். அதனை ஒட்டியபடி குற்றவியல் நீதிமன்றம். பல்வேறு விதமான பாவனைகளில் பல வயதிலும் கலந்த மனிதர்கள் பல்வேறு செய்கைகளில் பல்வேறு கோணங்களில் குறுக்கும் நெடுக்குமாகத் திரிகின்றனர். அவர்களை ஊடுருவி வேகவேகமாக முன்னோக்கிச் செல்லும் நால்வர். முதுகுகளின் பின்புறம் மட்டுமே தெரிகிறது. நிற்கின்றனர். அவர்களின் தோள்பட்டைகளின் ஊடாக சற்றுத் தொலைவில் வழக்கறிஞர் ஒருவரும் அவரிடம் உதவியாளராக இருப்பவரும் ஏதோ பேசிக்கொண்டு உள்ளனர். கறுப்புக் கோட்டை கழட்டியபடி 'கேஸ் கட்' பைலை தனது உதவியாளரிடம் தந்து வழக்கறிஞர் சதாசிவம் நகர்ந்து சென்றுவிட, கேஸ் கட்

பைலோடு உதவியாளர் கோர்ட் படியேறி நீண்டுகிடக்கும் வராண்டாவை நோக்கி நகர்கிறான்.

முதுகுபுறம் மட்டும் தெரியும் நால்வரைப் பின்னுக்குத் தள்ளி உதவியாளனை கேமரா நெருங்கி முகத்தில் உறைகிறது.

அன்றைய காலை நேரம். பறையொலி கேட்கிறது. கூட்டமாக தலைப்பாகையோடு ஐந்தாறு பேர் நெருப்பில் பறை மேளத்தை வாட்டுகின்றனர். சற்றுத் தள்ளி சைக்கிளைப் பிடித்தபடி வழக்கறிஞரின் உதவியாளன் முண்டா பனியனும் கைலியுமாக வேப்பங்குச்சியால் பல் துலக்கியபடி நிற்கிறான். தலைப்பாகையோடு இருப்பவர்கள் வெவ்வேறு வயதினராய் இருந்தனர்.

நெருப்பில் மேளத்தை வாட்டிய பெருசு அதன் பதம் பார்க்க தப்பு அடித்தபடியே “ஏதோ உதவி பண்றேன்... உதவி பண்றேன்னு... ஓரமா போற அரவத்தைக் கால்ல போட்டுக்காதடி மாப்ளே... சின்ன வயசுல கூட படிச்சவன்னு பெரிய வூட்டை நெருங்காதே...” என்கிறார் உதவியாளனைப் பார்த்து. தப்படி மேளச் சத்தம் தொடர்கிறது.

கோர்ட் வராண்டாவில் உதவியாளன் நகர்ந்து சென்றுக் கொண்டிருக்க பின்தொடரும் நால்வரின் தோள்பட்டைகள் மட்டும் தெரிகிறது. வேகமாகச் செல்லும் உதவியாளனை நால்வரின் தோள்பட்டைகளும் வேகமாக நெருங்குகிறது. யாருமற்ற தூண் பகுதி. உதவியாளனை ஒரு கரம் பற்றி இழுக்கிறது. அதிர்ச்சியில் திரும்பும் உதவியாளனின் முகத்தை நோக்கி அரிவாள் பாய்கிறது. “அய்யோ” என்ற அலறலில் கோர்ட் வளாகமே ஸ்தம்பிக்கிறது. என்ன நடக்கிறது என்று யாருக்குமே புலப்படவில்லை.

கறுப்புத் திரையில் சப்த ஒலிகள் கலவைகளாய் ஒலிக்கிறது.

“அஞ்சாறு பேர்யா... ஓடறானுங்க பார்...”

“காம்பவுண்ட் சுவர்ல ஏறி குதிச்சிட்டானுங்கய்யா.”

காவலர்கள் ஓடிவரும் பூட்ஸ் ஒலிகள்.

“நகரு... நகரு...”

“கிரிமினல் லாயர் சதாசிவத்தோட அசிஸ்டெண்ட்... ப்ச்ச்... ப்ச்ச்...”

“ஆஸ்பத்திரியில சேர்த்தாலும் பொழச்சுப்பானாய்யா?”

“எல்லாம் பொம்பளை மேட்டரா இருக்கும்பா.”

“லவ்வாய்யா...”

“அடுத்தவன் பொண்டாட்டிகிட்ட லவ்வு என்ன வேண்டிக்கிடக்கு” -நக்கலான சிரிப்பொலிகள்.

“அவன் செல்போன்... கேஸ் கட் பைலையெல்லாம் எடு... இன்ஸ்பெக்டருக்குத் தகவல் கொடு.”

“கூட்டம் சேராதீங்க தள்ளிப் போங்கய்யா...”

2

ஆற்றுக் கரைப்பகுதியிலிருந்து மெல்ல சறுக்கலாக இருந்த பாதையில் வேணி இறங்கினாள். சறுக்கிவிடும் போலிருந்தது. பாவாடையையும் தாவணியையும் இழுத்துப் பிடித்து விழுந்து விடாமல் இறங்கினாள். முதுகில் துவைத்துக் காய வைத்து மடித்துக் கட்டிய துணிகளைச் சுமந்தபடி மேலேறி வந்து கொண்டிருந்தார் அறுபது வயது முதியவர். கண்களைச் சுருக்கியபடி நிமிர்ந்து வரும் அவரைப் பார்த்தாள்.

“பாட்டா... அம்மா இருக்கா?” என்றாள்.

“இங்கன எதுக்கு நீ வர்றே... அப்படி என்ன ஜோலியாம்” என்றவர் மேலேறியபடியே “உந் தலைமுறை இதையெல்லாம் விட்டொழிச்சுப் போற வழியைப் பாரு” என்றார்.

“ஏய்... விருட்னு வாடி” தொலைவிலிருந்து வேணியின் அம்மா கத்தினாள். தலையில் பழைய வேட்டியை முக்காடுபோல் மூடியிருந்தாள். களைத்துப் போனவளாக மூச்சு வாங்கினாள். துவைத்து அலசிய துணிகளைப் பிழிந்து வைத்துக்கொண்டிருந்தாள்.

“தாமசமா வந்துட்டேன். இதெல்லாம் எங்க காய வைக்கிறது. வண்ணாந்துறைன்னுதான் பேரு... மனசுல ஈவிரக்கமில்லாம அசிங்கம் பண்ணி வச்சிப்புடறானுங்க...”

மணல் பரப்பை சீர்படுத்த கால் பாதங்களைப் பயன்படுத்தினாள். துவைத்த கைலி ஒன்றை எடுத்து விரித்து அதில் வரிசையாக பிழிந்த துணிகளை வைத்துக் கட்டிக்கொண்டிருந்தாள். பொழுது இறங்கிக்கொண்டிருந்தது.

“துவைச்சுத் துவைச்சு முதுகே இல்லாம போயிடும் போலிருக்கு.”

“அம்மா... அப்பா உம்மேலே கோபமா இருக்கு.”

கேள்விகளோடு புருவத்தை நெரித்து மகளைப் பார்த்தாள்.

“நேத்து ராத்திரி என்ன பண்ணினியாம்?” -பெற்றவளை வெறித்தாள்.

“இப்பல்லாம் எங்கடி துணிங்க அதிகம் வருது.. மெஷினுல போட்டு எடுத்துடறாங்க.”

“நேத்து ராத்திரி என்ன பண்ணின?” பற்களைக் கடித்தபடி கேட்டாள்.

வேணியின் அப்பா அம்மாவின் கழுத்தைப் பிடித்துத் தள்ளினார். வேணி இருவரையும் பிரித்து சமாதானப்படுத்த முயன்றாள்.

“அம்மா... தாயே... கொஞ்சம் பழசு இருந்தா போடும்மா...” அடர்ந்த இருளில் மெலிதாக கசியும் மின் விளக்கு ஒளி.

அந்த வீட்டுக் கதவைத் திறந்தபடி வெளியே வந்த அம்மாள் வேணியின் அம்மாவைப் பார்த்து “உனக்கு என்னடி கேடு...

இப்படி வந்து நிக்கிறவ... இன்னும் பரம்பரைப் பழக்கமெல்லாம் இருக்காடி...” என்றாள்.

வேணியின் அம்மா சுருண்டு படுத்துக்கொண்டு அழுது கொண்டிருந்தாள். பற்களை நறநறத்தபடி வேணியின் தந்தை வாசலைவிட்டு வெளியேறுவது வேணியின் அம்மா பார்வையினூடே தெரிந்தது.

வீட்டுப் பின்னணியில் சலவையகம் நடத்தும் டேபிள் மீது மடித்து வைத்த துணிகள் கரிப்பெட்டி அடங்கிய அயர்ன் பாக்ஸ் இத்யாதிகள் மங்கலாகத் தெரிய அவளின் கேவல் ஒலி மெல்லக் கேட்டது.

3

சைக்கிளை வீட்டின் சுவரில் சாய்த்து வைத்தவன் வீட்டைப் பார்த்தான். வீட்டை பராமரிக்கும் அளவுக்கு சிதிலமடைந்திருந்தது. கனகவேல் முகத்தில் கவலை ரேகைகள் வெளிப்பட்டு சட்டென்று மறைந்தன.

கை கால்களை அலம்பினான். பின் சோப்பை நுரை பொங்க தேய்த்து கைகளைக் கழுவினான். சட்டையைக் கழற்றி உதறினான். நெஞ்சுப்பகுதியில் வெட்டப்பட்ட மயிர்த் துண்டுகள் பல தினுசுகளில் ஒட்டியிருந்ததைத் தேய்த்து எடுத்துட்ஹ் தண்ணீரில் கைகளைக் கழுவினான்.

“சுத்தபத்தமா வந்து எந்தப் பண்ணாடையாவது முடிவெட்டிக்கிடறானுங்க... அழுக்கும் வாடையுமாகத்தான் வர்றானுங்க... வெட்டுறவனும் மனுசந்தான்டா...”

சட்டையை இப்படியும் அப்படியுமாகத் திருப்பினான். முதுகுபுறப் பகுதியில் நீளமான மயிர் ஒன்று ஒட்டியிருந்தது.

“இப்படி பொம்பளை கணக்கா எதுக்குடா புயல் வளர்த்து தொலைச்சிருக்கே” முடியை வெட்டியபடி காலையில் புயலிடம் கேட்டது நினைவில் தட்டுப்பட்டது.

“விதவிதமா வெட்டி அலுத்துப் போச்சா... அதான் கிடக்கட்டும்னு விட்டுட்டேன்... தனுஷ் கணக்கா வெட்டிவுடு...”

போன் ரீங்காரமிட சட்டையை உதறி மாட்டியபடி போனை எடுத்தான். பேசிவிட்டு வீட்டினுள் நுழைந்தவன் அம்மாவிடம் “வந்து சாப்பிடறேன்மா... பெரிய வூட்லருந்து போன்... பெரிசுக்கு ஷேவ் மட்டுந்தான்... வந்துடறேன்...”

அவன் வெளியேறிய சமயம் அவனின் தம்பி பாலன் வீட்டில் நுழைந்தான். கையில் பை இருந்தது. ஒருவரையொருவர் பார்த்துக்கொண்டனர்.

“எத்தனை மொட்டை அடிச்சே?”

“கோயில் காண்ட்ராக்டரை கவனிச்சாதான் நிறைய ஆளுங்களை நமக்கு அனுப்புவானுங்க.”

அண்ணன் கனகவேல் மௌனமாக பார்த்தான்.

“கடைச் சாவியைக் கொடு... பெரிசுக்கு நான் பண்ணிட்டு வர்றேன்... சாப்டுட்டு கடைக்கு வந்துடு.”

“நீ எப்ப சாப்பிடுறதாம்?”

“வரும்போதே சாப்டுட்டேன்” என்றவன் கடைச் சாவியை வாங்கிக்கொண்டு சைக்கிளை எடுத்தான்.

“படிச்சுட்டு நம்ம தொழிலுக்கு ஏன்டா அவனை விடறே” என்றாள் அம்மா.

சைக்கிள் ஸ்டாண்டைத் தள்ளியபின் அம்மாவைத் திரும்பிப் பார்த்தான் மௌனமாக. அண்ணன் சாப்பாட்டுத் தட்டை எடுத்துக்கொண்டு சம்மணமிட்டு உட்கார்ந்தான்.

பிற்பகல் வெயில் சுளீரென்று அடித்தது. கடை வீதி சாயங்கால வெளிச்சத்தில் களைகட்ட ஆரம்பித்தது. தள்ளுவண்டிகளில் சில்லி சிக்கன் கடை, மீன் வறுவல் கடை, பிரியாணிக் கடைகளிலிருந்து கிளம்பிய வாசனை காற்றில் கலந்தன.

பிளாஸ்டிக் கடை அருகில் நேஷ்னல் பர்மிட் லாரி ஒன்று நின்றிருக்க அதைக் கடந்து தெரு திருப்பத்தில் இவன் சைக்கிளில் திரும்ப துணி மூட்டையைச் சுமந்தபடி வேணியும் அவள் அம்மாவும் அவனைக் கடந்து சென்றனர். இரு எதிரெதிர்த் திசைகளில் பாலனும் அவர்களும் விலகிச் சென்றனர்.

4

அரசமரத்தடி. மரத்தைச் சுற்றிலும் காரகட்டான் சாமி சிலைகள் எண்ணெய் வழிசலோடு இருந்தன. அதன் முன்னால் உள்ள சிறிய மைதானத்தில் கபடி விளையாட்டுப் பயிற்சி மும்முரமாக நடந்துகொண்டிருந்தது. பயிற்சி கொடுக்கும் நடராஜன் விசில் ஒலியோடு பரபரப்போடு இருந்தான். நடராஜனின் தந்தையும் முன்னாள் கபடி வீரர்தான். பக்கவாத தாக்குதலால் படுத்தபடியோ... ஈஸி சேரில் சாய்ந்தபடியோதான் இருப்பார்.

கடந்து செல்லும் பாலனைக் கண்ட நடராஜன் நட்பான தொனியில் “டேய்... ஆங்ஞாவுக்கு ஷேவ் மட்டும் பண்ணி விடு” என்றபடி விசில் அடித்து பயிற்சி கொடுப்பதில் கவனமானான். கபடிப் பயிற்சியைப் பார்த்தபடியே தலையசைத்து சைக்கிளில் கடந்தான். அப்போது நேஷ்னல் பர்மிட் கொண்ட லாரி தொலைவில் இருந்த சாலையில் புறப்பட்டுச் சென்றது.

5

படுக்கை அறையிலிருந்து இளைய மகள் சங்கீதா ஆங்ஞாவை அழைத்து வந்தாள். பக்கவாதத்தால் ஒரு கால் ஒரு கை மற்றும் முகம் இழுத்தபடி இருக்க அவர் அவள்மீது சாய்ந்தபடி வந்தார். ஒருபக்கமாகத் தோளில் சால்வை சரிந்து விழுந்து தொங்கியது.

அழைத்து வரும்போதே அவள் பாலனை ஓரப்பார்வையால் பார்த்து கண்களைச் சிமிட்டினாள். அவன் சுற்றும் முற்றும்

பார்த்தபடி உதட்டைக் குவித்து "கொழுப்புடி உனக்கு" என்றான் சத்தமில்லாமல்.

அப்போது சங்கீதாவின் அக்காள் புடவையை ஒருக்களித்துத் தூக்கிப் பிடித்தபடி தண்ணீர் நிரம்பிய வாளியை எடுத்து நடந்து சென்றுகொண்டே.... "சங்கீதா... கொல்லைப்புறம் கொண்டுபோ... போன தடவை பழைய ஸ்டோர் ரூமுக்கு கொண்டு போய் முடி வெட்ட வுட்டுருக்கே... அங்கொண்ணும் இங்கொண்ணுமா நிறைய முடிங்க இன்னும் கிடக்கு..." என்றாள்.

ஆங்ஞாவை சேரில் உட்காரவைத்து ஷேவ் க்ரீமை முகத்தில் தடவினான். ஆங்ஞாவின் பின்னால் நின்றபடி சங்கீதா 'ஸ்..ஸ்.. இப்படி வா' என்று சைகையால் அழைக்க புருவம் உயர்த்தி 'என்ன?' என்றபடி சென்றான். ஆங்ஞா மேல் இருந்த துண்டை சரிசெய்தபடி அவனை இழுத்து அணைத்து முத்தமிட்டாள். அவள் இழுத்த இழுப்பில் அவள் மீது மோதலாக விழுவதைத் தவிர்க்க தள்ளி ஸ்பிரிங் போல் சென்றான்.

"இதெல்லாம் நடக்காது சங்கீதா... வேண்டாங்கறேன்... இந்தா..." ஏதோ சொல்ல வாயெடுத்தவனின் வாயைப் பொத்தினாள்.

"உன்னை என் நெஞ்சுக்குள்ளே வச்சிருக்கேன்டா."

"எங்கே காட்டு பார்க்கலாம்."

"சவுக்குத் தோப்புக்கு வா."

"என் உசிரை வாங்காதேடி."

"டீச்சர் போஸ்டிங் வாங்கு... ஊரைவிட்டே ஓடிப்போயிடலாம்..." என்றவள் அவனுடன் நெருக்கமாக நின்று கன்னத்தில் மீண்டும் முத்தமிட்டாள். ஆங்ஞா திக் பிரமையோடு ஒரே கோணத்தில் வெறித்தபடி இருந்தார்.

எல்லாம் முடித்து பையை எடுத்து சைக்கிளில் மாட்டினான். உள்ளேயிருந்து சங்கீதாவின் அக்காள், 'அய்யோ' என்று அலறும் சத்தம் கேட்டது. தொடர்ந்து வேலையாட்கள் ஓடும்

சப்தங்களும் கேட்க இவன் வீட்டின் உள்ளே நுழையத் தயங்கி மூச்சு வாங்கினான்.

“அவனை ஏன்டா கொன்னீங்க?” என்று அழுது அரற்றியபடி சங்கீதாவின் அக்காள் குரலொலி அந்த இடத்தையே உலுக்கியது.

6

சலூன் கடை

கடையின் உட்புறம் முடிதிருத்தகத்திற்கு உரிய அனைத்து அம்சங்களும் நிறைந்திருக்கிறது. புதிதாக இல்லாமலும் பழைய கடையாக இல்லாமலும் தோற்றம் தந்தது. டி.வி ஒன்று மேலே இருந்தது. ஸ்பீக்கர் செட் கடைக்கு வெளியே அலறிக்கொண்டிருந்தது. அதனருகில் மூன்று நான்கு பேர் அமரும்படியான பெஞ்ச். அதில் செய்தித் தாள்களைப் படித்தபடி இருவர் இருந்தனர்.

கடை உள்ளே இரு நாற்காலியிலும் ஒருவர் முடி வெட்டியபடியும் மற்றவர் ஷேவிங் செய்தபடியும் இருக்க வெளியே ஸ்பீக்கர் செட்டில் பழைய பாடல்களின் கானம் வீசிக்கொண்டிருந்தது. ‘புத்தி சிகாமணி பெற்ற பிள்ளை…’

அப்போது புயல் ஒரு குடம் தண்ணீர் பிடித்து வந்து தர கனகவேல் வாங்கி பானையில் ஊற்றுகிறான்.

பேப்பர் படித்துக்கொண்டிருந்தவர்களில் ஒருவர் “குமாஸ்தாவை அநியாயமா போட்டுத் தள்ளிட்டாங்க” என்றார்.

ஷேவ் செய்து முடித்தபின் பாலன் வெளியே வந்து பெஞ்சில் உட்கார்ந்தான். ஷேவ் செய்து கொண்டவர் வெளியேறிக்கொண்டிருந்தார்.

“பெரிய வீட்டு விவகாரமா?”

“என்னய்யா சொல்றே…”

“மூத்த பொண்ணு வாழாம வந்திருக்கில்லே.. அதுவும் குமாஸ்தாவும் ஒண்ணாப் படிச்சவங்களாம்.. சாதி பிராப்ளம்யா... ரெண்டுக்கும் ஒண்ணுக்குள்ளே ஒண்ணு ஏதோ இருந்திருக்கு.”

“அப்படியெல்லாம் இருக்காதுண்ணே. கட்டிக்கிட்டு போனவன் சரியான பொம்பளை பைத்தியமாம். நிறைய தொடுப்பு உண்டாம். பத்தாத்துக்கு மொடாக் குடிகாரன் வேறு. அதான் வந்துடுச்சு. டைவோர்ஸ் பண்ற விஷயமா உதவி கேட்டுருக்கிலாம்ல... என்றான் பாலன்.

கடை வாசலில் போலீஸ் ஜீப் வந்து நின்றது.

பேப்பர் படித்துக்கொண்டிருந்தவரை ஜீப்பிலிருந்த காவலர் சைகையால் கூப்பிட்டார். சென்றவர் அங்கிருந்தபடியே “கனகவேல்” என்று கூப்பிட கனகவேல் தம்பி பாலனிடம் கத்தரிக்கோலைக் கொடுத்துவிட்டு புருவம் உயர கேள்வியோடு சென்றான். முகத்தில் பயம் கலந்த ஆச்சர்யம். காவலரிடம் ஏதோ பேசிக்கொண்டிருக்க காவலர் அவனை ஜீப்பில் ஏறச் சொல்கிறார். ஏறி அமர்ந்தவன் ‘வந்துடறேன்’ என்று பாலனுக்கு சைகை காட்டுகிறான்.

“என்னய்யா... கனகவேலைக் கூட்டிட்டு போறாங்க?”

7

டைலர் கடை

இருமியபடி துணியைத் தைத்துக் கொண்டிருக்கும் நோஞ்சான் தோற்றம் கொண்ட டைலர். அவரின் மனைவி ஓங்கு தாங்கான உயரம். நல்ல உடற்கட்டு. துணிக்கு பட்டன் கட்டிக்கொண்டிருந்தாள்.

கடைக்கு நடராஜன் பைக்கில் வந்து இறங்கினான். இறங்கி உள்ளே நுழைந்தவன் அவள் அருகில் அமர்ந்து சிகரெட்டைப் பற்ற வைத்தான். அவன் கை எட்டும் தொலைவில் இருந்த

அவள் இடுப்பு மடிப்புகளில் ஊர்ந்தது. எதிர்பாராத ஒரு கணத்தில் கிள்ளுவது போல் பிடித்து அழுத்தினான்.

அவள் நமுட்டுச் சிரிப்பு சிரித்தாள்.

தையல் மிஷினின் 'கட கட' சப்தம் எழுகிறது.

8

வெறிச்சோடியிருக்கும் தெரு. ஒதுக்குப்புறமான மண் குடிசை வீடு. உள்ளேயிருந்து நாட்டுப்புறப்பாடல் ஒலிக்கிறது. இதமான ஆண் குரல்.

"சண்ட வரப்போகுதம்மா ஏலவல
சண்டாளா கையைவிடு ஓவேல
கையைவிடு என்ன நேசம் ஏலவல
கணவன்... கண்டா... வெகுமோசம்... ஓவேல
கணவன் உறங்குறாண்டி ஏலவல
கன்னத்திலே கைவைச்சு ஓவேல
வாசமடி நீ எனக்கு ஓவேல
மதனியடி... ஓர்... முறைக்கு... ஏலவல..."

பதினேழு வயது மணிமேகலை வீட்டினுள் சாதம் வடித்து நிமிர்த்துகிறாள்.

"அப்பா... சாப்பாடு இருக்கு. நான் ஷிப்டுக்கு போயிட்டு பதினொண்ணு பத்துக்கு வந்துடுவேன். ரோட்டுக்கெல்லாம் வந்து நிற்காதே... உன் பாட்டைக் கேட்டு நாயெல்லாம் கத்துதுங்க..."

அவள் வெளியேறி சாலையின் ஓரம் நின்றாள். அப்போது தனியார் செக்யூரிட்டி உடையில் பைக்கில் ஒருவர் வந்தார். கனகவேலின் நண்பனுங்கூட.

"மணிமேகலை கம்பெனி வண்டி ரிப்பேர். லீவு எடுக்கிறதும் வெளி பஸ் பிடிச்சு வர்றதும் ஒன் விருப்பம்."

செக்யூரிடி கூறிக்கொண்டே பைக்கில் சென்றான். பைக் கனகவேலின் கடை முன் நின்றது. பாலன் பதற்றமுடன் வெளியே வந்தான். முகம் வெளிற பேசுவதைக் கேட்ட செக்யூரிடி நண்பனின் முகத்தில் அதிர்ச்சி ரேகைகள்.

அவன் பைக்கை ஸ்டார்ட் செய்தான். காவல் நிலையம் முன்பு பைக் வந்து நின்றது.

9

வேணி, தந்தை அயர்ன் செய்து மடித்துத் தந்த சட்டை பேண்ட் புடவைகளை எடுத்துக்கொண்டு தெருவில் இறங்கி நடந்து சென்றாள். அவளைக் கடந்து பாலன் சைக்கிளில் சென்றான். அவள் பார்வை அவன் மீது நிலைகுத்தியிருக்க, ஒரு கணம் சுதாரித்து ஏதோ பேசக் குரலை உயர்த்த முயன்ற சமயத்தில் திடீரென்று தெரு திருப்பத்தில் டைலரின் மனைவி இவளை நெருங்கி அவளிடம் இருந்த துணிகளை வாங்கி நகர்ந்தாள். அதற்குள் பாலன் தொலைவில் சென்றுவிட்டான்.

வேணி ஆற்றை நோக்கி யோசனையுடன் நகர்ந்தாள்.

10

போலீஸ் ஸ்டேஷன். உள் அறை.

“உன் கடைக்குதான் அடிக்கடி வருவாப்லயாமே? உனக்குத் தெரிஞ்சதைச் சொல்லு...”

“பேப்பர் படிக்க வருவாரு சார். எப்பவாச்சும் முடி வெட்டிக்குவாரு. செல்ப் ஷேவிங் செய்துக்கிறவரு சார்.”

“நான் வேற மாதிரியில்ல கேள்விப்பட்டேன்.”

கனகவேல் புரியாமல் பயத்தோடு பார்த்தான்.

“பெரிய வீட்டு மூத்த பொண்ணுக்கு தூது போற மாதிரிதான் பெரிசுக்கு முடிவெட்டப்போறதா தகவல்யா...”

“அய்யோ சார்... அப்படியெல்லாம் இல்லை...”

சற்றுத் தள்ளி அப்பிராணியாய் புயல் உட்கார்ந்திருந்தான்.

லத்தியை கனகவேலின் கன்னத்தில் அழுத்திய இன்ஸ்பெக்டர் “கேள்விப்படற விஷயமெல்லாம் சரிப்படற மாதிரியில்லடே.... கூப்பிடறப்போ ஸ்டேஷனுக்கு வரணும். பகல்ல கோர்ட் உள்றயே மர்டர். தணிகாசலம் இவன்ட்ட கையெழுத்து வாங்கிட்டு வெளியே விடு.”

வெளியேறி ஸ்டேஷன் படியிறங்கினான். அப்போதுதான் வந்து நின்ற செக்யூரிடி நண்பனைப் பார்த்து கண்கள் கலங்க நெருங்கினான். கனகவேலை தட்டிக்கொடுத்து தனது பைக்கில் ஏற்றிக் கிளம்பினான் செக்யூரிடி.

காவல் நிலையத்தின் உள்ளிருந்து ஜன்னல் வழியே புயல் இதைப் பார்த்துக்கொண்டிருக்கிறான்.

“டேய்... உன்னைத்தான் வென்றுபயலே எழுந்து வாடாங்கே...”

“பேரென்னடா?”

“புயல்.”

“அடிங்... முழுப்பேரென்னடா?”

“கௌதமன்.”

வக்கீல் குமாஸ்தா போட்டோவைக் காட்டி “போட்டோவில இருக்கிறது யாருடே..” என்றார் இன்ஸ்பெக்டர்.

“குமாஸ்தா வடிவேலுங்கய்யா.”

“பெரிய வீட்டுக்குப் போவியா?”

“ஏதாச்சும் நடராஜண்ணே வேலை கொடுத்துச்சுன்னா போய்

செஞ்சுட்டு வருவேன்... அவரு கபடி டீம் எங்கேயாச்சும் விளையாடப் போச்சுதுன்னா கூட போவேனுங்கய்யா...”

லத்தியால் அவன் நெற்றி மூக்கு உதடு என அழுத்தியபடி, “கூப்பிடறப்போ வரணும் போடே...” என்றார்.

“இவனுங்க ரெண்டு பேரையும் கண்காணிப்பிலே வச்சிருங்க.”

காவலர் தணிகாசலம் தலையாட்டுகிறார்.

சில விநாடி கழித்து காவல் நிலைய வாசல் முன் நடராஜன் பைக்கில் இருந்து இறங்குகிறான்.

11

கல்லூரிப் பேராசிரியர் சடையப்பனின் வீடு.

டைலர் மனைவி இயல்பாகவும் அதே சமயம் மெல்லமாகவும் அந்த வீட்டினுள் நுழைந்தாள்.

“ரெண்டு சட்டை ரெண்டு பேண்ட்” என்றபடி கையில் எடுத்து வந்த பையை மேஜையில் வைக்கிறாள்.

“என்ன வீட்ல யாரையும் காணோம்?”

“அவ இருந்தாலும் உன்னத் தொடுவேன்டி” திடீரென்று பின்பக்கமாக வந்து இழுத்து அணைக்கிறார் சடையாண்டி.

“மூச்சு முட்டுது... உங்க பொண்ணு காலேஜ் விட்டு வந்துடப்போறா?” என்று சிணுங்கினாள்.

சாத்தப்பட்டிருக்கும் கதவை மெல்ல தட்டியபடி “சடையப்பன் சார்... சார்... சார்” என்று இளம் பெண்ணின் குரல் ஒலிக்கிறது. யாரும் வராததைக் கண்டு பாதி திறந்திருக்கும் ஜன்னல் வழியே பேராசிரியரின் மடியில் டைலரின் மனைவி கிறக்கத்துடன் ஒய்யாரமாகப் படுத்திருப்பதைப் பார்க்கிறாள். அதிர்ச்சியுடன்

வேணி திரும்பிய வேகத்தில் கையிலிருந்த சலவை செய்த வேட்டி சட்டைகள் தவறி விழுந்தன. சத்தமிடாமல் எடுத்துக்கொண்டு திரும்புகிறாள்.

'பட்ட பகல்லயேவா... செண்பகத்தோட அப்பா... அதுவும் வாத்தியார்... பட்ட பகல்லயேவா...' மனதுக்குள் புலம்பியபடி சென்ற வேணி, தெரு திருப்பத்தில் எதிரே வந்த பாலனின் சைக்கிளில் மோதி விழுந்தாள். சுதாரித்து எழுந்த இருவரும் ஒருவரை ஒருவர் பார்த்துக்கொள்கின்றனர்.

12

நடராஜன் தனது பைக்கை துடைத்துக்கொண்டிருக்க பாலன் சைக்கிளை விட்டு இறங்கி, "என்னண்ணே வரச் சொன்னீங்களாம்." என்றான்.

"டியார்பி பரீட்சை எழுதியிருக்கீயாமே வாத்தியாரா போயிடுவீயாடா... ம்ம்ம்... பெரிசுக்கு ஷேவிங் செஞ்சுட்டு போ. நொய் நொய்ங்கிறான் மனுசன்."

வாசலின் இடதுபுறம் மூத்தபெண் மிளகாய் வற்றல்களை காய வைத்துக் கொண்டிருக்கிறாள். உள்ளே நுழைந்தவன் சட்டென்று நின்று அருகில் இருந்த சந்தில் திரும்பி பின்கட்டில் வந்து நின்றான்.

"எப்படி.... வர வைச்சேன் பார்த்தியா?!"

சங்கீதாவின் குலுங்கிய குரலொலி.

"நிஜமாவே கொழுப்புடி உனக்கு."

அருகில் இருக்கும் திண்ணையில் ஏறி நின்றவனை எவ்வி அவன் கன்னத்தில் முத்தமிட்டாள்.

"சாகப்போறேன்டி!"

“ஏன்?”

“குமாஸ்தா மேட்டர்ல உங்க அண்ணன் எங்க அண்ணன்னு போலீஸ் சந்தேக வட்டத்துல வைச்சிருக்காங்க.”

மறுபடியும் கன்னத்தில் முத்தமிட்டாள்.

“நாம ஓடிப்போய் கல்யாணம் பண்ணிக்கிலாம்டா” என்கிறாள்.

“என்ன ஜன்மம்டி... உன் வீட்டுக்குள்ளே நுழையவே முடியலை. பின்கட்டுதான் வழி. தேவையில்லாத கற்பனையை வளர்த்துக்காதே.”

“வேற எவளையாவது கட்டிக்கிட்டே, கொன்னே புடுவேன்” என்றாள் காதல் மொழியில். அவளை திக்பிரமையோடு பார்க்கிறான்.

13

மத்திய வயதுள்ள கல்லூரி ஆசிரியர் சடையப்பனின் மனைவி அலமேலு மகள் செண்பகத்தோடு வாங்கிய காய்கறிப் பைகளோடு தெருவின் மத்தியில் வந்துகொண்டிருக்கும்போது எதிரே துவைக்கிற துணி மூட்டைகளோடு வேணி வேகமாகக் கடந்து போகிறாள்.

“காமாட்சிகிட்டே தேய்க்கக் கொடுத்த வேஷ்டி சட்டைங்க இன்னும் வரலீயே.”

அலமேலுவின் கேள்விக்கு ஒரு கணம் நின்று வெறித்துப் பார்த்தவள், “சாயங்காலம் கொண்டு வரேன்க்கா” என்று கூறி நடந்து சென்றாள்.

வீட்டின் வாயிலின் அருகே பழைய லேடீஸ் செப்பல்களைக் கண்ட அலமேலு விரல்களை வாயில் வைத்து மகளை எச்சரிக்கும் விதமாக வீட்டில் நுழைய கதவைத் திறந்தாள்.

கணவன் ஹாயாக டி.வி பார்த்துக்கொண்டிருந்தான். அம்மாவும் மகளும் ஒருவரையொருவர் பார்த்துக்கொண்டனர்.

“வயசுக்கு வந்த மகள் ஒருத்தி இருக்கிறது தெரியுந்தானே...?”

“என்னடி அதுக்கு?”

“கண்டவளைக் கூட்டி வந்து கூத்தடிக்கிறது சரியாப் படுதா?” காய்கறிகளை எடுத்து வைத்தபடி கேட்டாள்.

“என்னடி மறுபடியும் ஆரம்பிச்சிட்டியா?”

விருட்டென்று எழுந்தவள் வாசலில் கிடந்த செருப்புகளை எடுத்து “இது என்ன?” என்று வேகமாகத் தூக்கி நீட்டியவள் கைகளிலிருந்து ஒரு செருப்பு எகிறி சடையப்பனின் மேல் விழுந்தது. அவர் ரௌத்திரத்தோடு எழுந்தார்.

“மானங்கெட்ட சனியனே...” என்றபடி அவள் தலை மயிரைப் பிடித்து இழுக்க இருவருக்குள்ளும் தள்ளு முள்ளு ஏற்பட்டது. மகள் தடுக்க முயன்று முடியாது தவித்தாள். வீட்டைச் சுற்றி அக்கம் பக்கத்தார் வேடிக்கை பார்க்க மகள் செண்பகம் கூனிக் குறுகிப்போனாள்.

14

வெறிச்சோடியிருக்கும் தெருவில் மணிமேகலையின் மண் குடிசை வீடு. அடுப்பைப் பற்ற வைத்தபடி மணிமேகலையின் அப்பா இதமான ராகத்தில் பாடுகிறார்.

“காய் இருக்கு...
கனி இருக்கு...
கனிய ராசா மகளும் இருக்கா.
இன்ஸ்பெக்டர் மக இல்லாம...
என்ன கறி வைக்க...”

அடுப்பு எரிகிறது. தண்ணீர் கொதிக்கிறது. அரிசியைக்

களைகிறார். குளித்து முடித்து ஆடையணிந்து தலைசீவி நடந்தபடி மணிமேகலை அவரைப் பார்க்கிறாள்.

“சட்டை மேல் சட்டை போட்டு...
சரிகை சட்டை மேலே போட்டு...
எந்த சட்டை போட்டாலும்...
எடுக்கணுமே உப்புப்பெட்டி...”

“அப்பா... போதும்பா... தாங்க முடியலே. கம்பெனிக்குப் போகணும்பா... இன்னுமா சமைக்கிறே? நானே சமைச்சிருப்பேன்.”

“கங்காணி கங்காணி
கருத்த சட்டை கங்காணி...
நாலு ஆளு வரலேன்னா
நக்கிப் போவான் கங்காணி...”

டிபன் பாக்ஸ் பையோடு சாலைக்கு வந்த மணிமேகலை மேடேறி செல்கிறாள். எதிரே மெல்ல வந்த நேஷனல் பர்மிட் கொண்ட லாரி அவளைப் பார்த்து நிற்கிறது. டிரைவர் ஆண்டியப்பன். அவளைப் பார்த்துப் புன்னகைக்கிறார்.

“என்னம்மா... வேலைக்குப் போறாப்லயா?”

புன்னகைத்தபடி தலையசைத்தாள்.

“சுதா படிக்கப் போறாளாப்பா?”

“காலேஜ்ல சேர்த்துவிட்டிருக்கேன்மா... இன்னிக்குதான் வண்டியை விட்டு இறங்கப்போறேன்.”

“சுதாட்ட நான் கேட்டதா சொல்லுப்பா...”

வண்டி கிளம்புகிறது.

“அம்மா இல்லாத பொண்ணு... தகப்பனும் சுதாரிப்பு இல்லே... சின்ன வயசுல பொறுப்பப் பார்த்தியா ஏழுமலை...” கிளீனரைப் பார்த்துக் கூறியபடி திருப்பத்தில் வண்டியைத் திருப்ப வண்டி தொலைவில் சென்றுகொண்டிருந்தது.

15

சவுக்குத் தோப்பிலிருந்து பாலனும் சங்கீதாவும் சேர்ந்து வருவதை தொலைவிலிருந்து கனகவேல் அதிர்ச்சியோடு பார்க்கிறான்.

ஆவேசத்தை அடக்கியபடி கனகவேல் வீட்டுப் படிக்கட்டில் உட்கார்ந்திருக்கறான். அம்மா உள் வேலையாக நடமாடியபடி செய்துகொண்டிருக்கிறாள். அப்போது பாலன் வீட்டுப் படியேறி உள்ளே செல்கிறான். கனகவேல் உட்கார்ந்தபடியே அவனைப் பார்க்கிறான். முகத்தில் வெறுப்பு உமிழ்கிறது. விருட்டென்று எழுந்து வீட்டுக்குள் சென்றவன் கோபத்தினை அடக்கிக்கொண்டு கேட்டான்.

“வாத்தியார் போஸ்டிங்கிற்காக வெயிட்டிங்கில காத்திருக்கே... உனக்கே நல்லாருக்கா?”

“எதுண்ணே?”

“நடராஜன் தங்கச்சியெல்லாம் சரிப்பட்டு வராதுடா... நம்ம வகையறாவிலேயே நல்ல பொண்ணுங்...”

“அண்ணே உனக்குப் பிரச்னை வராது.”

“என்ன பண்ணப்போறே?”

“ஆசிரியர் போஸ்டிங் லட்டர் வரட்டும் அப்புறம் சொல்றேன்.”

“உன் பதினேழு வயசுலர்ந்து நீ லவ் பண்றது இது எத்தனாவது பொண்ணுடா?” கோபத்தில் கனகவேல் எகிறினான். அம்மா திடுக்கிட்டு இருவரையும் பார்த்தாள். பாலன் எந்த உணர்ச்சியும் வெளிப்படுத்தாமல்...

“என் பர்சனல் விஷயம்...”

“என்னடா... அண்ணங்கிற மரியாதை கூட இல்லாம...” அம்மா ஆதங்கத்துடன் கேட்டாள்.

பாலன் எதுவும் சொல்லாமல் நகர்வதைக் கண்ட கனகவேல், “ஏற்கனவே வடிவேல் கொலை விஷயத்துல தேவையேயில்லாம

சிக்கல்ல இருக்கேன். ஊரே பெரிய வீட்டதான் சந்தேகப்படுது. அப்படியிருக்க, நீ அங்கேயே கை வைக்க நினைக்கிறே. நம்மளை அழிச்சுடுவாங்கடா. ஜாதி பலம் அரசியல் பலத்துக்கு முன்னே நாம மண்ணோட மண்ணா போயிடுவோம்டா... இத்தோட இதை விட்டொழிக்கிறதைப் பாரு...” என்றான்.

பாலன் அம்மாவையும் அண்ணனையும் பார்த்தான்.

“எல்லாம் நான் பார்த்துக்கறேன்..” என்றவன் விருட்டென்று நகர்ந்தான்.

16

சங்கீதா முகம் நிறைய சிரிப்புடன் இருந்தாள். மணப்பெண் அலங்காரத்தில் சற்றுக் கலைந்திருந்தாள்.

“என் லைஃப்ல குறுக்கே வந்த முதல் ஆண் நீங்கதான். அப்படின்னா என்னோட முதல் காதல் உங்களோடதான்” என்று கண் சிமிட்டுகிறாள்.

ஓர் ஆணின் பின்புறம் மட்டும் தெரிய உட்கார்ந்திருந்த சங்கீதா முகம் மலர சிரிக்கிறாள்.

முகம் நிறைய க்ரீம் தடவி பாலன் செல்ப் ஷேவிங் செய்து கொண்டிருந்தான் தனது கடையில். கடையிலிருந்து சாலையில் அலங்காரம் பண்ணிய காரில் மணமக்களை அழைத்துக் கொண்டு உறவுகளோடு செல்லும் காரைப் பார்த்தான்.

கனகவேல் பாலனைப் பார்த்தான். பாலன் ஷேவ் செய்வதில் மும்முரமாக இருந்தான்.

கடை ஸ்பீக்கரில் பழைய பாடல் ‘யாருக்காக இது யாருக்காக...’ வசந்த மாளிகை ஒலிக்கிறது.

வெளியே வந்த பாலன் படு ரிலாக்சாக சைக்கிளை எடுத்து தலையை சிலுப்பியபடி ஏறிச்சென்றான்.

கனகவேல் வந்திருப்பவருக்கு முடிவெட்ட போர்த்தும் துணியை உதறினான்.

“நடராஜன் பெரிய இடமா பிடிச்சான்யா தங்கச்சிக்கு... சமூக நலத்துறை அமைச்சரோட ஒன்னுவிட்ட சகலையோட மகனாம் மாப்பிள்ளை. இனி வடிவேலு கேஸ் அம்புட்டுதான்” என்றபடி முடிவெட்ட வந்தவர் சேரில் உட்காருகிறார்.

காருக்குள் சங்கீதாவும் மணமகனும் அலங்காரத்துடன் அமர்ந்திருக்க கார் மெல்ல சாலையில் ஊர்ந்து சென்றுகொண்டிருக்கிறது.

17

வேணி துவைத்து மடித்துக் கட்டிய துணிகளை எடுத்துக்கொண்டு பின்மதிய வெயிலில் கடைவீதியைத் தாண்டி வந்து கொண்டிருக்கிறாள். சற்றுத் தொலைவில் பாலன் சைக்கிளை விட்டு இறங்காது ஒற்றைக்காலை தரையில் ஊன்றியபடி உதட்டு மீசையை பெருவிரலால் நீவிக்கொண்டான். செல்போன் ரீங்காரமிட எடுத்து எண்ணைப் பார்த்தவன் புருவம் நெரித்து காதில் வைத்து “ஹலோ” என்றான்.

வேணி அவனைப் பார்த்தும் பார்க்காமலும் கடந்துசென்றாள்.

18

கல்லூரிப் பேராசிரியர் சடையப்பன் தனது டூ வீலர் கீழே சாய்ந்து கிடக்க விழுந்தவர் எழ முயற்சித்துக்கொண்டிருந்தார். வண்டியில் கொண்டு வந்திருந்த அரிசி சிப்பமும் சிறுமூட்டை கட்டு அவிழ்ந்தும் சாலையில் கிடந்தது.

வண்டியை நிமிர்த்திய சமயத்தில் புயல் ஓடிவந்தான்.

“என்னாச்சு சார்?”

விழுந்து கிடந்தவைகளை வண்டியில் தூக்கிவைத்தான்.

“பேலன்ஸ் விட்டுட்டேன்டா!”

யாருமற்ற சாலையில் அவர்களைக் கடந்து சென்று கொண்டிருக்கிறாள் வேணி. அவள் பாலன் குறித்து யோசித்தபடி அவர்கள் இருப்பதைக் கவனிக்காது தனக்குள் சிரித்துக்கொண்டாள். அவன் மீசையைப் பெருவிரலால் தடவிக்கொண்டதைப் போல் தானும் தடவிக்கொண்டாள். சடையப்பன் அவளை ஒரு கணம் பார்த்து எச்சிலை விழுங்கினார். பின் பார்த்தும் பார்க்காதது போல் வண்டியைக் கிளப்புகிறார். புயல் சிறு குச்சியால் பற்களைக் குத்தியபடிக்கு சாலையின் எதிர் திசையில் சென்றான். வேணி சாலையின் இடது பக்கம் வண்டிப்பாதையில் நுழைந்தாள். அப்போது நேஷனல் பர்மிட் கொண்ட லாரி சாலையில் பலத்த ஒலியை எழுப்பியபடி சென்றது. ஆளரவமற்ற பாதையில் வேணி புள்ளியாய்ச் சென்றுகொண்டிருந்தாள்.

19

தனியார் கம்பெனியில் செக்யூரிடியாகப் பணி செய்யும் கிருஷ்ணன் தனது பைக்கில் இருந்து மணிமேகலையை இறக்கிவிட்டான்.

“ஏண்ணே... கம்பெனியில புது வேன் வாங்கமாட்டாங்களா?”

அவன் ஏதும் பேசாமல் புன்னகைத்தான்.

“நாளைக்கு வண்டி வருமா?”

“வரும்மா...” என்றபடி சாலையில் பைக்கைத் திருப்பினான். எதிர்பாராத தருணத்தில் அவனுக்குப் பின்னால் பயங்கர வேகத்தில் வந்த மணல் லாரி அவன் திரும்புவதை எதிர்பார்க்காமல் மோதித் தள்ளியது. கிருஷ்ணன் சட்டைப் பையிலிருந்த செல்போன் எகிறிப் பறந்து விழுந்தது. மணிமேகலை நிகழ்ந்த சம்பவத்தின் அதிர்ச்சியில் அலறினாள்.

செல்போனை எடுத்த கரம் நூற்றியெட்டை அழுத்தியது.

மருத்துவமனையில் வியர்த்த முகத்துடன் பாலன் பரிதவிப்போடு இருந்தான்.

“போன் எகிறி விழுந்துடுச்சு சார்” என்றபடி ஒரு இளைஞன் போனை பாலனிடம் தந்தான். சற்றுத் தள்ளி கனகவேல் செக்யூரிடியின் உறவினர்களோடு கலங்கி நின்று கொண்டிருந்தான்.

அமர்ந்திருந்த பாலனை அங்கிருந்தவர்களை கனகவேலை என்று அனைவரையும் மருத்துவமனைச் சுவரின் மேலிருந்த சிசிடிவி கேமரா விழுங்கிக்கொண்டிருந்தது.

மாலை மணி ஆறு.

வேணியின் அம்மா காமாட்சி பரிதவித்துக்கொண்டிருந்தாள்.

“துவைச்ச துணிகளை மடிச்சுக் கொடுத்துவுட்டேன்... வீடு வராம எங்கே போய்த் தொலைஞ்சா சனியன் பிடிச்சவ.”

சடையப்பனின் மகள் செண்பகம் “இங்கே வரலீயே” என்றாள்.

“மெயின் ரோட்டுல வராம வண்டிப்பாதையில நடந்து போனாளே” என்றார் முதிய வண்ணார்.

“வண்டிப்பாதையிலீயா?!”

இருட்டு அப்பிக்கொண்டிருந்தது.

டார்ச் லைட்டின் வெளிச்சத்தில் காமாட்சி, வேணியின் அப்பா, ஊர்க்காரர் சிலருமாகச் செல்ல பாதையின் ஓரத்தில் துணிமூட்டை சிதறிக் கிடப்பதைப் பார்த்து அதிர்ந்தனர். பாதையின் வலதுபுறக் கொடிக்கால் வயலினை நோக்கி காலடித்தடங்கள் கோணல்மானலாகப் பதிந்து சென்று கொண்டிருந்தன.

“அய்யய்யோ...” காமாட்சியின் அலறல் அந்த பிராந்தியத்தையே கலங்கடித்தது.

20

காவல் துறையின் வாகனங்கள் அந்த இருள் பொழுதில் வண்டிப்பாதை ஓரமாக நிற்க காவலர்கள் சம்பவ இடத்திற்கு டார்ச் ஒளிச் சிதறல்களோடு சென்றுகொண்டிருந்தனர்.

காமாட்சி தலைவிரிகோலமாக உட்கார்ந்தவாறு தலைத்தலையாக அடித்துக்கொண்டு கதறினாள்.

வேணியின் உடலில் ஆடைகள் அலங்கோலமாக பட்டும் படாமல் கலைந்து கிடந்தன. ரத்தச் சிதறல்கள் ஆடைகளில் உடல் பாகங்களில் தீற்றல்களாக குரூரத்துடன் வெளிச்சத்தில் தெரிந்தது.

“ரேப் அண்ட் மர்டர்.”

“சார்... கொடூரக்கொலை!”

காவலர்களின் முணுமுணுப்புகள் காற்றில் அலைந்தன. தலையில் இருந்து தொப்பிகளைக் கழட்டி முகவாயைத் தேய்த்துக்கொண்டனர்.

“செஸ்ட்டையும் வர்ஜினையும் அறுக்க ட்ரை பண்ணியிருக்கான் சார்.”

“ஒருத்தனா ரெண்டு மூணு பேராய்யா... பெரும் தலைவலி கேஸா ஆகப்போகுதுய்யா?”

21

சிதிலமடைந்த வீடு. வெளிவாசலருகே தேம்பி அழுதபடி காமாட்சியும் வேணியின் அப்பாவும் அருகருகே வெறித்தபடி உட்கார்ந்திருக்க வீட்டினுள்ளே இரண்டு காவலர்கள் வேணியின் ட்ரெங்க் பெட்டியினுள் இருந்த புத்தகங்களைப் புரட்டியபடி ஏதேனும் க்ளூ கிடைக்குமா எனத் தேடிக்கொண்டிருந்தனர். புத்தகப் பக்கங்களிலிருந்து வாழ்த்து அட்டை கீழே விழுந்தது.

அதில் ‘என்றும் இனிய முத்தங்களுடன் உன்னவன்’ என்ற எழுத்துகள் காவலர்களைப் பார்த்தன. பழைய வாழ்த்து அட்டை.

‘முத்தங்களுடன்’ என்ற வார்த்தையைக் காவலர் ஒருவர் தனது சுட்டு விரலால் அடிக்கோடிட்டு இழுக்கிறார்.

காவல் நிலையம் இறுகிப்போன சோபையில் இருந்தது. மங்கலான விளக்கொளியில் ஒரு டேபிளில் கான்ஸ்டபிள் பெண்ணொருத்தி எதையோ எழுதியபடி இருந்தாள். அவள் முன் பவ்வியமான முறையில் ஒரு முதியவர் நின்று கொண்டிருந்தார்.

அருகிலிருந்த டேபிளில் ‘என்றும் இனிய முத்தங்களுடன் உன்னவன்’ வரியை க்ளோஸப்பில் பார்க்கும் காவலர் “யார்?” என்று முணுமுணுத்தபடி புருவத்தைத் தேய்த்தபடி உட்கார்ந்திருந்தார்.

பின்னோக்கி...

“நான்தான்” என்று சிரித்தபடி பாலன் பார்த்தான். தாவணி பாவாடையில் பெண்ணின் முதுகு மட்டும் தெரிந்தது. நைந்த குரலில் பேசினாள்.

“அப்பா அடிப்பாரு.”

“அப்பாகிட்டே சொல்லிக்கிட்டுதான் லவ் பண்ணுவாங்களா?”

“........................”

“எத்தன சினிமாவுல பாத்திருப்பே” என்றபடி, அவள் மேல் விழுவதுபோல் பேலன்ஸ் அடித்து நின்றான். பயம் கலந்த இளம் பெண்ணின் முகம் அவனை மிரட்சியோடு பார்த்தபடி கடந்து செல்கிறது. அவள் லாரி ட்ரைவரின் மகள் சுதா.

மற்றொரு திசையிலிருந்து எரித்துவிடுவது போல் பார்த்தபடி வேணி தாவணி முந்தானையை இழுத்து இடுப்பில் சொருகியபடி

‘என்ன?’ என்பதுபோல் பாலனை பார்த்தாள். தூரத்தில் சுதா சென்று கொண்டிருந்தாள்.

“பார்த்தேல்ல நீ ரிஜெக்ட் பண்ணினே... அய்யா வேற ரூட்ல போயிடுவேன்.”

அவள் உம்மென்று வெறித்து, “பிரச்னை ஆகப் போகுது பாரு” என்றாள் மெதுவாக.

“என்ன பிரச்னை? கடவுள் முருகனாட்டம் ஆகப்போறேன்...”

அவனை அடிப்பதுபோல் கையை ஓங்கினாள் வேணி.

★

லாரி டிரைவரின் மகள் சுதாவை இடித்துத் தள்ளியபடி வெறிகொண்டு ஓடும் சடையப்பனின் மனைவி அலமேலு. நிலை தடுமாறினாள் சுதா. அலமேலு கோபாவேசத்தோடு தெருவின் மத்தியிலிருந்த வீட்டினுள் நுழைந்தாள். அந்த வீட்டினுள் இருந்த மத்திய வயதையொத்த பெண் அரிவாள்மணையில் காய்கறி அரிந்துகொண்டிருந்தாள். நிமிர்ந்து பார்த்தவள் அதிர்ந்தாள். வீட்டறையின் மூலையில் டி.வி. ஓடிக்கொண்டிருந்தது. அரிவாள்மணையை எத்தித் தள்ளினாள் அலமேலு. மத்திய வயதுப் பெண்ணைக் கண்மண் தெரியாமல் அடித்து மயிரைப் பிடித்து இழுக்கிறாள். அரிவாள்மணையை எடுத்து நீளமான முடிக் கற்றையை அலமேலு அறுத்து எடுத்தாள்.

“சக்காளத்தி நாயே...”

தெருவில் கூடிய சிறு கூட்டத்தோடு சுதாவும் இதனைப் பார்த்து அதிர்ந்து நின்றாள்.

அதே சமயத்தில் பேராசிரியர் சடையப்பனின் வீட்டிலிருந்து டைலரின் மனைவி கலைந்த தலை கசங்கிய உடையுடன் வெளியே வந்தாள். சுற்றும் முற்றும் பார்த்தபடி உடையையும் தன்னையும் சரிசெய்துகொண்டாள்.

தெருவில் திரும்பும் வேணி டைலரின் மனைவியைக் கண்டு "அக்கா" என்று அழைத்தாள். வேணியின் கைகளில் சலவை செய்த உடைகள் இருந்தன. டைலர் மனைவியின் நிலையை பார்த்தவள் படபடப்புடன், "ஒன்றுமில்லை" என்று வேகமாகக் கடந்து சென்றாள். ஜன்னலிலிருந்து சடையப்பன் வேணியை விழுங்குவது போல் பார்த்துக்கொண்டிருந்தார்.

தெருவில் சென்றுகொண்டிருந்த டைலரின் மனைவி எதிரே வரும் அலமேலுவையும் அவள் கையிலிருந்த நீளமான முடிக்கற்றையையும் பார்த்து மிரண்ட பார்வையோடு நடையின் வேகத்தை அதிகப்படுத்தினாள்.

★

வேணியும் பாலனும் நெருக்கமாக உட்கார்ந்து ஒருவரையொருவர் கண்கொட்டாமல் பார்த்துக்கொண்டிருந்தனர்.

"உன் நினைப்பே என்னை இம்சைப்படுத்துது.. செமஸ்டருக்குக் கூடப் படிக்க முடியலை... நீயும் எதிர்காலத்துல சடையப்பன் சார் மாதிரி ஆகிடுவீயோன்னு அடிவயிற்றைக் கலக்குது..."

"எங்கே... இங்கேயா" என்றவன் அவள் அடிமடி மீது கை வைக்க முயன்றான். அவள் எவ்வித் தள்ளி உட்கார்ந்தாள்.

"ஏய்... நானென்ன... அவ பின்னாடி லோ லோன்னு அலையறேன்னா? அவ வீட்டுக்குத் தொழில் சம்பந்தமா போறேன்டி... அதுவும் வீட்டுக்குள்ளே கூட இல்லை... தெரியுமா? அவதான்டி என்னைப் பார்த்து நெளியுறா... குழையுறா..."

"சப்பைக் கட்டு கட்டாதே..."

"அவ அண்ணன் நடராஜன் இருக்கிறவரை நடக்காதுன்னு தெரிஞ்சும் 'லவ்' பண்றேங்கிறா..."

"என் முன்னாடியே இப்படிப் பேசறே" குரல் கம்ம சொன்னவள் தூரத்தில் சரிவிலிருந்து மேலேறிச் செல்லும் 'புயலை' பார்த்தாள். முகத்தில் கடுகடுப்பு ஏற பாலனை திரும்பிப்

பார்த்து வெறித்தாள். பின் சட்டென்று “புயல் மாமா...வ்வ்..” என்று கிறக்கத்துடன் கத்தினாள்.

புயல் அதிர்ச்சியும் மிரட்சியுமாகத் திரும்பி, குரல் வந்த திசை தெரியாமல் தடுமாறி, பின் இவர்களைப் பார்த்தான்.

“இப்ப நான் அவனுக்கு ரூட்டு விடுறேன்... உன் மனசு என்ன பாடுபடுதுன்னு பாரு” என்று தாவணியை இழுத்துச் சொருகியபடி சொன்னாள்.

முதலில் புருவம் நெறித்துப் பின்னர் வியந்து “என்ன... அவனா?!” என்று கிண்டலாகச் சிரித்தான்.

அதற்குள் இவர்களை நெருங்கி வந்துவிட்ட புயல் “என்ன வேணி?” என்று குழைந்து முகத்தைக் கோணினான்.

“ட்டேய்ய்... நீ போடா... ஊர்ல போயி உளறி வைக்காதே...”

புயல் தயங்கி அவர்களை உற்றுப் பார்த்துக்கொண்டு உம்மென்று நின்றான். பாலன் அவனை விரட்டுவதுபோல் சைகையால் போடா என்றான்.

★

குதித்தாடியபடியே செல்லும் புயலைப் பார்த்தபடியே வேணியும் பாலனும் மீண்டும் நெருங்கி உட்கார்ந்தனர். வேணி பாலனின் தோளில் சாய்ந்துகொண்டாள். அவர்கள் இருக்கும் மறைவிடத்திலிருந்து தெரியும் இடதுபுற மண் சாலையில் டூ வீலரில் செல்லும் செக்யூரிடியை பாலன் பார்த்தான்.

“எங்கே அவரைப் பார்த்து ‘லவ் பண்றேன்னு’ சொல்லு பார்க்கலாம்”

அவனைச் செல்லமாக அடிக்கிறாள்.

“பெரிய வீட்டுப் பொண்ணுகிட்டே அதிகம் வச்சுக்காதேடா.”

“ய்யேய்ய்... அவளுக்கு வேற இடத்துல வசதியான மாப்பிள்ளை முடிவாயிடுச்சு... ஏதோ வழிஞ்சு பேசினாள். நானும்...”

"அப்ப தாடி வளத்துக்குவீயா?"

"எதுக்கு?"

"காதல் தோல்வியில்ல?!"

அவளைத் தாபம் நிறைந்த கருணைப் பார்வையுடன் பார்த்தவன் குரல் கம்ம "நீ மட்டும் இல்லைன்னா செத்துப்போயிடுவேன் வேணி..." என்றான்.

"இவ்ளோ பிரியம் மனசுக்குள்ளே வச்சுக்கிட்டு, ட்ரைவர் பொண்ணு சுதாவுக்கு ரூட் விடறே."

"ரெண்டுங்கெட்டான் வயசு... விளையாட்டுக்குப் பண்ணினேன்..."

"சங்கீதாவுக்குப் பெரிய இடத்துல மாப்பிள்ளை பார்த்துட்டதால உனக்கு என் மேலே ப்ரியம் ஜாஸ்தியாயிடுச்சுன்னு நினைக்கிறேன். நாளைக்கு வேற ஒருத்தி கிடைச்சா என்னை அம்போனு விட்டுடமாட்டியா?"

"ச்சே... புரிஞ்சுக்கவே மாட்டேயாடி?" என்று அவள் தலைமேல் சத்தியம் அடிப்பது போல் கைவைத்தான்.

22

மறுபக்கம்.

தேசிய நெடுஞ்சாலையில் மிதமான வேகத்தில் நேஷ்னல் பர்மிட் லாரி சென்று கொண்டிருந்தது. மதிய வெயில். ட்ரைவர் ஆண்டியப்பனும் க்ளீனரும் ஏதோ பேசிச் சிரித்தபடி இருந்தனர். செல்போன் அலறியது. எடுத்துப் பேசிய சுதாவின் அப்பா ஆண்டியப்பன் அதிர்ந்து வண்டியை நிறுத்தினார்.

"டேய்... என் பொண்ணுடா... ஒண்ணும் பண்ணாதீங்கடா..."

டிரைவர் கேபினிலிருந்து குதித்தார். க்ளீனர் எதுவும் புரியாமல் பார்வையால் பரிதவித்தான். ஆண்டியப்பனோ பைபாஸ்

சாலையின் இரு புறமும் விரைந்து சென்று கொண்டிருக்கும் வாகனங்களை வெறித்தபடி போனில் கதறிக்கொண்டிருந்தார்.

“அவளை ஒண்ணும் பண்ணாதீங்கடா”

நீண்டு செல்லும் ஆளரவமற்ற சாலையாக உருமாறிவிட்ட சாலையைக் கண்களில் நீர் வழிய பார்த்தார். மைல்கல்லின் இந்தி எழுத்துகள் கண்ணில் திரையிட்ட நீரால் கலங்கலானது.

★

ஆண்டியப்பனின் வீட்டு உள்புறம் கலவரக்காடாக இருந்தது. சுதாவின் அண்ணன் அவளை கண்மண் தெரியாமல் அடித்துக்கொண்டிருந்தான்.

“சனியன் பிடிச்சவள்... அவன் சாதி என்ன... நம்ம சாதியென்ன... அரிப்பெடுத்தா அலையறே...”

“அவனைத்தான் கட்டுவேன்...” தலைவிரி கோலத்தில் கத்தியவள் அவனைத் தள்ளிவிட்டு வீட்டு வாசல்படியைவிட்டு தெருவுக்கு ஓடினாள்.

போனில் எரிச்சலும் கோபமுமாக கணவனிடம் சுதாவின் அம்மா கத்திப் பேசிக்கொண்டிருந்தாள்.

“செல்லம் கொடுத்துக் கொடுத்து கெடுத்து வைச்சிருக்கீய்யா... சொல்பேச்சு கேட்கறாளா?”

போனில் ஆண்டியப்பன் “நானூறு கிலோ மீட்டர் தாண்டி இருக்கேன்டி..” என்று சொல்லி முடிக்கும்போது விரைந்து செல்லும் வாகன ஒலியின் இரைச்சல்.

தெருவிலிருந்து அண்ணனின் அடிகளிலிருந்து தப்பிக்க மீண்டும் வீட்டுக்குள் ஓடி வந்தவள் அம்மாவிடமிருந்து போனை பிடுங்கிக் கதறினாள்.

“வலிக்குதுப்பா... அடிக்க வேண்டாம்னு சொல்லுப்பா...”

பேசுவதறியாது பேச்சற்று ஆண்டியப்பன் எதிர்முனையில் கலங்கி நின்றார்.

அண்ணன்காரன் அவளின் நோட்டுப் புத்தகத்தை எடுத்து விரிக்கிறான். பாலன்... பாலன்... என்று பக்கம் பக்கமாக எழுதிருப்பதைக் கண்டு ஆத்திரத்துடன் கிழித்தெறிகிறான்.

தெருவில் நிறையப் பேர் வேடிக்கை பார்க்க ஒரு சிலர் அண்ணன்காரனைத் தடுக்க வீட்டினுள் நுழைந்தனர்.

“குடும்பத்து விஷயத்தைப் பேசித் தீத்துக்குப்பா... அப்பாரு வேற வண்டிக்குப் போயிருக்கிற சமயத்துல...”

“இந்தக் களுத முண்டய என்ன பண்ணுங்கறீங்க...” என்று அடிக்க முயல அவள் திமிறி வெளியேறி தெருவுக்கு ஓடினாள்.

தெருச்சுவரில் காதல்... காதலுக்கு மரியாதை... காதல் கோட்டை சினிமா போஸ்டர்களைக் கண்டு, “கோடி கோடியாய் சுருட்டினவன் ஒருத்தன்கூட காதலுக்கு வக்காலத்து வாங்கி வெளீல வந்து பேசியிருக்கீங்களாடா...” என்று கதறினாள்.

தூரத்தில் மணிமேகலையின் தந்தை பாடும் தெம்மாங்கு பாட்டின் சில வரிகள் காற்றில் ஒலித்து தேய்ந்து கரைந்தது.

வெளியே வந்த சுதாவின் அண்ணன் வேடிக்கை பார்ப்பவர்களைப் பார்வையால் ஒதுக்கித் தள்ளிவிட்டு தனது டூ வீலரை வேகத்தில் திருப்பி தெருவிலிருந்து சாலைக்கு வந்தான். டூ வீலர் வேகத்துடன் வந்து நின்ற இடம் கனகவேலின் சலூன் கடை. பழைய சினிமா பாடல் மெலிதாக ஒலித்துக்கொண்டிருந்தது. கடையில் ஒருவர் பாதி முடிவெட்டிய நிலையில் இருந்தார். வாசலில் இருந்த தண்ணீர்ப் பானையை உடைத்தெறிந்து சுதாவின் அண்ணன் கத்தினான்.

“எச்சக்கலைங்டா... எங்கடா உன் தம்பி?”

கனகவேல் கத்தரிக்கோலும் சீப்புமாக புரியாது முழித்தபடி நின்றான். பின்னணியில் பாடல் மெல்ல ஒலித்துக்கொண்டிருந்தது.

“என் தங்கச்சி மனசைக் கெடுத்து வைச்சிருக்கான் தறுதலை பய... வெட்டிப் போட்டுடுவேன் சொல்லி வை...”

உடைந்த பானை சில்லுகளை மிதித்து நொறுக்கியவாறு வெளியேறினான்.

கனகவேல் உறைந்து நின்றான்.

23

காவல் நிலையம். காவலர் தணிகாசலத்தோடு மற்றொரு காவலரும் இருக்க தணிகாசலம் லத்தியை ‘லொட் லொட்’ என்று தட்டிக்கொண்டிருந்தார்.

“கதைல்லாம் நல்லாதான் சொல்றே.”

“இல்லை சார் நிஜம். அந்த சுதா பொண்ணு ஒரு தலையா என்னை நினைச்சுருக்கு சார். அது புரியாம அவ அண்ணன் தகராறு பண்ணிட்டான். இதையெல்லாம் தெரிஞ்ச வேணியும் புரிஞ்சுக்காம என்கிட்டே பழகறதை அப்பவே நிப்பாட்டிடுச்சு சார்...”

ஏற்கனவே பயங்கர அடிவாங்கிய நிலையில் கூனிக்குறுகிப் போய் இருந்த பாலன் அழுது அரற்றினான்.

“டேய்... சுதா விஷயத்துல குறுக்கே வேணி தொல்லைப் பண்றான்னு அவளை ஏன்டா நீயே கொன்னிருக்கக்கூடாது?” என்று சொன்ன காவலரின் பேச்சை தணிகாசலம் மறுத்தார்.

“அப்படியில்லை... சுதாவை கரெக்ட் பண்ண பாத்திருக்கான். முடியலை. வேணியும் கழண்டுகிட்டா. என்ன பண்ணுவான்? அதான் துரை கணக்குப் பண்ணியிருக்காரு... வேணியைத் தெந்தரவு பண்ணியிருக்காரு. அவ மறுத்துட்டா. வக்கிரம் பிடிச்சவன்யா. ஏற்கனவே சில பொண்ணுங்களை லவ் பண்ணி சிக்கலாயிருக்கு. வேணியை நெருங்க முடியாத வக்கிரத்துல கொடூரமா கொலை பண்ணிட்டான்யா.”

“அய்யோ. இல்லை சார். என்னை நம்புங்க சார்.” அடிகளை வாங்கியபடியே கதறினான்.

24

கல்லூரி வகுப்பறை. கரும்பலகையில் சங்க இலக்கியம் குறுந்தொகை ஆண் குரலில் அமைந்த பாடல் என எழுதப்பட்டிருந்தது.

விரிகுதிரைப்... பெருங்கடல்... வளைஇய... உலகமும்

அரிதுபெறு... சிறப்பின்... புத்தேள்... நாடும்

இரண்டும்... தூக்கின்... சீர்சா... லாவே

பூப்போல்... உன்கண்... பொன்போல்... மேனி

மாணவரி... அல்குல்... குறு... மகள்

தோள்மாறு... படூஉம்... வைகலொடு... எமக்கே

(பாடல்:101)

சத்தமிட்டுச் செல்லியபடியே பேராசிரியர் சடையப்பன் மாணவர்களை நோக்கித் திரும்பினார். மாணவிகள் அவரை வைத்த கண் விலகாது பார்த்தபடியிருந்தனர்.

“நல்ல ரசனையான பாடல்யா... தராசுத் தட்டின் ஒரு பக்கம் கடலால் சூழப்பட்ட பூவுலகமும் தேவருலகமும் இருக்க, மறுபக்கத்தில் பூப்போன்ற கண்களும் பொன் போன்ற மேனியையும் கொண்ட பெண்ணிடம் கொண்ட புணர்ச்சி இன்பம் இருக்கிறது. தராசில் பூவுலகமும் தேவருலகமும் சேர்ந்த தட்டு மேலே தூக்கிக்கொண்டு நிற்கிறது. புணர்ச்சி இன்பம் வைக்கப்பட்ட தட்டு கீழே நிலத்தில் மோதி நிற்கிறது. அதாவது பாடலின் நாயகக் குரல் புணர்ச்சி இன்பத்திற்கு நிகராக எதையுமே சொல்ல முடியாது என்கிறது. இது அந்தத் தலைவனின் நிலைப்பாடு...”

கல்லூரி பியூன் வகுப்பறை வாயிலில் எட்டிப்பார்த்து "சார்" என்று கூப்பிட்டான். வாயிலுக்குச் சென்ற சடையப்பனிடம் அவருக்குக் கேட்கும் மட்டும் கிசுகிசுக்கிறான் பியூன்.

வெளியேறி கல்லூரி வராண்டாவில் நடந்தார் சடையப்பன்.

கல்லூரி வாசலில் காவல்துறை வாகனமும் காவலதிகாரிகளும் நிற்பது பார்வைக்குத் தென்படுகிறது. புருவம் நெறித்தபடி அவர்களை நெருங்குகிறார்.

25

காவல் நிலையத்தினுள் வழக்கறிஞர் சதாசிவத்துடன் கனகவேல் நுழைந்தான்.

"அப்பிராணிங்க... அப்பாவிங்கதான் உங்க கண்ணுக்குத் தெரிவாங்களா? என் அசிஸ்டெண்ட் வடிவேலு மர்டர்ல ஒரு துப்பும் உங்க பக்கம் இன்னும் கண்டுபிடிக்கலை."

இன்ஸ்பெக்டர் உட்கார்ந்தபடியே அவரை அதிகாரப் பார்வையால் ஊடுருவினார். மற்றொரு பக்கம் அடிவாங்கிய சோர்வு நிலையில் பாலன் சிறை அறையில் துவண்டு கிடந்தான்.

"சம்பந்தப்பட்ட தினத்தில் வேணியை சாயங்காலம் ஐந்தரை மணிபோல் கடைவீதியில் சடையப்பன் வாத்தியார் உட்பட நிறைய பேர் பார்த்திருக்காங்க. அந்தச் சமயத்துல செக்யூரிடி கிருஷ்ணன் ஆக்சிடெண்ட்ல அடிபட்டிருக்கார். அவரை ஆஸ்பிட்டல்ல சேர்த்து அன்னைக்கு நைட் பனிரெண்டு மணிவரை ஆஸ்பத்திரிலதான் பாலன் இருந்துருக்கான். ஆனா வேணி கொலையானது சாயங்காலம் ஆறு மணிக்கு மேல. அவ கொலையானது தெரிஞ்சு போலீஸ் அங்கே போனது நைட்டு ஏழரையிலிருந்து எட்டுக்குள்ளே. அந்த நேரத்துல பாலன் ஆஸ்பத்திரிலதான் இருந்தான்கிறதுக்கான ஆதாரம் மருத்துவமனை சிசிடிவி கேமராவே சாட்சி..." என்றபடி ஜாமீன் கவரை சதாசிவம் நீட்டினார்.

தளர்ந்த நிலையில் அண்ணனைப் பிடித்தபடி பாலன் வந்தான்.

“வடிவேல் கேஸை எப்படி எப்ப முடிக்கப் போறீங்க? நாளைக்கு தலித் பேரவை சார்பா கலெக்டர் ஆபிஸ்ல உண்ணாவிரதம் இருக்கப் போறாங்க” கூறிய சதாசிவம் விருட்டென்று எழுந்தார்.

26

பாலனுக்கு ஒத்தடம் கொடுத்துக் கொண்டிருந்தாள் அவனின் அம்மா.

“உனக்கு ஏண்டா புத்தி இப்படிப் போவுது?”

அவளை ஏறிட்டு முறைத்தான்.

“சங்கீதா விஷயத்துல நடராஜன் கால்ல விழுந்துதான் உன்னைக் காப்பாத்தியிருக்கேன்.”

அதிர்ச்சியுடன் பாலன் அண்ணனைப் பார்த்தான்.

“பணபலம் அரசியல்பலம் ஜாதிபலம்னு இருக்கிறவங்ககிட்டே எதுக்குடா உரசல் சல்லாபம் எல்லாம்...” கனகவேலுக்கு குரல் கம்மியது.

“சினிமா பாத்துக் கெட்டுப்போறீங்கடா... படத்துல காதலிச்சு வக்கணையா நடிக்கிற எந்த நடிகனாவது இந்தப் பொண்ணைதான் லவ் பண்றேன்னு தைரியமா சொல்றானுங்களா... இல்லே ஒத்துக்கதான் செய்றானுங்களா? நிஜ வாழ்க்கையில வேற மாதிரில்லே இருக்கிறாங்க.. ‘அய்யோ அப்படியெல்லாம் இல்லை. நான் ரொம்ப நல்ல பையன். வீட்ல பாக்கிற பொண்ணைதான் கட்டிக்கப்போறேன்றாங்க’ உண்மை சுடும்டா...”

“எதுக்கு எதுல முடிச்சுப் போடறே” -பாலன்.

“நான் சொல்லலை... சங்கீதா விஷயத்துல நடராஜன் வேற மாதிரி கேட்டாரு.”

கட்டிலிலிருந்து எழுந்து தடுமாறி நடந்து வெளிவாசலுக்கு வந்தான் பாலன். வானத்தில் நிலா ஊர்ந்துகொண்டிருந்தது.

27

இரவு நேரம். ஷிப்ட் முடிந்து மணிமேகலை தெரு லைட் வெளிச்சத்தில் நடந்து வந்துகொண்டிருந்தாள். வீட்டை நெருங்கி தட்டிப் படலைத் திறக்கும்போது ஏதோ வித்தியாசத்தை உணர்ந்தாள். வீட்டினுள் குண்டு பல்ப் சோகையாய் எரிந்தது. தந்தையைக் காணவில்லை.

ஹோட்டலில் இருந்து வாங்கி வந்த பொட்டலங்கள் சாப்பிட்ட மிச்சத்தோடு எடுத்துப் போடப்படாமல் கிடந்தது. பிரியாணி பொட்டலம் சற்றுமுன் சாப்பிட்ட தினுசில் இருந்தது. சிறிது தண்ணீரோடு டம்ளர் விழுந்து கிடந்தது.

வேலைக்குப் போகும்போது கிளறி வைத்த சாப்பாட்டைத் திறந்து பார்த்தாள். அப்படியே இருந்தது.

“கிளறி வைச்சதைச் சாப்பிடாம இந்த மனுசன் தெண்டச் செலவு பண்றாப்லயா?”

வீட்டுப் பின்படலைப் பார்த்தாள். அது அசைந்துகொண்டிருந்தது. அப்போதுதான் கட்டிலைப் பார்த்தாள். காய்ந்த மல்லிகைப் பூச்சிதறல்கள். விருட்டெனத் திரும்பிப் பின்படல் வழியே மறைந்திருந்து பார்த்தாள். தகப்பனும் டைலர் மனைவியும் நெருக்கமாக கிணற்றுக்கல்லில் உட்கார்ந்திருப்பது தெரிந்தது. மணி இரவு பனிரெண்டை கடிகாரம் காட்டியது.

எப்போதோ வைத்த காய்ந்த பூமாலையோடு இருந்த அம்மாவின் போட்டோவைப் பார்த்தாள். குத்துக்காலிட்டு உட்கார்ந்து முகத்தை முட்டிக்காலுக்கிடையில் புதைத்துக்கொண்டு குலுங்கி அழுது தேம்பினாள்.

தந்தை எப்போதோ பாடிய சோக தெம்மாங்கு பாட்டின் சில வரிகள் மெலிதாக எழுந்து அழுத்தமாக ஒலித்து தேய்ந்தபடி மறைந்தது.

28

கிராமத்து டாஸ்மாக் ஒயின்ஸ் கடையின் பார். பிற்பகல் நேரம். தனிமையில் சைடு டிஸ் வகையறாவோடு நடராஜன் குடித்துக் கொண்டிருந்தான். அந்த இடமே நிறைய குடிமகன்களோடு களேபரமாக இருந்தது.

தடுமாறி எழுந்த நடராஜன் தள்ளாடலை பேலன்ஸ் செய்தபடி பைக்கை நோக்கி வந்து நின்றான். சட்டைப் பையில் சாவியைத் துழாவி எடுத்து வண்டியில் சொருகியபோது கடையிலிருந்து வெளியே வந்த மூவர் சற்றுத் தடுமாறி விழுந்து விட "சாரி பாஸ்..." என்று அதிலொருவன் கூறி நிற்க முயன்று தடுமாறி நடந்தான். இன்னொருவன் "மாவட்ட கபடி குழுத்தலைவன்னா கொம்பா முளைச்சிருக்கு அவன்ட்ட சாரி கேட்கழ்றே" குழறலோடு சொன்னான். நடராஜன் கோபத்துடன் திரும்பி சொன்னவனை பளிச்சென்று கன்னத்தில் அறைந்தான்.

"ங்னொம்மாலே.." என்று சத்தமிட்ட மூன்றாமவன் சற்றுத் தள்ளி குப்பைக் கூளமாக இருக்குமிடத்தில் கிடந்த சரக்கு பாட்டிலை உடைத்த வேகத்தில் நடராஜன் நெஞ்சில் முதுகில் என குத்திக் கிழித்தான். களேபரமானது இடம். சட்டையை மீறி ரத்தம் வெளிக்கிளம்பியது. கண்டவர்கள் அலறியடித்துச் சிதறி ஓடினர். நடராஜனும் தன்னை உணர்ந்து அவர்களிடமிருந்து விடுபட்டுத் தடுமாறி வண்டியை ஸ்டார்ட் செய்து சாலையில் வளைந்து வளைந்து ஓட்டியபடி தப்பித்துச் சென்றான்.

சிறிது தொலைவில் சென்று நிறுத்தி வண்டியை பேலன்ஸ் செய்ய முடியாமல் கீழே போட்டுவிட்டு தான் மட்டும் தடுமாறி நிமிர்ந்து ரத்தம் ஒழுக சாலைக்கு வந்தான். டைலர் கடையை சமீபமாக நெருங்கினான்.

டைலர் மனைவி கடைக்குள்ளிருந்து அவனைப் பார்த்துவிட்டு "அய்யோ" என்று அலறியபடி வெட்டிக்கிடந்த துணிகளில் அகலமானதை எடுத்துக் கட்டிவிட ஓடினாள்.

சட்டை முழுக்க ரத்தத்தோடு தடுமாறியபடிக்கு வந்தவனை நெருங்கிப் பிடிக்க வந்த டைலர் மனைவியை "போடி.. அந்தாண்டே.... தே... வ்டியா... முண்டே" என்று கத்தி அவளைத் தள்ளினான். அவள் பிடிவாதமாக அவனை கைத்தாங்கலாகப் பிடித்து அழைத்துச் செல்ல முயன்றாள்.

"போடீன்றேன்..." என்று குழறியபடி தள்ளிவிட்டுத் தடுமாறித் தன்னந்தனியனாக சாலையில் நடந்து சென்றான்.

கீழே விழுந்தவள் கையாலாகாத தன் நிலையுணர்ந்து எழுந்தவள் சென்றுகொண்டிருக்கும் நடராஜனையே வெறித்துப் பார்த்தாள்.

29

மணிமேகலை சாதம் வடித்துக்கொண்டிருந்தாள். இடது புறம் தந்தை படுத்தபடி பொம்மலாட்ட அட்டைகளை சரிப்படுத்திக்கொண்டே நாட்டுப்புறப் பாடலை முணுமுணுத்துக் கொண்டிருந்தார். இரவின் காற்று உய்ய் என்று வீசியது.

"அப்பா சாப்பிடலையா?"

"இதோ" எழுந்தவர் ஒரு காலை விந்தி விந்தி நடந்து வந்தார்.

"முள் குத்தி வலி உசிறுபோகுது" என்றார்.

சோற்றில் குழம்பை ஊற்றி, தட்டை நெருக்கமாக வைத்துப் பிசைந்தவாறு, "உனக்கு சீக்கிரம் கண்ணாலம் பண்ணிப்புடலாம்னு இருக்கேன்" என்றார். வாயில் சோற்றை வைத்து விழுங்கியவரின் பார்வை மனைவியின் போட்டோ மீது நிலைகுத்தி நின்றது.

"எனக்கு கண்ணாலம்லாம் வேணாம். உனக்கு பண்ணிக்கிற வழியைப் பாரு. அம்மாவையெல்லாம் நினைச்சுக்கிட்டு

மருங்கிக் கிடக்காதே...” அடுப்படியை சுத்தப்படுத்திக்கொண்டே பேசினாள்.

சாப்பிட்டவரின் கண்களில் நீர்த்துளிகள் முட்டிக்கொண்டு உருண்டோடி கன்னத்தில் வழிந்தது.

“உனக்கு ஒரு கண்ணாலத்தைப் பண்ணிப்பார்க்க வக்கத்தவனா இருக்கேன்” ஒரு காலை மடக்கி ஒரு காலை நிமிர்த்தி உட்கார்ந்தபடியே ஆவேசமாக சாப்பாட்டை அள்ளி வாயில் திணித்தார்.

வெளிவாசலில் ஒரு பெண் குரல்.

“மணிமேல்லே... செத்த காடுவரை வறீயா... வயித்தை என்னமோ பண்ணுதுடி..”

“லைட்டு கையில வைச்சிருக்கீயா?”

“கிடக்கு.”

மணிமேகலையும் மத்திய வயதுப்பெண்ணும் தெரு விளக்குப் புள்ளி வெளிச்சங்களூடே கடந்து இடதுபுற இருட்டுக்குள் நுழைந்தனர். சைனா மாடல் டார்ச்லைட் வெளிச்சத்தில் ஊடுருவி இருவரும் நடக்க, சுற்றிலும் இரவு பூச்சிகளின் ரீங்கார ஒலி காதுக்குள் ஒலித்துக்கொண்டிருந்தது.

30

சலூன் கடை. வயதானவருக்கு கனகவேல் முடிவெட்டிக் கொண்டிருந்தான். கடை பெஞ்சில் பேப்பரைப் புரட்டிப் படித்துக் கொண்டிருந்த நபர் திடுக்கிட்டு நிமிர்ந்து “என்னய்யா... வேணி கொலை வழக்கு... கல்லூரி பேராசிரியரிடம் விசாரணைன்னு போட்டிருக்கு?” என்றார்.

“அது மூணு நாளைக்கு முன்னாடியே விசாரிச்சு அனுப்பிட்டாங்க... இன்னைக்குப் போட்டுருக்கான்...

சடையப்பன் வாத்தியாரை சும்மா விசாரிச்சு அனுப்பிட்டவங்க என் தம்பியை சந்தேகப்பட்டு அந்த அடி அடிச்சானுங்க...”

“போலீஸ் பயல்க அப்படித்தான்...”

“சடையப்பன் வாத்தியார்னா... ம்ம்... இருக்கலாம்யா... நெருப்பு இல்லாம புகையுமா... எவன் கண்டது?” அருகில் பீடி குடித்துக் கொண்டிருந்தவர் சொல்லிக்கொண்டே இருமினார்.

பாலன் அப்போது கடைக்குள் நுழைந்தான். பேப்பர் படித்த நபர் அவனைப் பார்த்துவிட்டு கனகவேலிடம் திரும்பினார்.

“இப்பல்லாம்... சின்ன வயசிலயே இழுத்துட்டு ஓடிப் போயிடுதுங்க... அன்பால பிரியத்தினாலேன்னு நாம நினைச்சா... அதுங்களோ ஐந்தாறு வருசம் வாழ்ந்து பார்த்துட்டு பிடிக்கலைன்னா அதகது அத்துக்கிட்டு விலகிடுதுங்க... முப்பது வயசுல வேற எவனையாவது எவளையாவது கல்யாணம் பண்ணிக்கிடலாம்னுதுங்க... இதுல ஆணென்ன பொண்ணென்ன... எல்லாம் ஒரே தினுசாதான் யோசிக்குதுங்க...”

அவர் பேசிக்கொண்டிருக்கும்போதே பாலன் ஜிப் வைத்த கைப்பையில் முடிவெட்டுவதற்கான கத்தி சீப்பு கத்தரிக்கோல் பவுடர் டப்பா சவரக்கத்தி பிளேடு பாக்கெட் க்ரீம் என எடுத்து உள்ளே போட்டு ஜிப்பை இழுத்து மூடினான்.

“உள்ளே நுழைஞ்சு காண்ட்ராக்டர்கிட்டே டோக்கன் வாங்கிக்க.. விடிகாலை நாலு நாலரைக்குள்ளே மொட்டை அடிச்சுவிடற இடத்துக்குப் போயிடு... நாளை நைட்டுக்குள்ளே வந்துடு... நாளை மறுநா ஸ்டேசனுக்குப் போகணும்.. அப்புறம் போம்போது சைக்கிளை ஸ்டாண்ட்ல போட்டுட்டு போயிடு...” என்று கனகவேல் விடாது பேசிக்கொண்டிருந்தான்.

“எல்லாம் நான் பார்த்துக்கிறேன்...” சலிப்பும் எரிச்சலுமாக கூறிவிட்டு பாலன் வெளியேறினான்.

“மாரியம்மன் கோவில் கொடை விழாவுல மொட்டை அடிச்சு விடறதுக்கா” கேட்டபடி பேப்பரை மடித்து வைத்தார்.

“ஆமாமா…” முடி வெட்டிக்கொண்டே கனகவேல் சொன்னான்.

“போயிட்டு வா… வரும்போது ஆத்தாகிட்டே வேண்டிக்க… நல்ல காலம் பொறக்கும்… மொட்டைக்கு எவ்வளவு கிடைக்கும்?”

பேச்சுக்குரல் தேய்ந்துகொண்டே மறைய பஸ் நிலையத்தின் சைக்கிள் ஸ்டாண்டில் சைக்கிளை வைத்துவிட்டு பஸ் நிலையம் நோக்கிச் சென்றான் பாலன். எதிரே தலையில் அதிக எடையுள்ள மூட்டையைச் சுமந்தபடி எடை தாங்காமல் தடுமாறிக்கொண்டு புயல் வந்தான்.

“கோயில்ல ஜோலிய்யா” என்று பாலனைப் பார்த்துக் கேட்டபடியே புயல் சென்றான்.

பாலன் பஸ்ஸின் வருகைக்காகக் காத்திருந்தான். அப்போது அந்தப் பக்கமாக மொபட்டில் வந்த காவலர் தணிகாசலம் இவனைப் பார்த்து வண்டியை ஸ்லோவாக்கி அவர் ஏதோ கேட்க ஆரம்பிப்பதற்கு முன்னரே பாலன் அவருக்கு வணக்கம் வைத்து பவ்வியமாக நின்றான்.

“என்னடா… அப்படியே ஓடிப்போயிடமாட்டீயே…”

“அப்படியில்லை சார்… மொட்டையடிக்கப் போறேன். நாளன்னைக்கு ஸ்டேசன் வந்துடுவேன்…”

“எவ்வளவு வச்சிருக்கே.”

அவன் தயங்கி நின்றான்.

“எட்றா இருக்கிறதை” கோபமாகக் கத்தினார்.

ஜிப்பை திறந்து கத்தரி சீப்பு சவரக்கத்தி இத்யாதிகளுக்கிடையே இருந்த நூறு ரூபாய் தாளை எடுத்து “பஸ்ஸுக்கு வேணும் சார்” என்று கூறி தயக்கத்துடன் நீட்டுகிறான்.

பிடுங்காத குறையாக அவனிடமிருந்து வாங்கி பாக்கெட்டுக்குள் திணித்தபடி ஏதும் பேசாமல் மொபட்டை அலட்சியமாகத் திருப்பினார்.

31

இரவு வெளிச்சத்தில் தூங்கிக்கொண்டிருந்த மணிமேகலை திடுக்கென்று விழித்தாள். அடிவயிற்றைப் பிடித்துக்கொண்டு தடுமாறி எழுந்தாள். வலி பின்னியெடுக்க வயிற்றைக் குறுக்கிக்கொண்டு டார்ச் லைட்டை எடுத்தாள்.

“ப்பா... வெளீல போயிட்டு வறேன்...”

“உம்ம்...” குறட்டை விட்டுத் திரும்பிப் படுத்தார்.

மெல்ல நடந்து தெருவில் இறங்கினாள். நிலா வெளிச்சத்தில் நிழல்கள் தெருவில் அலைந்தன. நடமாட்டமே இல்லாத தெருவில் தனியாக நடந்தாள். தூரத்தில் ஒன்றிரண்டு டார்ச் லைட் வெளிச்சப் புள்ளிகள் மரங்களடர்ந்த இருளில் மினுங்கி மறைய இருட்டைக் கிழித்து படர்ந்த நிலா வெளிச்சப் பாதையில் நுழைந்து சென்றாள். தொலைவில் மணல் ஏற்றிச்செல்லும் மாட்டு வண்டிகளின் ஓசைகள். நிழல் புள்ளிகளாக வண்டிகளின் அசைவுகள். அவற்றைக் கடந்து செல்லும் மினி டோர் வண்டியின் இரைச்சல். அதன் இரு லைட் வெளிச்சம் மாட்டு வண்டிகளைக் காட்டிக் கடந்து சென்றது.

நிலா வெளிச்சத்தில் மரங்களடங்கிய புதர்க்காடு பய உணர்வைத் தந்தது. சிறிய அசைவு புதர் பக்கமிருந்து வருவது போல் தோன்ற மணிமேகலையின் புருவம் உயர்ந்து சுருங்கியது. “யாரு?” என்றபடி டார்ச் லைட்டை கைநடுங்க உயர்த்தினாள். அசைவில் ஆண் போல் தெரிந்தது.

“யார்... யாரது?” அவளுக்கு திக்கென்றிருந்தது.

“மணீம்மேகல்லைய்” மோகம் ததும்பிய ஆண்குரல்.

“ட்டேய்ய்...” தைரியத்தை வரவழைத்துக்கொண்டு கத்தினாள்.

“கத்தாதே மணீம்மேகல்லை...” ஏக்கமும் கெஞ்சலும் நிறைந்த குரல். டார்ச் லைட்டின் தடுமாற்ற அசைவில் வெளிச்சத்திலும் இருட்டிலுமாக முகம் தெரிந்தது. புயல்.

“ச்சே... நீயாடா... இங்கன என்ன வேலை உனக்கு... பொம்பளைங்க ஒதுங்கற இடத்துல...”

“நாம கண்ணாலம் கட்டிக்கலாம்மா மணீம்மேகல்லே...”

“ச்சீய்... மேலே கை வைக்காதே... போடா அந்தாண்டே....”

“இல்லைனா, கட்டிமட்டும் புடுச்சுக்கிறேன் மணீம்மேல்லை” குழறியபடி காமம் ததும்ப நெருங்கினான். அவளுக்கு இப்போதுதான் அவனைக் கண்டு பயம் ஊற்றெடுத்தது.

வெகு தொலைவில் டூ வீலர் சாலையில் விரைந்து வந்து கொண்டிருக்கும் ஒலி கேட்டது.

அவளை நெருங்கி திமிற திமிற கட்டிப் பிடிக்க முயற்சித்தான் புயல். டார்ச் லைட்டின் வெளிச்சக்கீற்று நிலா வெளிச்ச மரப்புதர் இருட்டில் ஒளிக்கோடு இழுத்துக்கொண்டிருந்தது. அவனை அடிப்பதற்கு ஏதேனும் கிடைக்குமா என்று அரைகுறை வெளிச்சத்தில் துழாவினாள். கற்கள்தான் தட்டுப்பட்டன. எடுத்து அவனை நோக்கி எறிந்தாள். அவன் சட்டென்று சவரக்கத்தி போன்ற ஒன்றை எடுத்து நீட்டினான்.

“கட்டி மட்டும்தானே பிடிக்கப்போறேன்னேன்...” லேசான கெஞ்சலோடு அழுவதைப்போல் சொல்பவனைக் கண்டு மிரண்டாள்.

“அந்தச் சனியனும் இப்படித்தான் முரண்டு பிடிச்சுச்சு... வெறீப்பிடுச்சாப்ல அன்னைக்கு என்னன்னமோ நடந்து போயிடுச்சு மணீம்மேல்லே.”

அவள் அதிர்ந்தாள்.

“எ... என்... என்ன... என்... ன... சொல்றே?”

“வேணியைத்தான்... உன்னை அப்படில்லாம் பண்ணமாட்டேன்.. கட்டிமட்டும் புடுச்சுக்கிறேன் மணீம்மேல்லை” அவள் டார்ச் லைட்டால் அவன் தலையில் பலங்கொண்டு வேகவேகமாக அடுத்தடுத்து தாக்கி அடித்தாள்.

“சண்டாளா... ஒழிஞ்சுப்போடா...”

ஆனால் அதற்கு எல்லாம் அவன் அடங்கவில்லை. அடிகளை வாங்கிக்கொண்டே அவளை மிக நெருக்கமாக வக்கிரத்துடன் அணைக்க முயற்சித்தான்.

இருட்டில் அவள் குரல் மட்டும் கேட்டது.

“கையை எடுறா... ச்சீய் நாயே...” நெருங்கி வந்துகொண்டிருக்கும் டூ வீலர் சத்தத்தைக் கேட்டு அது நடராஜனின் டூ வீலர் என்பதை உணர்ந்து கத்தினாள்.

“நடராஜண்ணே...”

அவள் வாயை புயல் பொத்தினான். அவள் திமிறும் ஒலியும் அசைவுகளும் கேட்க டூ வீலரின் சத்தம் நின்றது.

“யாரு... மணிமேகலையா... இருட்லயா இருக்கே... துணைக்கு யாரிருக்கா... எதுக்கு கத்திக் கூப்பிட்டே....” நடராஜனின் குரல்.

திமிறும் பெண்குரல் மெலிதாகக் கேட்டது.

“ட்டேய்ய்... யார்ராது?”

பைக்கிலிருந்து இரும்புக் கம்பி ராடை எடுத்தபடி இருட்டைப் பார்த்துக் கத்தினான் நடராஜன். செல்போன் வெளிச்சத்தில் தடுமாறி இருட்டுக்குள் நுழைந்தான்.

நிலா மேகங்களிடையே ஒளிந்து ஊர்ந்துகொண்டிருந்தது.

32

மொட்டை அடிக்கும் இடத்தில் பாலன் சவரக்கத்தி உட்பட அனைத்தையும் பையில் போட்டு ஜிப்பை இழுத்தபடி வெளியே வந்தான். பையில் பணம் நிறைய இருந்தது. போலீஸ்காரரின் முகம் நினைவில் வந்து போனது. பணத்தை எடுத்து பாலிதீன் பையில் போட்டு இடுப்பு மறைப்புக்குள் திணித்தான். பஸ் ஏறினான்.

பஸ் புறப்படும்போது இரவு ஏழு மணி.

இரவு பத்து மணிபோல் பஸ்ஸைவிட்டு இறங்கி சைக்கிள் ஸ்டாண்டில் சைக்கிளை எடுத்துக்கொண்டு இருளும் நிலா ஒளியும் ததும்பி வழியும் சாலையில் இரு எதிரெதிர்த் திசைகளில் விரைந்தோடும் வாகனங்களின் வெளிச்ச சிதறல்களோடு சைக்கிளை அழுத்தி வேகமாகச் சென்றான் பாலன்.

தார்ச் சாலையிலிருந்து மண்சாலைக்குத் திரும்பினான். ஊரை நெருங்குவதற்கு முன் வரும் மரப் புதர்க்காட்டை கடந்தபோது யாரோ வந்து மோதி விழ "அய்யோ" என்று சைக்கிளோடு சேர்ந்து விழுந்தான்.

33

இருட்டு. இரு உருவங்களின் தள்ளு முள்ளுவோடு நிழல் அசைவுகள்.

"ய்யிலே... இப்ப என்ன ஆச்சு... மண்ணு திங்கப்போற உடம்புதானே மணிமேல்லை..." குழறலோடு ஏக்கப் பெருமூச்சில் கிசுகிசுத்தான் புயல்.

"நாறப்பயலே..." என்று கத்தி திமிறுபவளை அடக்கி அங்கிருக்கும் செடிகொடிகளைச் சேர்த்து முறுக்கி கால்களைக் கட்டினான்.

கால்களை நிமிர்த்தி நெரித்தால் கட்டுகளை அவிழ்த்து விடலாம் என்பதை உணர்ந்தாள். அவள் வாயை தாவணியைக் கிழித்துக் கட்டியிருந்தான். கைகளைப் பின்புறமாகத் தனது துண்டினால் கட்டி அவளை அணைத்தபடி இழுத்துச் சென்றான். நடராஜனின் குரல் தூரத்தில் மெலிதாக ஒலித்துக்கொண்டிருந்தது.

நடராஜன் செல் வெளிச்சமும் நிலா வெளிச்சமுமான நிலையில் செடி கொடிகளை ஒதுக்கியபடி "மணிமேகலை??" என்று சத்தமாகக் கூப்பிட்டவன் நின்றான். "என்னைக் கூப்பிட்டது யாரு??" என்றான்.

போனை எடுத்து யாருக்கோ எண்களை அழுத்தினான்.

“என்னை அடிக்க யாரோ பிளான் பண்ணியிருக்காங்கன்னு நினைக்கிறேன்... மணிமேகலை குரல் மாதிரி இருந்ததுன்னு நடுக்காடுவரை வந்துட்டேன்...”

செல்போனை ஆஃப் செய்துவிட்டு இருளே அதிரும்படி கத்தினான்.

“எவன்டா... எவடியது...??”

சரசரவென்று இருட்டில் மணிமேகலை மூச்சுத்திணற இழுத்துக் சென்றான் புயல். இருட்டில் மெலிதாக நடராஜனின் குரல் தேய்ந்து மறைந்துகொண்டிருந்தது.

கட்டப்பட்ட வாயை அசைத்து ஒலியெழுப்ப முயன்று தோற்றாள். கால்களை அசைத்தாள். கட்டு நெகிழ்வதுபோல் தெரிய கால்களை நெரித்தாள்.

“அவளும் இப்படித்தான் பண்ணினா... அதான் கத்தியாலேயே அறுத்தேன்...” புயலின் குரூர குரல்.

கட்டு அவிழ அவனை தன் முகத்தால் நெட்டித் தள்ளி தடுமாறி முட்டி மோதி விழுந்து புரண்டு செடிகொடிகளால் இழுபட்டு குத்துப்பட்டு மூச்சுவாங்க ஓடினாள். கட்டப்பட்ட கைகளை விடுவிக்க முடியாது தவித்தாள்.

புயலும் “ஓடாதே... மணிமேல்லை... ஓடாதே பிள்ளே...” என்று கத்திக்கொண்டு விழுந்து புரண்டு திசை தெரியாமல் வேறு திசையில் ஓடினான்.

அவள் மூச்சுவாங்கியபடி வாகனங்கள் செல்லும் ஒலிகளையும் வெளிச்சப் புள்ளிகளையும் பார்த்துக் கேட்டு அத்திசை நோக்கி ஓடினாள். மேடுபோல் இருக்குமிடத்தில் ஏறி மண்சாலையில் இறங்கி சரசரவென்று கால்கள் பிண்ண வந்தவள் வந்துகொண்டிருக்கும் சைக்கிள் மேல் மோதி விழுந்தாள். சைக்கிளும் சைக்கிளை ஓட்டிவந்த நபரும் அவள் மீது சேர்ந்து விழ... இருவரும், “அய்யோ...” என்று அலறினர்.

34

பாலன் வலி எரிச்சலோடு எழுந்தபடியே "யாரு?" என்றான். மணிமேகலை கைகள் பின்னால் கட்டப்பட்டு வாயை இறுக்கிக் கட்டிய நிலையில் நிலா வெளிச்சத்தில் பிம்பமாக அசைந்தாள். அவளின் கட்டுகளை அவிழ்த்து வாய்த் துணியை நீக்கினான்.

தெம்மாங்கு பாட்டின் ஒலி மெலிதாக சோகம் ததும்ப காற்றில் தவழ்ந்து வந்தது

அவள் நடுக்கத்துடன் பயந்து குழறினாள்.

"அ...த்து... வேணி... வேணியைக் கொன்னவன்... வேணியைக் கொன்னது அவன்தான்... காட்டுக்குள்ளே..." மேல் மூச்சு கீழ் மூச்சு வாங்க மணிமேகலை தடுமாறினாள்.

சவரக்கத்தியை எடுத்துக்கொண்டு யோசிக்காமல் மரப்புதர் காட்டுக்குள் ஓடினான் பாலன். நிலா வெளிச்சம் போதுமானதாக இருந்தாலும் ஓட்டத்தில் தடுமாறினான்.

"எவன்டா...து..." நடராஜனின் குரல் மிக அருகில் ஒலிப்பதுபோல் கேட்க அதிர்ந்து நின்றான்.

செல் வெளிச்சமும் மரங்களினூடே ஊடுருவி வந்த நிலா வெளிச்சமும் ஓரளவு தெரிய சவரக்கத்தியுடன் நிற்கும் பாலன் நடராஜனின் பார்வைக்குத் தென்பட்டான்.

"நீ... நீய்யாடா... எங்கடா மணிமேகலை..."

"உங்க மேல எவ்வளவு மதிப்பு வச்சிருந்தேண்ணே" அழுத குரலில் கேட்டான் பாலன்.

"என்னடா சொல்றே?... கத்தியைக் கீழே போட்றா" எரிச்சலும் கோபமுமாக நடராஜன் கேட்டு முடிப்பதற்குள் பாலன் "வேணியை ஏன்டா கொன்னே?" என்று சவரக்கத்தியோடு நடராஜன் மீது பாய்ந்தான்.

"ட்டேய்ய்... என்னடா சொல்றே?"

"ஏன்டா... வெறிபிடிச்சு அவளைக் கொண்ணே?"

"என்னடா சொல்றே???"

"இன்னும் எத்தனை பேருக்கு குறிவைச்சு அலையறே?"

"மணிமேகலையை என்னடா பண்ணினே?!"

இருவரும் மாறிமாறி தள்ளுமுள்ளோடும் வார்த்தைகளோடும் போராடிக் கத்திக்கொண்டிருந்தனர்.

சில நாட்களுக்கு முன் ஏற்பட்ட பாட்டில் குத்துக் காயங்களால் தளர்ந்து போயிருந்த நடராஜனால் "ய்ய்யேய்ய்...யேய்ய்..." என்பதற்கு மேல் ஏதோ சொல்ல முயன்றும் சொல்ல முடியாமல் துவண்டான். சவரக்கத்தி அந்த மங்கிய இருட்டில் சரமாரியாக நடராஜனின் உடம்பு முழுக்கக் கிழித்தெறிய குரல்வளை அறுபட்டு அவனின் ஓலம் மரப்புதர்க்காட்டையே அதிர வைத்தது. பாலனுக்கு பலத்த அடியும் சிராய்ப்புகளும் உடல் முழுக்க எரிய குற்றுயிராய்க் கிடந்த நடராஜனைத் தரதரவென்று இழுத்துச் சென்றான்.

சற்றுத் தள்ளி வாயைப் பொத்தியபடி ஒரு மரத்தின் பின்புறத்தில் நின்றிருந்த புயல் கண்களின் விழிகள் பிதுங்க பார்த்தான். மெல்ல நகர்ந்து கையையும் காலையும் தினுசாக உதறிக்கொண்டு வேறொரு திசையைப் பார்த்து நிலா வெளிச்சத்தில் அரண்டு புரண்டு ஓடினான்.

மணிமேகலை சற்றுத் தொலைவில் பாலனின் உருவத்தைக் கண்டு நெருங்கினாள். அவன் இழுத்து வந்த உருவத்தைப் பார்த்து அதிர்ந்தாள்.

"அய்யோ... என்னடா இது?!" என்று தலைதலையாக அடித்துக்கொண்டாள்.

“வேணியைப் பாழ்படுத்தினவனை...” பழிவாங்கிவிட்ட தொனியில் கூறி மூச்சிரைத்தான் பாலன்.

“அய்யோ... இவரு இல்லை... புயலுடா... காப்பாத்த இவரை நான்தானே கூப்பிட்டேன்... கொன்னுப்போட்டுட்டியே...”

நடராஜன் முகத்தில் கை வைத்து மூச்சு வருகிறதா என்று பார்த்தாள்.

அருகில் இருந்த குத்துக்கல்லில் தலையில் கைவைத்தபடி ரத்தம் தோய்ந்த கத்தியோடு திகைத்துப்போய் உட்கார்ந்தான் பாலன்.

தெம்மாங்கு பாட்டின் ஒலி பிசிறலோடு காற்றில் மிதந்து வர விடியற்காலை வெளிச்சம் மெல்லப் படர்ந்தது.

காவல்துறை வாகனத்தில் ஏறி அமர்ந்தான் பாலன். அங்கொன்றும் இங்கொன்றுமாக ஊர் ஜனங்கள் வேடிக்கை பார்க்க, தெளிவற்ற பிம்பங்களாக கனகவேலும் நெஞ்சில் அடித்துக்கொண்டு பாலனின் அம்மாவும் பார்வையிலிருந்து விடுபட ஜீப் நகர்ந்தது. அப்போது ஜீப்பைக் கடந்து எதிர்த் திசையிலிருந்து தொலைதூரம் செல்லும் பஸ் மிகுந்த வேகத்துடன் ஒலியெழுப்பியபடி சென்றது.

பஸ்ஸுக்குள் புயல் முக்காடிட்டு சீட்டில் குத்துக்காலிட்டு வாயைப் பிளந்து காமம் ததும்ப வெறித்துப் பார்த்தபடி உட்கார்ந்திருந்தான்.

எதிர் பக்கவாட்டு சீட்டில் மத்திய வயதை மதிக்கத்தக்க ஓங்கு தாங்கான பெண்மணியின் இடுப்பும் உடற்கட்டும் தெரிந்தது. அவள் அணிந்திருக்கும் சேலை பஸ் வேக காற்றுக்கு விலகிக்கொண்டிருந்தது.

பின்னணியில் தெம்மாங்கு பாட்டு ஒலித்தது.

"... புயல்வேற யாருமில்லைடா...

நம்ம ஒவ்வொருத்தன் மனசுக்குள்ளே

குடியிருக்கும் பேய்தானடா..."

பாட்டின் ராக இசைப்பின் வேகத்தில் பஸ் தொலைதூர புள்ளியாகச் சென்றுகொண்டிருந்தது.

குவிகம் குறும் புதினம் *(2022-23)*
போட்டியில் பிரசுரத் தேர்வு

விருட்ச விழுதுகள்

ஜன்னல் திரைச்சீலையை இழுத்து விட்டார். டேபிள் பேனை கற்பகத்து பக்கம் திருப்பி விட்டார். காற்று சில்லிப்பாக வீசியது. ஏ.சி.யைச் சில மாதங்களாகப் பயன்படுத்துவதில்லை. இன்று வருவதாகக் கூறியிருந்த ‘அந்த முக்கிய நபர்’ வருவாரா என நினைத்தார். எல்லாம் நினைத்தபடி நடந்துவிட்டால் பல பிரச்னைகள் தீர்க்கப்பட்டு நிம்மதி பெருமூச்சுவிடலாம். மாணிக்கவேல் மிகுந்த எதிர்பார்ப்போடு இருந்தார். கற்பகம் ஆழ்ந்த உறக்கத்திலிருந்தாள். நரைத்த முடிக்கற்றைகள் பேன் காற்றில் அலைபாய்ந்து கொண்டிருந்தது. சரியான நேரத்தில் சிகிச்சைக்குக் கொண்டு வந்திருந்தால் பக்கவாதத்திலிருந்து தப்பித்திருக்கலாம் என்று மருத்துவர்கள் சொன்னார்கள். அன்றுதான் கம்பெனியில் பிரச்னையின் முதல் துளி வெடித்துக் கிளம்பியிருந்தது.

கொசுவலை யூனிட், சிமெண்ட் சாக்கு யூனிட், வெளிநாட்டுக்கு ஏற்றுமதி செய்யும் சாக்கு யூனிட் என வெவ்வேறு இடங்களில் இயங்கும் மூன்றையும் பிரிக்கும் பார்ட்னர்களின் பஞ்சாயத்து சட்டப்படி நடந்துகொண்டிருந்தது. வீட்டிலிருந்து வந்த போன் காலை மாணிக்கவேல் தவிர்த்து இருந்தார். எம்.

வி.எல் இண்டஸ்ட்ரீஸ்லிருந்து விருத்தாசலமும் லட்சுமணனும் ஆளுக்கொரு யூனிட்டை பிரித்து எழுதித்தர நிர்ப்பந்தம் செய்தனர். பதினொரு வருடங்களாக கம்பெனியின் அனைத்து நிர்வாகப் பொறுப்புகளையும் லட்சுமணன்தான் கவனித்துக்கொண்டான். நாற்பது வருட நட்பு. பணத்தின் நேரடி வரவு செலவு புழக்கத்தில் இருந்த லட்சுமணனுக்கு கம்பெனியின் லாப நட்ட விவகாரம் பிடிபட்டிருந்தது. சூசகமாக லாபத்தோடு பிரிந்து தப்பித்துக்கொண்டான் என்பது பிறகுதான் மாணிக்கவேலுக்குப் புரிந்தது. எல்லாவற்றையும் செட்டில்மெண்ட் செய்து ஒப்பந்தம் இறுதியான பின் தவிர்த்த போன்காலை அட்டெண்ட் செய்தபோது, நிலைமை கைமீறி கற்பகம் ஐசியூவில் இருந்தாள்.

சில மாதங்கள் கழித்து படுத்த படுக்கையானாள். கம்பெனியும் தன்னை மீறி சிக்கலில் தவித்துக்கொண்டிருப்பதை அப்போதுதான் உணர்ந்தார். பாகங்களைப் பிரித்துக்கொண்டதுமல்லாமல் இன்கம்டாக்ஸ் ரெய்டுக்கு வழியையும் மறைமுகமாக உண்டு பண்ணி தொல்லையை ஆரம்பித்திருந்தனர். பத்தாததற்கு அரசின் புதிய வரிக்கொள்கை ஏற்கனவே மென்னியைப் பிடித்திருந்தது. தொழில் சார்ந்த அரசாங்கக் கொள்கை முடிவுகள் வேறு தொழில் வளர்ச்சிக்கு முட்டுக்கட்டையாக இருந்தன.

ஒன்றரை வருடம் முன் நடந்த இடைத்தேர்தலில் ஒரு அரசியல் கட்சி வேட்பாளர்க்கு தாராளமாக தன் பங்கில் செலவு செய்யப் போனபோதுதான் பார்ட்னர்களுக்குள் புகைச்சல் ஆரம்பமானது. செலவு செய்த விவகாரத்தில் சம்பந்தப்பட்ட அரசியல் வேட்பாளர் தேர்தல் விதிமுறை மீறல்களில் மாட்டிக்கொண்ட சம்பவம் கம்பெனியின் மூல வேரையே ஆட்டிப் படைத்தது. அளவுக்கு மீறிச் செலவு செய்த பணம் எம்.வி.எல் இண்டஸ்ட்ரியின் வழி வந்ததாக ஒப்புதல் வாக்குமூலம் அளிக்க பிரச்னை நீதிமன்றத்தில் இருக்கிறது. ஐந்து அக்கவுண்ட்கள் முடக்கப்பட்டிருந்தன. கம்பெனியை வைத்து நடத்த மூலப்பொருட்களை வாங்கவும் ஊழியர்களுக்கு

சம்பளம் போட முடியாமலும் தடுமாற்றமாக இருந்தது. மேற்படி இரண்டு விஷயத்தில் நீதிமன்றம் அத்தியாவசிய நலன்கருதி இரண்டு அக்கவுண்ட்களைப் பயன்பாட்டிற்கு ரிலீஸ் செய்தது.

வாகனங்களுக்கான டீசல், ஸ்டேசனரி பொருட்கள், மெக்கானிகல் எலக்ட்ரிகல் தையல் மிஷின்களுக்கான ஸ்பேர் பார்ட்ஸ்கள், கேண்டின் செலவுகள், இதர பராமரிப்புச் செலவினங்கள் என ஒன்றிற்குப் போட வேண்டியதை மற்றொன்றிற்குத் திருப்பி மாதம் மாதம் சதுரங்கம் விளையாட வேண்டியிருந்தது. ஒன்றரை வருடம் தட்டுத்தடுமாறி இழுத்துப் பிடித்து ஓட்டிக்கொண்டிருந்த கம்பெனியின் நிலைமை கடந்த நான்கு மாதங்களாகத் தன் மூச்சையை நிறுத்திக்கொள்ளும் நிலையில் உள்ளது.

சுமார் எண்ணூறு தொழிலாளர்களுக்கு சம்பளம் போடவே முடியாத நிலை. சுற்றிலும் நிறைய பேரிடம் கம்பெனி கணக்கு முடக்கப்பட்டதைக் கூறி நம்பிக்கை அடிப்படையில் கடன் வாங்கியாகிவிட்டது. எவ்வளவுதான் வாங்குவது? வழக்கு விசாரணை எப்போது முடியும் என்று தெரியவில்லை.

சம்பள விவகாரத்தில் பி.எஃப். பணமும் கட்டப்படாமல் நிலுவையில் இருக்கிறது. வங்கி மூலம் கிடைத்த கடன்கள் சில மாதங்களாக சரிவர கட்டமுடியாமல் இருக்கிறது. கம்பெனியின் நிலையறிந்த வங்கி மேலாளர்கள் நெருக்கடிக்குத் தள்ளிக்கொண்டிருக்கின்றனர்.

இருமல் சத்தம் கேட்டு கட்டில் பக்கம் பார்வையைத் திருப்பினார். கற்பகம் மெல்ல விழித்து தண்ணீர் என சைகையில் உணர்த்திக் கேட்டாள். இன்று உதவிக்கு வரவேண்டிய பெண்மணி வரவில்லை.

சமையலறையிலிருந்த கோமதி சமையலை முடித்து விட்டுத்தான் வருவாள். போர்டிகோவிற்கு வந்தார். திரும்பி வீட்டைப் பார்த்தார். பிரம்மாண்டமாகக் கட்டப்பட்ட வீடு. இரண்டு மகள்களையும் திருமணம் செய்து கொடுத்தபின்

வீடு தன்மதிப்பை இழந்து சில வருடங்களாகிவிட்டன. கம்பெனியின் தலைமை அலுவலகம் வீட்டின் மேல்மாடியில் இயங்கிக்கொண்டிருந்தது. விடியற்காலைப் பொழுதின் அமைதி இன்னும் சற்று நேரத்தில் கலைந்துவிடும். இருபது அலுவலகப் பணியாளர்கள் வந்துவிடுவர். உற்பத்தி செய்யும் கம்பெனியின் இடம் பத்து கிலோமீட்டருக்கு அப்பால் உள்ளது. எக்ஸ்யூடிவ் ஆபிஸர் வைரவன் முழுப் பொறுப்புகளையும் கவனித்துக் கொண்டுள்ளார்.

“இன்று ஒரு மாதம் சம்பளமாவது ஏற்பாடு செய்துடுணும் சார்” என்று வைரவன் சொல்லியிருந்தார். வரும் முக்கிய நபரின் உறுதிமொழியை நம்பித்தான் இன்றைய பொழுது விடிந்திருக்கிறது.

மாடிக்கு வந்தார். பனிரெண்டு ஏக்கரில் நடுநாயகமாக வீடு சகல வசதிகளோடு இருந்தது. விஸ்தாரமான பங்களா, நீச்சல் குளம். பேரன் பேத்திகள் விடுமுறைக்கு வரும்போது உறவுகளால் நீச்சல்குளம் அதகளப்படும். பார்ட்னர்கள் ஒன்றாக இருந்தபோது ‘ஹெலிபேட் அமைச்சிடுங்க. பாரீன் கஸ்டமர்கள் ஏர்போர்ட்டிலிருந்து ஹெலிகாப்டர்ல நேரா அழைச்சிட்டு வர வசதிப்படும்’ என்றனர். அப்போது கம்பெனி ஜெகஜோதியாக இயங்கிக்கொண்டிருந்தது. ஹெலிபேட் இப்போது சரிவர பராமரிப்பு இல்லாமல் கிடக்கிறது. அங்கிருந்து தள்ளி தென்வடலாக தென்னந்தோப்பு, மாந்தோப்பு, காய்கறி பண்ணை. வெளிநாட்டு பால் மாடுகள் வளர்ப்பிடம் என ஏழு ஏக்கரில் பரந்து இருக்கிறது. ஆங்காங்கே அதற்குரிய பண்ணை வேலை செய்பவர்களின் நடமாட்டமும் பல்வேறு பறவைகளின் கீச்சொலிகளும் கேட்டுக்கொண்டிருந்தது.

பறவைகளின் ஒலிகளால் ‘மறந்துவிட்டோமே’ என்று மெல்ல படியிறங்கி பறவைகளின் இருப்பிடத்திற்குச் சென்றார். பச்சைக் கிளி ‘வணக்கம் வணக்கம்’ என்றது. மைனாவை பழக்கப்படுத்தினால் கூட சொல்லிக் கொடுத்ததைத் திருப்பிச் சொல்லும். கடந்த பத்து வருடங்களாக பறவைகளின்

ஈடுபாட்டால் மாந்தோப்பிற்கும் தென்னந்தோப்பிற்கும் இடையில் மினி பறவைகள் சரணாலயம் அமைத்திருந்தார் மாணிக்கவேல். பணியாளர்கள் இருவர் பறவைக் கூண்டுகளை சுத்தப்படுத்தி தானியங்களையும் இலைகளையும் உள்ளே வைத்துக் கொண்டிருந்தனர். சில கூண்டுகள் திறக்கப்பட்டே இருக்கும். எங்கெங்கோ சுற்றிவிட்டு மாலையானால் திரும்பும் சிட்டுக்குருவி மைனா குயில் வான்கோழிகள் நீல மயில் கௌதாரி மாடப்புறா பனங்காடை சிறிய தவிட்டுப்புறா என ஒவ்வொன்றாய் தங்களது இருப்பிடங்களுக்கு இருட்டுவதற்குள் வந்தடையும்.

"அய்யா... அம்மா பெட்ல இருந்து தவறி விழுந்துட்டாங்க."

வேலைக்காரப் பெண் கோமதியின் அலறலைக் கேட்டு வேலையாட்களோடு மாணிக்கவேல் கற்பகத்தின் அறைக்கு ஓடினார். அதற்குள் கோமதியின் துணையோடு கற்பகம் பெட்டில் அமர்ந்திருந்தாள்.

"எப்படி?"

போனை கைகாட்டினாள். இயங்காத வலது கை அந்தச் சமயத்தில் சற்றுத் தளர்ந்து உயர்ந்ததுபோல் மனசுக்குப் பட்டது. பிசியோதெரபி மருத்துவர் சொன்ன முன்னேற்றமா?

போனை எடுத்தார். இரண்டு நிமிடங்கள் கம்பெனியின் எக்ஸ்யூடிவ் ஆபிஸர் லைனில் இருந்திருக்கிறார். போனை அங்கேயே வைத்துச்சென்றது தவறாகிவிட்டது. போன் சத்தம் கேட்டு எடுக்கத் தனியாளாக முயன்றபோது கற்பகம் தடுமாறி விழுந்துவிட்டாள். அவள் பதிலுக்குப் பேசியிருக்க நியாயமில்லை. 'நான்தான் லைனில் இருக்கிறேன்' என்று வைரவன் என்ன பேசினார் என்று தெரியவில்லையே. கற்பகத்தைப் பார்த்தார். அவள் அவரையே தீர்க்கமாகப் பார்த்தாள். ஏதோ சைகையிட்டு எதுவோ அவரிடம் கூற முயன்றாள். சமாதானப்படுத்தித் தூங்க வைத்தார்.

வைரவன் மீண்டும் போன் செய்தார்.

மாணிக்கவேல் வைரவனையும் சமாதானப்படுத்தும் தொனியால் பேச்சைத் தொடங்கினார்.

“நிலைமை இங்கே சரியில்லை சார்?”

“ஒரு மாசம் சம்பளத்துக்கு ஏற்பாடு செய்துடலாம் வைரவன். பார்ட்டி வந்துட்டுருக்காங்க. பணத்தை வாங்கிட்டு உடனே வரேன்.”

மத்தியில் பதவியேற்ற புதிய அரசு தனது கொள்கையில் மாற்றம் தெரிவித்தால் நசிந்த தொழில்கள் தலைநிமிர வழி கிடைக்கலாம். ஆட்சி மாறிய இந்த மூன்று மாத காலத்தில் அப்படி ஏதும் நடப்பதுபோல் தகவல் இல்லை. ஏதோ யோசித்தபடி கற்பகத்தைப் பார்த்தார். அவள் உறங்காமல் அவரைப் பார்வையால் தனது பக்கம் அழைத்தாள். முகத்தில் தசைகளின் சுருக்கம். நரை முடிக்கற்றைகள் காற்றில் அலை புரண்டன. ‘கம்பெனியில் ஏதும் பிரச்னையா’ என்று பார்வையால் கேட்பது புரிந்தது. என்ன சொல்ல? பார்ட்னர்கள் விலகிக்கொண்டது தெரியும். மற்ற சங்கதிகள் அவளுக்குத் தெரிய நியாயமில்லை.

வைரவனும் எவ்வளவோ சமாளித்துப் பார்த்தார். யூனியன் தலைவர் இன்னும் இரண்டு மணி நேரத்தில் ஏதேனும் ஒரு பதில் வேண்டுமென நெருக்கடி கொடுத்தார்.

“இப்போதுதான் நிர்வாகியிடம் பேசினேன். உங்கள் குறைகள் நிவர்த்தி செய்யப்படும்.”

ஒரு மாதம் சம்பளம் மட்டும்தான் என்று கூறினால் பிரச்னையாகக் கூடும். நிர்வாகி வந்து பேசி நிலைமையைச் சமாளிக்கட்டும். இப்போதைக்கு அமைதிப்படுத்துவோம்.

எந்த செக்சனிலும் வேலை நடக்கவில்லை. காலை பதினொரு மணி. டீ டைமில் அனைத்து செக்சன் பணியாளர்களும் விளையாட்டு மைதானத்தில் கூடினர். விடுதிகளில் தங்கியிருந்த ஆண் பெண் பணியாளர்களையும் வரச்சொல்லி ஆளனுப்பினர்.

“டேய்... ஏமாத்துறானுங்கடா...?!”

“சம்பாதித்த சம்பாதிக்கிற பணத்தையெல்லாம் என்னடா பண்ணினானுங்க?”

“பேங்க் கடன் மெசின் வாங்கினதுல கடன் பேப்பர் பென்சில் பிரிண்ட் இங்க்னு வாங்கினதுலனு எல்லாத்திலேயும் கடன்...”

“வர இன்கம் பணத்தையெல்லாம் பேங்க்காரன் கடனுக்கு வசூல் பண்ணிடறானாம்.”

“டேய்... ரோட்ல உட்கார்ந்தாதான் சரியாக இருக்கும்?!”

“மதியம் சிப்டுக்கு வரவனுங்களுக்கெல்லாம் போன்ல நிலைமையைச் சொல்லுங்கடா?”

“யூனியன் லீடர் நிர்வாகத்துக்குக் கூட சேர்ந்துகிட்டு சதி பண்றான்டா?”

“நாலு மணிக்கு ஷிப்ட் முடியறதுக்குள்ள நாலுமாசச் சம்பள பாக்கியும் இந்த வருச போனஸ் எத்தனை பர்சன்டேஜ் என்கிற விவரத்தையும் முடிவாக்கணும்”

எக்ஸ்யூடிவ் ஆபிஸர் அலுவலக அறையை நோக்கி கூட்டமாகச் சென்றனர். எதிரே யூனியன் லீடர் வந்தார். நின்றனர். அவரின் சமாதானம் கூட்டத்தினரிடையே கோபத்தை வரவழைத்தது. அவரை இடித்துத் தள்ளிவிட்டு ரிசப்ஷன் ஹாலை நெருங்கினர். பெண் பணியாளர்களும் மற்றொரு திசையிலிருந்து வந்து சேர்ந்தனர்.

வைரவன் அறையை விட்டு வெளியே வந்தார். அனைவருக்கும் கைகுவித்து வணக்கம் தெரிவித்தார். “உங்க நிலையை நிர்வாகம் புரிஞ்சிருக்கு இதுவரை ஒத்துழைப்பு கொடுத்து உதவியிருக்கீங்க... நிர்வாகியும் பல வகைகளில் முயற்சி செய்துட்டு இருக்கார். பொறுமையாக அவங்கவங்க செக்சனுக்குப் போங்க. நிர்வாகி மாலைக்குள் ஏற்பாடு பண்ணிடறேன்னு சொல்லியிருக்கார்.”

“இதையே எத்தனை மாசமா சொல்வீங்க சார்?”

“அந்தக் கதையெல்லாம் வேண்டாம். உடனே ஒரு பதிலை சொல்லுங்க...”

“பண்டிகை வேறே நெருங்கிக்கிட்டுருக்கு. நாளும் கிழமையுமா சந்தோசமா இருக்கிறதா வேண்டாமா சார்?”

“சம்பாதிச்சதெல்லாம் எங்கே போச்சு?”

“குடும்பத்தை எப்படி ஓட்டுவாங்கன்னு கொஞ்சமாவது நினைச்சுப் பார்த்தீங்களா?”

“யாரும் வேலை செய்யமாட்டோம். எங்கள் சம்பள பாக்கியை செட்டில் பண்ணுங்க.”

அவர்களை அமைதிப்படுத்தி நிதானமாக வைரவன், “நிலைமை கொஞ்சம் சரியில்லைனு சொல்லித்தான் உங்களை வேலைக்கு வரவழைச்சோம். ஏற்பாடு பண்ணிடலாம்னு நம்பிக்கையிலதான் ஒவ்வொரு முயற்சியாக நிர்வாகம் எடுத்துக்கிட்டிருக்கு” என்றார்.

துறைப் பொறுப்பாளர்கள் வந்து அவரவர்களின் துறைக்குக் கீழ் பணிபுரியும் தொழிலாளர்களைத் தனியாக அழைத்துச்சென்று சமாதானப்படுத்த முயன்றனர். “போன எட்டுமாச அளவுல அம்பது நாளுக்கு வேலையே தரமுடியலை. ஆனா அதையெல்லாம் வேலைநாளா கணக்கெடுத்துருக்கு நிர்வாகம்” யாரும் அசைந்துகொடுப்பதாகத் தெரியவில்லை.

“பல நாள் ரா மெட்டிரியல் டிமாண்ட், ஆர்டர் சரிவர கிடைக்காதது என பல சிரமங்களையும் கடந்துதான் வந்துட்டுருக்கோம் புரிஞ்சுக்குங்க.”

வைரவன் மீண்டும் நிர்வாகி மாணிக்கவேலுக்கு போன் செய்யப் போனார்.

மதிய உணவு வேளை நெருங்க கம்பெனி பிஆர்ஓ “யாரும் வேலை பார்க்க வேணாம். கேண்டின்ல சாப்பிட்டுட்டு அவங்கவங்க செக்சன்ல வெயிட் பண்ணுங்க கூப்பிடறோம்” என்றார்.

“அப்படியே நாலு மணி ஆனபிறகு ஷிப்ட் முடிஞ்சுடும். வெளியே அனுப்பிடலாம்னு முடிவு பண்ணிடாதீங்க. யாரும் முடிவு தெரியாம வெளியே போகமாட்டோம்.”

வைரவன் போன் செய்தபோது ஒலித்தபடியே இருக்கும் போனையே மௌனமாக பார்த்துக்கொண்டிருந்தார். படுக்கை அறையிலிருந்த கற்பகம் போன் ஒலி சப்தம் கேட்டு மாணிக்கவேலை அங்கிருந்தபடியே ஏறிட்டாள். அவளை ஒரு கணம் கவனிக்காதவர் ஏதோ உந்துதலில் திரும்பினார். இயங்கும் இடது கையால் அவரை கற்பகம் அருகே அழைப்பது தெரிந்து எழுந்தார்.

சைகைகளில் ஓரிரு நிமிடங்களுக்கு என்னவோ சொல்ல முயன்றாள். அவரால் புரிந்துகொள்ள முடியவில்லை. சில நொடிகளுக்குப் பிறகுதான் புரிய ஆரம்பித்தது. மெல்ல கற்பகத்தைத் தோள்மீது சாய்த்தபடி ஜன்னல் பக்கம் வந்தார். காற்று மெல்ல இதமாக வீசியது. தனது கழுத்தில் இருக்கும் தங்கத் தாலியைத் தொட்டுக் காண்பித்தாள். சுவரில் மாட்டியிருந்த மகள்களின் போட்டோக்களைக் காண்பித்தாள். அவரின் நெஞ்சைத் தொட்டாள். இடது கையின் சுட்டு விரலால் அறையைச் சுழற்றிக் காண்பித்தாள். சாப்பிடுவதுபோல் கையைக் குவித்து வாயருகே கொண்டு போனாள். நிதானித்து அவரைப் பார்த்தாள். சட்டென்று கம்பெனி இருக்கும் திசையை நோக்கி தலைக்கு மேல் கையைத் திருப்பி உயர்த்தியவள் கீழிறக்கி ‘தொழிலாளிங்க இல்லைன்னா நாமல்லாம் இல்லை’ என்று தெளிவற்ற வார்த்தைகளைப் பிசிறியபடி சொன்னாள். சீக்கிரம் ‘பிரச்னையை’ முடிக்கச் சொன்னாள். வைரவன் போனில் தன்னிடம் பேசுவதாக நினைத்து கற்பகத்திடம் கம்பெனி நிலவரத்தைச் சொல்லிவிட்டதாக உணர்ந்தார். வைரவனின் பதற்றம் வைரவனுக்கு.

“அய்யா... சிபியெஸ் பார்ட்டி வந்துட்டாங்க.”

அனைவருக்கும் வணக்கம் தெரிவித்து அமர்ந்தார். மூன்று பேர் வந்திருந்தனர். அவர்களிடம் நிதியுதவி மட்டும் கேட்டிருந்தார். அது சம்பந்தமாகத்தான் பேச வந்துள்ளனர்.

“என்னோட உதவி கேட்டலில் சிறிது மாற்றம்?”

வந்தவர்கள் ஒருவரையொருவர் பார்த்துக்கொண்டனர்.

மாலை நான்கு டூ இரவு பனிரெண்டு மணி ஷிப்டிற்கான பணியாளர்களை அழைத்துவரும் பேருந்துகள் மெயின் கேட்டிற்கு வெளியே ஒவ்வொன்றாக வந்து நின்றன. செக்யூரிடிகள் இறங்கச் சொல்லியும் யாரும் இறங்கவில்லை. நான்காவதாக மஸ்தா வேன் வந்து நின்றது. தொழிலாளர்களின் பேரிரைச்சல். யாரும் இறங்குவதாகத் தெரியவில்லை.

எக்ஸ்யூடிவ் ஆபிஸர் அறையினுள் உதவி மேலாளர் மேகநாதன் தனது மொபைலுடன் நுழைந்தார்.

வைரவன் சட்டென்று கோபத்துடன் “பணியாளர்களைத் தனிப்பட்ட முறையில் ஒவ்வொருத்தரிடமும் கன்வின்ஸ் பண்ண சொன்னேனா இல்லீயா? ஏழு உதவி மேலாளர்களையும் வரச்சொல்லு” என்றார்.

“சார் அதுக்கு முன்னாடி...” என்று சொன்ன மேகநாதன் தனது மொபைலில் வந்த வாட்ஸப் செய்தியை அவர் முன் வைத்தார். வைரவன் முகத்தில் உணர்வுகள் பல விதங்களில் வெளிப்பட்டு நம்பிக்கையோடு மினுங்கியது.

“இதுதான்யா... நம்மைச் சுத்தி நடக்கும் ஒவ்வொரு விஸயத்திலேயும் அரசியல் இருக்கு. இதெல்லாம் சட்டுன்னு இப்பப் போய் புரிய வைக்கமுடியுமா? கடந்த ஆறேழு மாசமா எல்லாரும் கன்வின்ஸ் பண்ணி தொழிலாளர்களிடம் பேசியிருக்கணும். உற்பத்தி பண்ற ஜடங்களா மட்டும் தொழிலாளர்களை நினைக்கக்கூடாது?”

வாட்ஸப் செய்தியில் புதிதாகப் பதவியேற்ற அரசாங்கம் தொழில் துறை சார்ந்து எடுத்திருக்கும் கொள்கை முடிவு நசிந்த தொழிற்சாலைகளுக்கு சாதகமான முன்னேற்றத்தை அளிக்கக் கூடியதாக இருந்தது. வரி விதிப்புமுறை வரிச்சலுகை ஏற்றுமதி இறக்குமதி சார்ந்த கொள்கை வரையறைகள் என்று அது

விரிந்தது. வருமான வரித்துறையால் முடக்கம் செய்யப்பட்ட பல நூறு கம்பெனிகளின் வங்கிக் கணக்கு வழக்குகள் விரைந்து தீர்ப்பதற்கான சாத்தியக்கூறுகளும் தென்பட்டது.

“சார்... பஸ்ஸை விட்டு இறங்கமாட்டேன் என்கிறார்கள்” பணியாளர் துறை மேலாளர் வைரவனிடம் கூறினார். அறைக்கதவை திறந்து ஒரு அடி எடுத்து வைப்பதற்குள் போன் ரீங்காரமிட்டது. நிர்வாகி.

“பணத்தோட வந்துட்டிருக்கேன். தற்காலிகமாக பிரச்னைக்கு முடிவு கிடைக்கும். இன்னும் சில வாரம் கழித்து எல்லா பேலன்ஸ்களையும் முடிச்சிடலாம். அங்கே பிரச்னையில்லையே” என்றார்.

ஜன்னல் வழியே மெயின்கேட்டைப் பார்த்தார். பஸ்ஸை விட்டு இறங்கிய தொழிலாளர்கள் உள்ளே வராமல் வெளியே நின்றனர். அதில் இருவர் சாலையோரமாகக் கொட்டப்பட்டிருந்த ஜல்லிக்கற்களை எடுத்து பேண்ட் பாக்கெட்டிற்குள் வைப்பதைக் கண்டு வைரவன் அதிர்ந்தார். போனை உள்ளங்கைகளால் பொத்தியவர் பணியாளர்துறை மேலாளரிடம் திரும்பி, “மெயின் கேட்டை இழுத்துச் சாத்திப் பூட்டுப்போடச் சொல்லு. வெளியே நிற்கிறவங்களை உள்ளே வர விட வேண்டாம்.” உள்ளங்கை மறைப்பிலிருந்து போனை விடுவித்தார். நிர்வாகியிடம் தொடர்ந்தார்.

“பேசி அமைதியா வைச்சிருக்கோம் சார்... பிரச்னை ஏதுமில்லை”

“அவங்க இல்லைன்னா கம்பெனியே இல்லைய்யா...” என்ற நிர்வாகி “அப்புறம் கம்பெனி குவார்ட்டர்ஸ்ல இருக்கிற கெஸ்ட் அவுஸை துப்புரவுபடுத்தி வைங்க ஒரு வாரத்துக்குள்ளே” என்று கூறி போனை அணைத்துவிட்டார்.

காருக்குள் தனக்கு அருகிலிருந்த சூட்கேஸைப் பார்த்தார்.

“சட்னு வீட்டையும் சுற்றியிருக்கிற தோட்டத்தையும் விலை பேசிடலாம்னு முடிவு பண்ணீட்டீங்க... யோசிச்சு முடிவு பண்ணுங்க மாணிக்கவேல்...” வந்திருந்த சிபியெஸ் பார்ட்டி கூறியது.

“பிரச்னையை டோட்டலா முடிக்கணும்னா இதுதான் வழி.”

கடனாகத் தர வந்த பணம் முன் பணமாக முகத்தை மாற்றிக்கொண்டது. அடுத்த வாரம் ரிஜிஸ்தர் பண்ண அக்ரிமெண்ட் எழுதப்பட்டது.

“மகள் வீட்டுக்குப் போறீங்களா?”

“இல்லை கம்பெனி கெஸ்ட் அவுஸுக்கு பறவைகளுடன்...” அக்ரிமெண்டில் கையெழுத்திட்டபடி சொன்னார்.

கார் கம்பெனியை நெருங்கிக்கொண்டிருந்தது.

வைரவன் படிகளில் இறங்கி போர்டிகோவை நெருங்கினார்.

“காலை பதினொரு மணிக்குள் செட்டில் பண்ணிடுவோம்னு சொன்னீங்க. இப்போ மணி நாலாகப் போகுது” கேட்டுக்கு வெளியே இரைச்சலாக சப்தமிட்டனர். சிலர் சாத்தப்பட்ட பிரம்மாண்டமான மெயின்கேட்டை ‘மடீர் மடீர்’ என அடித்தும் உதைத்தும் கொண்டிருந்தனர்.

கம்பெனி தலைமை செக்யூரிடி “ஓவரா போயிட்டுருக்காங்க சார் வெளியே.. வெளுத்து வாங்கிடலாமா சார்” என்றார்.

“யோவ்... வெளியே நிக்கிறவங்களை மூணாவது மனுசங்க மாதிரி நினைச்சுப் பேசுறே... நம்ம தொழிலாளிங்கைய்யா... உணர்ச்சி வேகத்துல இருக்காங்க. அவங்க கோணத்துல எல்லாம் சரி. பொறுமையாக இரு. பேசி வழிக்குக் கொண்டு வரலாம். செக்சனுக்குள்ளே இருக்கிறவங்களை வெளியே வராம பார்த்துக்குங்க. கேட்டுக்கு வெளியே நிக்கிறவங்களை நான் பார்த்துப் பேசிக்கிறேன்” என்றபடி மெயின் கேட்டை நோக்கி வைரவன் சென்றார்.

2019

காணி நிலம்

லேப் டாப்பில் அண்ணன் அனுப்பிய இ-மெயில் வரிகள் ஆங்கிலத்தில் துடித்துக்கொண்டிருந்தன. நம்பிக்கையைத் தெரிவிக்கும் வரிகள்.

நீ அனுப்பிய தொகையிலிருந்து இங்கே மெயினான இடத்தில் நிலம் வாங்கிப் போட்டிருக்கிறேன். அதன் ரேட் இப்ப பல மடங்கு எகிறிக் கிடக்கிறது. ஆகவே எதிர்காலம் குறித்து பயப்படாமல் இந்தியாவுக்கு வந்துவிடு. அன்புடன் அண்ணன்.

மனம் குழம்பியிருந்தபோது வந்த இ-மெயில் அது.

அமெரிக்காவிற்கு வந்தபோது இருந்த எதிர்காலக் கனவுகள், நம்பிக்கைகள் எல்லாமே தற்போது தகர்ந்து எல்லையை மீறிப் போய்விட்டது. நெருக்கமான நண்பன் டேவிட் சகாயம் கம்ப்யூட்டர் இன்ஜினீயர். கலிபோர்னியாவில் பதினொராவது மாடியில் இருந்த தனது பிளாட்டில் நேற்று மாலை குடும்பத்தோடு தற்கொலை செய்துகொண்டான். அவன் முதலீடு செய்திருந்த பங்கு வர்த்தகம் உதட்டைப் பிதுக்கி, கைவிரித்து விட்டது. பொருளற்ற வாழ்க்கையில் பொருள் தேடி அலைந்த விரக்தியில் குடும்பத்தோடு மாய்ந்து போய்விட்டான்.

தனக்கு மட்டும் என்ன மிஞ்சி கிடக்கிறது. அமெரிக்க வாழ் இந்தியன் என்கிற பிம்பம் மூன்று ஆண்டு ஒப்பந்தக் காலம் முடிவதற்குள் கலைந்துபோய்விட்டது. இனி செய்வதற்கு ஒன்றுமில்லை. கடன் சுமையை ஒழித்துக் கட்டிவிட்டு விமானத்தில் இந்த லேப்டாப்போடு வெறும் ஆளாக இந்தியாவிற்குப் பறக்க வேண்டும்.

கம்ப்யூட்டர் சாப்ட்வேர் இன்ஜினீயரான ராஜ்குமார் ஒன்றுமில்லாதவனாகத் தனது வாழ்க்கையை மீண்டும் தொடக்கத்திலிருந்து ஆரம்பிக்க வேண்டும்.

கண்ணாடிக் கதவுகளுக்கு அப்பால் விரிந்திருக்கும் பச்சைப் பசேல் புல்வெளியை ஒட்டியிருந்த வாசமில்லாத பல வண்ண மலர்கள் செடிகளின் நுனியில் பனித் திவலைகளோடு அசைந்து கொண்டிருந்தன. சற்றுத் தள்ளியிருந்த மூங்கில் காடுகள் வீசும் காற்றுக்கு ஆடிக்கொண்டிருந்தன. அகாசியா மரங்களில் பூக்கள் நிரம்பி வழிந்தன. வீட்டை ஒட்டியிருந்த பெர்சிமன் மரம் கண்ணாடி ஜன்னலில் மோதிக்கொண்டிருந்தது. புல் பரப்பைத் தள்ளி நீண்டிருந்த கறுப்பு நிறச்சாலையில் பனிப் புகை மூட்டத்திற்கு மத்தியில் வாகனம் ஒன்று விரைந்து கொண்டிருந்தது.

சிறுவயதில் வயற்காட்டில் ஓடியாடி விளையாடிக் கொண்டிருந்தது நினைவுக்கு வந்தது அவனுக்கு. ஏழு ஏக்கர் நன்செய் நிலம். நெற்பயிர்கள் பசேல் என்று காற்றில் ஆடுவது நேற்று போல் இருக்கிறது. சுற்றிலும் ஓரத்தில் உயர்ந்திருந்த தென்னைகள். ஒரே ஒரு பனை மரம். ஒரு ஏக்கரில் பாதி கத்தரிச் செடிகள் மீதியில் வெண்டைச் செடிகள். இரண்டு ஏக்கரில் வாழைச் சாகுபடி. தளும்பி நிற்காவிட்டாலும் போதுமான நீர் நிரம்பிய கிணற்றுப் பாசனம். கிணறு இருந்த மேட்டுப் பகுதியில் கொட்டமுத்துச் செடிகள் பூத்துக் குலுங்கிக்கொண்டிருக்கும். ஒரு முறை யாரோ என்னவோ சொல்லிவிட்டார்கள் என்று கோபித்துக்கொண்டு ஓடிவந்து பனை மரத்தடியில் உட்கார்ந்தபடி உச்சிவெயிலில் அழுதது சற்றுமுன் நிகழ்ந்த நிகழ்வாக மனதில் ஓடிக்கொண்டிருந்தது.

நடு அக்காளும் அண்ணனும் சேர்ந்து செம்பருத்தி ரோஜா, மல்லிகைச் செடிகள் என நீர் ஊற்றி மலர வைத்தது இப்போது நினைத்தாலும் மனதை இதமாக வருடுகிறது. விடுமுறை தினங்களில் கத்தரி, வெண்டைகளைப் பறிப்பதும் வரப்பில் ஓடியாடி விளையாடி வீட்டில் திட்டும், அடியும் வாங்குவதுமாக பொழுதுகள் கழியும். மூன்று அக்காள், ஒரு அண்ணன் வரிசையில் ராஜ்குமார் கடைக்குட்டி. சற்று கலகலப்பான குடும்பம்தான்.

மூன்று அக்காள்களை நல்ல இடத்தில் கட்டிக்கொடுத்துவிட்டு திரும்பிப் பார்த்தபோது இரண்டு ஏக்கர் நிலம்தான் மிஞ்சியிருந்தது.

ராஜ்குமார் ப்ளஸ் டூ முடித்து வாங்கிய மார்க்குக்கு தனியார் இன்ஜினீயரிங் கல்லூரியில்தான் இடம் கிடைத்தது. மிஞ்சியிருந்த இரண்டு ஏக்கரும் தனியார் கல்லூரிக்கு பீஸாகிப் போனது. விவசாயம் பார்த்து வாரிக் கட்டிக்கொண்டது போதும் என்று வீட்டில் முடிவெடுத்திருந்தனர். படிக்க வைத்தால் கடைசிக் காலத்தில் நிம்மதியாக வாழ்க்கையைக் கழிக்கலாம் என்று அப்பாவையும், அம்மாவையும் கட்டாயப்படுத்தி விற்க வேண்டிய முடிவை எடுக்க வைத்தான் அண்ணன். தனியார் பள்ளியில் ஆசிரியப் பணி செய்யும் அண்ணன் போட்ட கணக்கு எல்லாம் சரிதான்.

கம்ப்யூட்டர் இன்ஜினீயர் படிப்பு முடிவதற்குள்ளேயே முப்பதாயிரம் மாதச் சம்பளத்தில் அமெரிக்க கம்பெனியில் வேலை காத்திருந்தது.

பழைய கடன் லொட்டு லொசுக்கு எல்லாம் கழித்துக் கட்டிவிட்டதாக அண்ணன் மெயில் அனுப்பியபோது வேலையில் சேர்ந்து இரண்டு ஆண்டுகள் முழுமையாக முடிந்திருந்தது. இனி சம்பாதிப்பதுதான் சேமிப்பும் எதிர்காலமும் என்று நினைத்துக்கொண்டான். அப்போது பங்கு வர்த்தகத்தில் நிறைய போட்டுவிட்டு மீதியை எந்த வகையிலாவது பணத்தைப் பெருக்கி வைக்கவும் என்று வீட்டிற்கு அனுப்பி வைத்தான்.

கடத்த ஆறுமாத கால அளவில் சிறிது சிறிதாக எல்லாமே தலைகீழாகிப் போனது. ஷேர் மார்க்கெட்டில் அவன் முதலீடு செய்திருந்த நிறுவனம் திவாலாகிப்போனது. மட்டுமல்லாமல் நாளை மறுநாளோடு இந்த அமெரிக்க பந்தமும் வேலையும் முடிவுக்கு வருகிறது.

ராஜ்குமார் பணி செய்த நிறுவனம் கிட்டத்தட்ட பணியில் இருந்த பாதிப்பேரை முன்னறிவிப்போடு நீக்கி ஒப்பந்தத்தை ரத்து செய்து, கணக்கை முடித்துக்கொண்டது. நிறுவனமும் தடுமாறிக்கொண்டுதான் இருக்கிறது.

ஐநூறு அமெரிக்க டாலர் ப்ளஸ் ஒரு லேப்டாப்போடு ஏர்போர்ட் கிளம்பிய விநாடியில் மெயில் ஒன்று வந்தது. சென்னையில் உள்ள ஸாப்ட் வயர் சொல்யூசனில் ஒரு இன்டர்வியூ. கண்டிப்பாகக் கலந்துகொள்ளவும் என்று முசிறி தனபால் அனுப்பி இருந்தார்.

சென்னையில் இறங்கியதும், இன்டர்வியூவில் கலந்துகொண்டு பிறகு ஊர் செல்லலாம் என்று முடிவெடுத்தான். வெஸ்டர்ன் மணியில் டாலரை எக்ஸேஞ்ச் செய்துகொண்டு வசதி குறைவான லாட்ஜில் அறையெடுத்துத் தங்கினான்.

கம்பெனியின் முகவரிக்குச் சென்றபோது மனம் துணுக்குற்றது. ஒரு கட்டடத்தில் மாடிப்படி செல்லும் இடத்திற்கு அருகிலிருந்த இடுக்கில் விசாலமான, ஆனால் உள்ளடங்கிய அலுவலகமாக இருந்தது. கேபினோடு பத்து கம்ப்யூட்டர்கள் மட்டும் இருந்தன. மிகப் பிரம்மாண்டமான கலிபோர்னியா கம்பெனியில் பணி செய்தவனுக்கு இது துணுக்குறும்படியான விஷயம்தான்.

இவனின் ரெஸ்யூமை வாங்கிப் பார்த்துவிட்டு எஸ்.ஆர்.எஸ்ஸின் எம்.டி. பாராட்டுத் தெரிவித்தார்.

“மிஸ்டர் ராஜ்குமார், நாம் செய்வது பிஸினஸ். இதற்கு முன் நல்ல பொஸிஸனில் இருந்துருக்கீங்க. நமக்குள்ள இயல்பா ஏற்படற இமேஜ், ஈகோ இதையெல்லாம் கழட்டி வைத்துவிட்டு, நியாயமான முறையில் என்ன செய்தால்

பிஸினசில் ஜெயிக்கலாம் என்று பார்க்கவேண்டும். ஜஸ்ட் லைக் தட். கிரியேடிவிட்டியை வெளிப்படுத்த டிவிக்ஸ் சிடியில் பதிவாகியிருக்கிற பல மணிநேர டாகுமெண்ட்ரியை சுமார் இருபது நிமிடங்களுக்கு எடிட் செய்ய வேண்டும். அதன் கான்செப்டை குலைக்கக் கூடாது. பெஸ்ட் ஆப் லக்!" என்றார்.

ராஜ்குமார் எடிட் லேப்பில் நுழைந்தான். டாகுமென்ட்ரியின் தலைப்பு வயற்காடும் நிலக்காடும் என்றிருந்தது. விவசாய நிலங்கள் சம்பந்தமான விவரக் குறிப்புகளாகவும் ரியல் எஸ்டேட் பற்றிய விவரணைகளாகவும் நிறைய படக்காட்சிகளுமாக அதன் கருத்துகள் நீண்டு மடகாஸ்கர் விவசாயமுறை என விரிந்து அதனுடைய பலாபலன்கள் காட்சி ரூபங்களாக மானிட்டரில் படபடத்துக்கொண்டிருந்தது.

காட்சிகளைச் சில கட்டங்களாகப் பிரித்தான்.

வரும் ஆண்டுகளில் பெருகும் மக்கள் தொகைக்குத் தகுந்த உணவு தேவை அதிகமாக இருக்கும். உணவுக்கு அடிப்படை விவசாயம். ஆனால், விவசாய நிலங்கள் நகரங்களாகவும், தொழிற்சாலைகளாகவும் இன்ஜினீயரிங் கல்லூரிகளாகவும், கட்டிடங்களாகவும் உருமாறிக் கொண்டிருந்ததால் உணவு உற்பத்திக்கு வழிதான் என்ன? என்பதை முதல் கட்டமாக்கிச் சுருக்கினான்.

வயல் வெளிகள் கட்டிடங்களாகவும் ஆஸ்பத்திரிகளாகவும் மாறுவதற்குக் காரணம் கூடுதல் கூலியாகவும் குறைவான வருவாயாகவும் விவசாயம் ஆகி வருவதால்தான் விவசாயம் புறக்கணிக்கப்படுகிறது. ஆண்டு முழுவதும் நெல்சாகுபடி செய்து எக்டேருக்கு ஆயிரம் ரூபாய் லாபத்தைப் பெறுவதைவிட நல்ல விலைக்கு விளைநிலத்தை விற்று வேறு தொழிலில் முதலீடு செய்தால், உயிராவது மிஞ்சும் என்கிற வேதனைதான் பரவலாகக் காணப்படுகிறது என்கிற கான்செப்டை காட்சி ரூபங்களாக்கிச் சுருக்கினான்.

வளர்ந்து வரும் நவீனத் தொழில்நுட்பத்தின் காரணமாக தொழிற்சாலைகளின் பெருக்கம் வயல்வெளிகள் கட்டிடங்களாக

ஆவதை சட்டம் இயற்றி எல்லாம் தடுக்க முடியாது. தொழில்நுட்ப முன்னேற்றத்தையும் தவிர்க்க முடியாது. ஆனால், சாகுபடியை ஊக்கப்படுத்தி மடகாஸ்கர் தொழில்நுட்பம் மாதிரியான அந்தந்த மண்ணுக்கு உரிய விவசாய நவீனத் தொழில் நுட்பத்தைச் செலுத்துவதுதான் சிறந்த வழியாகும்.

ஓரளவுக்கு கான்செப்டை சில கட்டங்களாக சுருக்கி விவசாயிகளின் குரலொலிகளோடு டாகுமென்ட்ரியை முடித்து சமர்ப்பித்தான்.

விரைவில் இரண்டாம் கட்ட நேர்காணலுக்கு தபால் அனுப்புகிறோம் என்றார் எம்.டி.

விடியற்காலை வீட்டிற்குள் நுழைந்தபோது ராஜ்குமாரின் கண்களில் நீர் தளும்பி நின்றது. அம்மா அவனை அணைத்துக்கொண்டாள். அவனைக் காண, நூறு கிலோ மீட்டர் தள்ளி பணியிலிருக்கும் அண்ணன் தன் குடும்பத்தோடு வந்திருந்தான். பணிக்குப் புறப்படுவதற்கு முன் வாங்கிப் போட்டிருக்கும் நிலம் சம்பந்தமாக நிறைய பேசணும். அது நல்ல ரேட்டுக்கு படியும் போலிருக்கு. வருகிற ஞாயிறு வருகிறேன் என்று கூறி புறப்பட்டான்.

அடுத்த நாள் பதினொரு மணி வெயிலில் வாங்கிப் போட்டிருக்கும் நிலத்தினைப் பார்த்து வருவதாக அம்மாவிடம் கூறிவிட்டு டூ வீலரில் கிளம்பினான் ராஜ்குமார்.

மெயின் சாலை கிளை பிரிந்து இரு சாலைகளாகச் சென்றது. அருகிலிருந்த பாலு டைலர் கடையில் விசாரித்து, தேர்ந்த சாலையில் வண்டியை விரட்டினான்.

ஒரு காலத்தில், ஒரு காலத்தில் என்ன ஒரு காலத்தில்... பத்து ஆண்டுகளுக்கு முன், இந்த ஏரியாவில் எவருமே தனியாக வருவதற்கே பயப்படுவார்கள். இன்றோ புதிய பேருந்து நிலையம் பிரம்மாண்டமாகக் கட்டப்போக ஊர் பரந்து விரிந்து கொண்டிருக்கிறது. நிறைய கடைகளும், எந்நேரமும் ஆட்களின் நடமாட்டமும் ஓயாத வாகனங்களின் ஓட்டமும்

ஹாரன் ஒலிகளுமாக பொட்டல் காட்டை நகரமாக ஒப்பனை செய்து மினுங்க செய்துகொண்டிருந்தது.

நகரத்தை விட்டு இரண்டு கிலோமீட்டர் தாண்டி வந்திருந்தான். மற்ற திசை ஏரியாக்களோடு ஒப்பிடும்போது இந்தப் பகுதி இனிமேல்தான் டெவலப் ஆகும் போல் தெரிகிறது.

நீண்டு வளைந்து செல்லும் சாலையின் இரு பக்கங்களிலும் நிலத்தை அளந்து நடப்பட்டிருக்கும் குத்துக்கற்களும், குறிப்பிட்ட இடங்களில் காவிரி நகர், தர்ஷன் பிளாட்ஸ், சாரதா நகர் என்று ப்ளக்ஸ் போர்டுகள் நடப்பட்டு, அவற்றில் தொடர்புக்கு என்று போன் எண்கள் எழுதப்பட்டிருந்தன.

அவனைக் கடந்து சென்ற மினிபஸ் திடீரென்று ஸ்லோவாக அதிலிருந்து... “டேய் ராஜு எப்ப வந்தே?” என்றபடி ஓடும் பஸ்சிலிருந்து இறங்கி ஓடி வந்தான் கிராமலயா தொண்டு நிறுவனத்திலிருக்கும் பள்ளிக்கால சிநேகிதன் சிவா.

இருவருடன் டூவீலர் நகர்ந்தது. சாலை உயர்ந்து செல்ல இடப்பக்கத் தொலைவில் சிமென்ட் பூச்சு அற்ற பிரம்மாண்ட கட்டிடங்கள் தெரிந்தன.

“அதோ தெரியுது பார்... அதுதான் இன்ஜினீயரிங் காலேஜ். அது கட்டப்போகத்தான் இந்த இடங்களோட மதிப்பே எங்கேயோ போய் நிக்குது. பத்தாததுக்கு ரைட் சைடு அதோ அந்த இடத்துல மெட்ரிகுலேசன் ஸ்கூல். அப்புறம் கொஞ்சம் தள்ளி, கோர்ட் கூட வரப்போறதா பேச்சு அடிபடுது. மத்த மூணு திசையை விட இந்த ஒரு திசையில்தான் நகரம் டெவலப் ஆக ஒரே வழி...”

சிவா தொடர்ந்து பேசியபடி சென்றான். ராஜ்குமாரின் கவனமோ வேறுபக்கம் இருந்தது. இவ்வளவு தூரம் வந்தபோது தென்பட்ட காய்ந்த பொட்டல் வெளிகளில் திடீரென்று மனதுக்கு இதமாக பச்சைப் பசேல் என்று நெல்மணிகளோடு வயல் தென்பட்டது... அதைக் கண்ட ராஜ்குமாருக்கு வியப்பாக இருந்தது.

இது எப்படி?

அயித்தாம்பட்டி கண்ணனோட நிலம். இந்த இடத்துக்கும் ரியல் எஸ்டேட் ஆளுங்க மோதிக்கிட்டுத்தான் இருக்காங்க. அவன்தான் அசராம விவசாயம் பண்ணிக்கிட்டிருக்கிறான்.

ராஜ்குமார் வண்டியை நிறுத்தினான்.

"கண்ணனைப் பார்த்து ரொம்ப நாளாகுது. பார்த்துட்டு போலாம்."

கண்ணன் எலக்ட்ரிகல் காண்ட்ராக்ட் சம்பந்தமாக வெளியூர் சென்றிருப்பதாக விவசாய ஆட்கள் கூறவும் திரும்பினர். நடப்பட்டிருந்த நெல் கதிர்களை ராஜ்குமார் ஆசையாக வருடிப் பார்த்தான்.

நாற்றுகளை நெருக்கமாக நடாமல் நிறைய இடைவெளிவிட்டு நட்டு, ஒவ்வொரு நாற்றும் நிறைய நெற்கதிர்கள் குலுங்க வளர்ந்திருந்தது கண்கொள்ளாக் காட்சியாக இருந்தது.

"ராஜு அயித்தாம்பட்டிக்காரன் வழக்கமான விவசாய முறையை பாலோ பண்ணாம, மண்ணுக்கேத்த விவசாய முறையைப் பண்றான்டா. போன வாரம் ஏதோ அவன்ட்ட பேசிட்டு இருந்தப்போ, தஞ்சாவூர்க்காரன் பண்ற விவசாயத்தை அப்படியே காப்பியடிச்சு சேத்துக்காரன் விவசாயம் பண்ணக்கூடாது. ஒவ்வொரு இடத்துக்கும் ஒவ்வொரு மாதிரி மண்வளம். அதுக்குத் தகுந்த மாதிரிதான் விவசாயம் பண்ணணும்னு சொன்னான்."

மவுனமாக சாலைக்கு வண்டியைத் திருப்பினான் ராஜ்குமார்.

"அப்பாடி வந்துடுச்சுடா உன் நிலம், மொத்தம் நாலு ஏக்கர்தானே?"

"ஆமாம், ஏன் சிவா... இந்த இடத்துலயும் ஒரு காலத்துல விவசாயம்தான் பண்ணியிருப்பாங்களா?"

வாய்விட்டு சிவக்குமார் சிரித்தான்.

“டேய் ரோட்டுக்கு ரெண்டு பக்கமும் ஜெகஜோதியா சமீபகாலம் வரை விவசாயம்தான் நடந்துகிட்டு இருந்துச்சு.”

“அப்புறம் ஏன்...?”

“எல்லாம் அவனவனுக்கு ஒரு வயித்துவலி. சரி உங்கப்பாரு ஒரு காலத்துல ஏழு ஏக்கர் நிலத்தை ஏன் வித்தாரு...?”

“வித்தாருதான். ஆனா, அங்கே விவசாயம்ல நடந்துக்கிட்டுருக்கு.”

“யாரு சொன்னா... அந்த இடம் நிறைய கைமாறி இப்ப ஒரு பெரிய கைகிட்ட இருக்கு... நிலத்தையெல்லாம் நிரவி, அதுல மலைபோல ஆத்து மணலைக் கொட்டி, சல்லடை போட்டு சலிச்சு வெளிநாட்டுக்கு ஏற்றுமதி ஆகிட்டிருக்கு மாப்ளே. அதைவிடு. உன் மேட்டருக்கு வா... இந்த இடம் ஒரு ஆண்டுல எகிறின ரேட்டைக் கேட்டால் அசந்துடுவே...”

“இந்த இடத்தை வச்சுத்தான் என் எதிர்காலத்தை அமைச்சுக்கணும்டா.”

இருவரும் பேசியபடி நிலத்தின் மத்தியப் பகுதிக்கு வந்திருந்தனர். நிலம் கரடுமுரடாக மேடு தட்டியிருந்தது. சற்றுத் தள்ளி கிணறு. வெகு ஆழத்தில் நீர் சலசலத்துக்கொண்டிருந்தது.

ஒரு காலத்தில் இங்கே விவசாயச் சாகுபடி நடந்துகொண்டிருந்தது என்பதை நினைக்கும்போதே ராஜ்குமாருக்கு மனதை அறுத்தது. சுற்றிலும் பொட்டல்காடுகள்தான் இப்போது பார்வையில் தெறித்து விழுந்துகொண்டிருந்தன.

சனி இரவு அண்ணன் போன் செய்தான். நாளை நிலத்தைப் பார்வையிட சிலரை அழைத்து வருவதாகவும் நல்ல விலைக்கு விற்று வரும் பணத்தில் நகரின் மத்தியில் இடத்தை வாடகைக்குப் பிடித்து உனக்கு விருப்பமான பிஸினஸுக்கு ஏற்பாடு செய்து கொள்ளலாம். இல்லைன்னா வங்கியில் டெபாஸிட் செய்துவிட்டு வேலைக்குச் சென்று வரலாம் என்று ஞாபகப்படுத்தினான்.

மவுனமாகக் கேட்டுக்கொண்டிருந்த ராஜ்குமார், "நானும் சிலரை நாளை காலைல வரச்சொல்லியிருக்கண்ணே" என்றான்.

"அதனாலென்னடா... நாலு இடத்துல சொல்லிப் பார்க்க வைச்சு நல்ல விலைக்கு வித்துடலாம்" என்று போனில் பதில் சொன்னான்.

ராஜ்குமார் மேற்கொண்டு பேசுவதற்கு முன் எதுவானாலும் நாளை நேர்ல பேசிக்கலாம் என்றான் அண்ணன்.

அம்மாவிடமும், அப்பாவிடமும் அவன் நாளைக்கு வருபவர்கள் யார் என்பது குறித்து சொன்னான். அவர்கள் ராஜ்குமாரை கண்கள் மின்ன பார்த்தனர்.

விடியற்காலையில் சாலையின் ஓரத்தில் இருந்த வேப்பமரத்தடியில் வண்டியை நிறுத்தினான். அண்ணனின் செல் எண் பிஸியாக இருக்க காத்திருந்தான்.

இரண்டு டாடா சுமோ கார் வந்து நின்றது. அண்ணனோடு வெள்ளை வேஷ்டி சட்டையோடு மிதமான தோரணையில் நான்கு பேர் இறங்கினர். அதே நேரத்தில் டிராக்டர் ஒன்று தடதடத்து வந்து நின்றது. அதிலிருந்து ஆண்களும் பெண்களுமாக பத்துப்பேர் இறங்கினர். டிராக்டரின் டிரைவர் ராஜ்குமாரைத் தேடி வந்தான்.

அண்ணன் புருவம் உயர்த்தி ராஜ்குமாரைப் பார்த்தான்.

விற்க வேண்டாம்ங்கிற முடிவை எடுத்துட்டேண்ணே... நாலு ஏக்கர்லயும் நெல் சாகுபடி செய்யப்போறேன் என்றான் அண்ணனிடம் அமைதியாக.

அண்ணனோடு வந்தவர்கள் அவன் பதிலைக் கேட்டு அதிர்ச்சியாகி தங்களது வாகனங்களில் கிளம்பினர்.

டி.வி.ஆர். நூற்றாண்டு சிறுகதைப் போட்டி-*2009*
ஆறுதல் பரிசு *6-12-2009*

தடயங்கள்

மனசுக்குள் முழுவதும் சந்தோசம் கொப்புளித்துக் கொண்டிருந்தது. கிட்டத்தட்ட பதினொரு வருடங்களுக்குப் பிறகு எல்லோரையும் சந்திக்கப்போகிற மகிழ்ச்சி அலைபுரண்டு ஓடியது.

“என்ன மாலினி எவ்வளவு வாங்கட்டும்?”

பேருந்து நிலையத்தின் பழக்கடையில் நிற்பது சுயநினைவுக்குத் தட்டியது. அம்மாவுக்கு விதையில்லா திராட்சை என்றால் அதிக பிரியம். கேள்வி கேட்ட கணவனுக்கு பதில் அளிக்காது அலைபாயும் கண்களோடு துறுதுறுப்போடு பேருந்து நிலைய நடைமேடையில் ஓடிக்கொண்டிருக்கும் ஏழு வயது அரவிந்தனையே பார்த்துக்கொண்டிருந்தாள். பேருந்துகளின் பல்வேறு ஒலிப்பான்களின் சப்தங்களும் ஜனங்களின் இரைச்சலும் முட்டி மோதிக்கொண்டிருந்தன. இடுப்பில் இருந்த ஜனனி திமிறிக்கொண்டிருந்தாள். இவளை இறக்கிவிட்டால் ஓரிடத்தில் நிற்கமாட்டாள். அரவிந்தனைவிட அதிக துறுதுறுப்பு.

ஜவுளிக்கடை சாக்குப்பை நிறையப் பழ வகைகள். பையைத் தூக்க முடியாமல் தூக்கி வரும் கணவனை என்றும் மாறாத காதலுடன் பார்த்தாள்.

“வண்டி எத்தனை மணிக்கு வரும்?”

“எட்டு இருபதுக்குன்னு அப்பா சொன்னார்.”

அப்பா. நெடுநெடுவென்ற உயரம். சரியாக பதினொரு வருடங்களுக்கு முன் நடந்த கசப்பான பல சம்பவங்கள் ரௌத்ர அப்பாவோடு நினைவு அடுக்குகளைக் கீறி மெல்ல எழுந்தன.

‘என்ன இது’ -கோபக்கனலில் அப்பாவின் கையில் இருந்த வெள்ளை பேப்பர் நடுங்கியது. என்ன ஏது என்று எதுவும் யோசிக்கவில்லை. முடியைப் பிடித்து ‘பளிச்’சென்று கன்னத்தில் அறைந்தார். மூன்று வருடங்களாகப் பாதுகாத்து வைத்திருந்த ரகசியம் கடிதம் வழி வெளிச்சத்துக்கு வந்துவிட்டது.

கதிரவனோடு ஆத்மார்த்தமான நட்புதான் துளிர்விட்டது. அது காதலாகிக் கசிந்துருகியபோது இயல்பாகத்தான் இருந்தது. எந்தப் பட்டாம்பூச்சியும் பறக்கவில்லை.

“நம்மகிட்ட கைகட்டி நிற்கிற சாதிப்பயல். அவன்கிட்ட என்னடி பழக்கம் வேண்டிக்கிடக்கு. சாதிவிட்டு சாதி மாறி கல்யாணம் கட்டிக்கிறது நம்ம பரம்பரையிலேயே இல்லைடி. ஏன்டி உன் புத்தி இப்படிப் போகுது” என்று அம்மா கத்தியபடி தலையில் அடித்துக்கொண்டாள். பிறகு இவள் தலைமுடியைப் பிடித்து இழுத்துக்கொண்டு கொல்லைப்புறத்தில் இருந்த கொடுக்காய்ப்புளி மரத்தின் விளாறால் விளாசித் தள்ளினாள். வலி பொறுக்காது கத்தித் தீர்த்தாள்.

“பிள்ளையை வளத்திருக்கிற லட்சணத்தைப் பாரு” என்று அப்பாவின் கோபம் அம்மாவின் பக்கம் திரும்பியது.

அன்று முழுவதும் வீடு மயான அமைதியில் கிடந்தது.

கல்லூரியின் வாழ்வு கடைசி ஒரு வருடத்திற்காகக் காத்துக் கிடக்கிறது. படிக்கவிடுவார்களா என்று தெரியவில்லை. கதிரவனுக்குத் தன்னால் ஆபத்து ஏதும் வந்துவிடுமோ என்று பயந்தாள்.

ஒரு வாரம் மெல்ல நகர்ந்தது.

மாமாதான் அப்பாவிடம் மத்தியஸ்தம் செய்து வைத்தார்.

“ஏதோ புரியாது பண்ணிடுச்சு மாமா. படிக்கப் போக விடுங்க. நம்மளை மீறி என்ன நடந்துடப் போகுது. இத்தனை சொந்த பந்தம் சுத்திலும் இருக்கோம். இப்ப படிக்கப் போகட்டும். நாம தனியா நல்ல பையனா பார்த்து வரப்போகிற ஆவணில கல்யாணத்தைப் பண்ணிடுவோம்”

அவள் விஷயம் கௌரவ பிரச்னையாகத்தான் அவர்களுக்கு தென்பட்டதே தவிர அவளைப் படிக்க வைக்கவேண்டும் என்கிற எண்ணமெல்லாம் இருப்பதாகத் தெரியவில்லை.

கதிரவன் தனியார் கம்பெனியில் சொற்ப வருமானத்தில் இருந்தான். பேருந்தில் சென்று வரும் சமயங்களில் பழக்கம் ஏற்பட்டது. கடித விவகாரத்திற்குப் பின் எந்த சமயங்களிலும் அவள் செல்லும் பேருந்தில் அவன் தட்டுப்படவில்லை. கண்களில் சிக்கியபோது பார்த்தும் பார்க்காதது போல் விரைந்து சென்றுவிடுகிறான். நிராகரிக்கிறான் என்பதை உணர்ந்தபோது வலியும் அழுகையுமாக இரவுகள் உருண்டோடியன.

இவள் ஏறின பேருந்தில் சற்று கூட்டம் அதிகமாக இருந்தது. மாலினி நின்ற இடத்தின் முன் சீட்டில் கதிரவன் சலனமற்று உட்கார்ந்திருந்தான். பார்த்ததுமே கண்களில் நீர் வழிந்து ஓட ஆரம்பித்துவிட்டது. எதேச்சையாகத் திரும்பிய கதிரவன் மாலினியைப் பார்த்து திகைத்தான். சொல்ல முடியாத உணர்வுகளால் தத்தளித்தான். தன்னைக் கட்டுப்படுத்திக் கொண்டான்.

வண்டி நின்றதும் எல்லோரும் இறங்கிய பின்னரும் மாலினியும் கதிரவனும் பேருந்தில் சொல்வதறியாது ஒருவரை ஒருவர் பார்த்தபடி இருந்தனர். பயணிகள் ஒருசிலர் ஏற ஆரம்பிக்க இருவரும் இறங்கினர்.

“மாலினி உங்க வீட்டை எதிர்த்துக் கல்யாணம் பண்ணிக்கிட்டு இங்கே நிம்மதியா வாழமுடியாது” என்றான் எடுத்த எடுப்பில்.

“வேற ஸ்டேட் போயிடுவோம்.”

அவன் கண்களில் மின்னல்.

நான்காம் நாள் மாலினிதான் இதுவரை படித்த செமஸ்டர்களின் மார்க் ஷீட்டுகள், எடுத்து வைத்திருந்த பாஸ்போர்ட், மற்ற சான்றிதழ்கள் எல்லாவற்றையும் எடுத்துக்கொண்டாள். இரண்டு மாற்று உடைகளோடு பேக்கை தயார் செய்துகொண்டு வழக்கம் போல கல்லூரிக்குப் புறப்பட்டுச் செல்வதுபோல் வாசலுக்கு வந்தாள்.

எதிரே அப்பா துண்டை உதறியபடி “கொஞ்சம் தண்ணீ கொண்டு வாம்மா” என்றார். இன்றைக்கு வயலுக்குப் போகவில்லையா?

பேக்கை வைத்துவிட்டு சமையலறையில் அம்மாவிடம் கூறி சொம்புத் தண்ணீரைக் கொண்டு வந்தவள் அப்பாவின் செய்கையைக் கண்டு அதிர்ந்தாள். அவள் வைத்த பேக் பிரித்தபடி கிடக்க உடைகள் சிதறிக் கிடந்தன. அப்பா மார்க் ஷீட், சான்றிதழ்கள், பாஸ்போர்ட் அனைத்தையும் பதற்றமில்லாமல் ஒவ்வொன்றாக எடுத்துக் கிழித்து எறிந்து கொண்டிருந்தார்.

“அப்பா” என்று அலறினாள். அலறலைக் கேட்டு அம்மா ஓடி வந்தாள்.

“எச்சக்கலை நாயே எவ்வளவு சொல்லியும் திருந்தலீயாடி நீ” என்று அவளை அடித்தாள்.

“போன வாரம் அவனோடு பஸ் ஸ்டாண்ட்ல பார்த்ததா கண்ணுச்சாமி சொன்னபோது கூட நம்பலை. ஓடிப்போறதுன்னு முடிவு பண்ணீட்டியா?” என்றார் நிதானமாக அப்பா.

“ஓடிப்போயிடுவீயாடி.... உயிரோடயே எரிச்சுப்புடுவேன்” என்று அம்மா ஆக்ரோசமாக எகிறினாள். சமையலறைக்குச் சென்றவள் மண்ணெண்ணெய் கேனை எடுத்து அவள் மீது ஊற்றினாள்.

மாலினி நடுங்கிப் போனாள்.

அப்பாதான் நிதானத்துக்கு வந்து அம்மாவை வீட்டுக்குள் இழுத்துச் சென்றார். மண்ணெண்ணெய் வாசத்தோடு அவள் அழுதபடி செய்வதறியாது நின்றுகொண்டிருந்தாள்.

இத்தனை வருடங்கள் படித்த படிப்புகளின் அத்தாட்சிகள் ஈவு இரக்கமின்றி சுக்கு நூறாக பறந்து கொண்டிருந்ததைக் கண்டு ஆற்றமாட்டாமல் அழுகை மண்ணெண்ணெய் வாசத்தோடு பீறிட்டுக் கிளம்பியது.

“என்ன மாலினி... யோசனையாவே இருக்கே. பஸ் வந்துடுச்சு பாரு” கதிரவனின் குரலால் நினைவுகளை உதறினாள்.

அரவிந்தனைத் தேடினாள். பேருந்தின் படிக்கட்டை நோக்கிச் சென்றுகொண்டிருந்தான். பேருந்து நிற்பதற்குள் ஏறிவிடுவானோ என்று பயந்து ஓடி அவனை எட்டிப் பிடித்தாள்.

சென்ற வாரம் ஜனனியோடு பக்கத்து வீட்டுத் தோழியின் ஒன்றுவிட்ட நாத்தனாரின் திருமணத்துக்குச் சென்றுவிட்டு பேருந்து நிலையத்தில் நுழைந்து அவசரமாக பேருந்தில் ஏறுவதற்கு முனைந்தபோது வயதான நபர் மேல் மோத நேரிட்டது. மாலினி தடுமாறி சற்று நிதானித்தபோது வயதானவர் வாயில் துண்டை பொத்திக்கொண்டார். அப்பா. அவளுக்குள் இனம் புரியாத சிலிர்ப்பு உடலெங்கும் பரவியது. கண்களில் நீர்த் துளிகள் படர்ந்தன. எல்லா பேருந்துகளும் அவளை மையமிட்டுச் சுற்றுவதுபோல் பிரமைதட்டியது. அவர்தான் உணர்ச்சியற்ற குரலில் பேசினார்.

“எத்தனை குழந்தைங்க?”

பேருந்து நிலையத்தின் ஜன நடமாட்டம் பேருந்துகளின் இரைச்சல் என எல்லாவற்றையும் கடந்து அவள் கேட்டாள்.

“அம்மா நல்லாருக்காங்களா?”

பதினொரு வருடங்கள். அப்பாவின் தலைமுடி எல்லாம் நரை. அம்மா?

“ஒரு தொடர்பு இல்லை. உன்னைப் பாக்கணும்னு தவமா தவம் கிடக்கிறா.”

அவளுக்கு கன்னத்தில் கண்ணீர்த் துளிகள் லேசாக விழுந்தன.

“ஊருக்கு வா. குடும்பத்தோட வா. அவ சந்தோசப்படுவா...”

“அவருக்கு லீவு கிடைக்கும்போது ரெண்டு நாள் இருந்துட்டு போற மாதிரி வர்ரோம். கோபம் ஏதுமில்லையேப்பா?!”

“ரெண்டு குழந்தைங்க... பத்துப் பனிரெண்டு வருசங்க... இனி சொல்றதுக்கு என்ன இருக்கு. ஊருக்கு ஒரு முறை வந்துட்டுப் போ. எல்லாம் சரியாயிடும். இந்த பஸ்ஸை விட்டால் ஊருக்கு போற மினி வண்டியை பிடிக்க முடியாது” என்றபடி அவளைக் கடந்து மெல்ல சாய்ந்து சாய்ந்து நடந்தபடி பேருந்தை பிடிக்கச் சென்றார்.

இவளால் நடந்ததை நம்பவே முடியாமல் தடுமாறினாள். மேற்கொண்டு பேச்சை எப்படித் தொடர்வது என்று தெரியாமலே போய்விட்டது. தன் வீட்டுக்கு அழைக்கவே அவளுக்குத் தோன்றவில்லை. அப்படி அழைத்திருந்தால் வந்திருப்பார் என்றுதான் மனதிற்குப் பட்டது. ஆனால் ஏன் அழைக்க தோன்றவில்லை.

இத்தனை வருடங்களில் ஒருமுறை கூட கண்களில் தட்டுப்படாமல் வெகு தொலைவில் வந்துவிட்டபோதும் இன்று பெத்த தகப்பனைச் சந்திக்கும்படி ஆகிவிட்டது. தற்செயலா? காலத்தின் கருணையா?

கணவனிடம் கூறியபோது சற்று சந்தேகத்துடன்தான் கேட்டான்.

“நிஜமா உங்க அப்பாதானா?”

அவன் கேட்டதிலும் நியாயம் இருக்கிறது.

உறவினர் வீட்டு திருமணத்துக்குச் சென்ற ஒரு முற்பகலில்தான் அவள் எல்லாவற்றையும் விட்டுவிட்டு கதிரவனே கதி என்று

நாடி வந்துவிட்டாள். கண்டுபிடித்தால் என்ன நடக்கும் என்று சொல்ல முடியாது என்பதால் அப்போதே கர்நாடகாவை நோக்கிப் பயணப்பட்டனர்.

அதன்பின் கதிரவன் வீட்டாருக்கு ஏற்பட்ட பிரச்சினைகளை அவன் குடும்பத்தார் எதிர்கொண்டு மாவட்ட காவல்துறை வழி தீர்த்துக்கொண்டனர். காலம் அதன் வடுக்களைச் சுமந்து கொண்டிருக்கிறது.

கதிரவனும் அவன் வீட்டுக்கு இதுவரை போகவில்லை. அவளும் பிறந்தகத்தை மறந்தே போனாள்.

இன்று எதிர்பாராத சந்திப்பில் தந்தை அழைக்கிறார்.

“குடும்பத்தோடு வீட்டுக்கு வா...”

எல்லாவற்றையும் அவ்வளவு எளிதாக மறந்து மன்னித்து விட்டதாகத்தான் தோன்றியது. கடந்துபோன காலச்சூழல் ஒருவேளை காரணமாக இருக்கலாம். சான்றிதழ்களை ஈவு இரக்கமின்றிக் கிழித்தவர். உயிரோடவே எரிச்சுடுவேன்டி என்ற அம்மா. கடந்துபோய்விட்ட பதினொரு வருடங்கள்.

சாதிப் பெருமையைக் கட்டிக்காப்பதால் குழந்தைகளுக்கு உரிய தாத்தா பாட்டி உறவு அற்றுப்போய்விடுமா என்ன? குழந்தைகளைப் பார்த்ததும் ஒரு கணத்தில் எல்லாம் மறந்து அழைத்திருப்பாரா. இல்லையே. அம்மாவை மையமிட்டுதானே அவரின் அழைப்பு இருந்தது. அம்மாவுக்கு ஏதேனும் உடல் நலக்குறைவு ஏற்பட்டுவிட்டதா. எங்களைப் பார்த்ததும் ஒருவேளை சரியாகிவிடவும் வாய்ப்பு இருக்கிறது. அம்மா கோபமாக இருந்தால் எப்படி சமாதானப்படுத்துவது?

“எங்கேம்மா போறோம்?” என்றான் அரவிந்தன்.

“தாத்தா வீட்டுக்கும் அம்மாச்சி வீட்டுக்கும்” என்றான் கதிரவன்.

உறவுகளை விலக்குவதில் அவனுக்கும் சம்மதமில்லை. ஆனால் அரவிந்தனை பள்ளியில் சேர்க்கும்போது ‘சாதி’ கேட்டார்கள்.

சற்றும் யோசிக்காமல் ‘சாதிகளற்றவன் என்று எழுதுங்கள்’ என்றான்.

பள்ளி ஆசிரியர் அவனை மேலும் கீழும் பார்த்தார்.

“தப்பு பண்றீங்க சார். பையனோட எதிர்காலத்தை நினைச்சுப் பாருங்க.”

பிடிவாதமாக ‘சாதிகளற்றவன்’ என்றே எழுதும்படி உறுதியாக இருந்தான் கதிரவன். அப்போது ஜனனி வயிற்றில் இருந்தாள்.

“சாதி சாதியென்று மாரடிக்கப் போய்தானே உன்னைக் கைப்பிடிக்கிறதுல பிரச்னையாச்சு. மறைஞ்சு மறைஞ்சு திருட்டுத்தனமா ஓடும்படியாயிடுச்சு. பயந்து பயந்து வாழும்படி ஆயிடுச்சு. அந்த சாதிகளையே சுட்டெரிச்சுட்டா?” என்றான் கோபத்தோடு.

இன்னொரு சமயத்தில்-

“உன் சாதியைப் போடுறதா? என் சாதியைப் போடுறதா? சாதியை கட்டிப்பிடிச்சுக்கிட்டா மனித ஜன்மம் பரிணாம வளர்ச்சி அடைஞ்சுச்சு” என்றான். சாப்பிட்டுக்கொண்டிருந்தவனிடம் அவனுக்குப் பிடித்த பாகற்காய் வறுவலை எடுத்து வைத்தாள்.

“எனக்கு உங்க வீட்டுக்கு போகணும்னு ஆசை. உனக்கு எங்க வீட்டுக்குப் போக ஆசை. நாம நம்ம வீடுகளுக்குப் போக முடிந்ததா?”

அரவிந்தன் அவன் தோள்பட்டையின் மீது முதுகோடு முதுகாக உரசிக்கொண்டு ஆடினான். விலகி ஓடினான். பின் மறுபடியும் ஓடிவந்து சாப்பிட்டுக்கொண்டிருப்பவனின் முதுகில் உரசியபடி ஆடினான்.

“டேய்... அப்பாவை சாப்பிட விடுடா.”

அவன் துறுதுறுப்புதான் பல சமயங்களில் அவர்களின் மனசை லேசாக்குகிறது.

"அம்மா அங்கே பாரு."

பயணிக்கும் பேருந்து ஜன்னல் வழியே ஆறு 'சலசல'வென ஓடிக்கொண்டிருந்தது.

"தாத்தா ஊருல ஆறு இருக்காம்மா?"

ஆற்றுக்கு நடுவில் இருந்த சவுக்குத் தோப்பில் கதிரவனைப் பலமுறை ரகசியமாகச் சந்தித்துப் பேசியது நினைவில் ஊஞ்சலாடியது.

"ஹைய்யா... நான் ஆத்துல குளிப்பேனே" என்று குதித்தான் அரவிந்தன்.

பாலத்தில் வண்டி ஏறியபோது ஆற்றின் நீர் செல்லும் திசையின் கோணம் ரம்யமாக இருந்தது. இருந்தாலும் தன் சிறுவயது காலத்தோடு ஆற்றை ஒப்பிட முடியவில்லை. ஏதோ ஒரு குறை கீறலாகப் பிசிறு தட்டுகிறது. பேருந்து பாலத்தை விட்டு இறங்கித் திரும்பியது. ஊர் நெருங்க நெருங்க மனசு படபடத்தது.

கதிரவன் பைகளோடு கீழிறங்கினான். பைகளைக் கீழே வைத்துவிட்டு அரவிந்தனை இறக்கிவிட்டான். இவள் இடுப்பில் ஜனனியோடு இறங்கினாள்.

எல்லாமே மாறியிருந்தது.

இன்று வருவதாகத் தகவல் ஏதும் சொல்லவில்லை. திடீரென்று கிளம்பியதுதான்.

முற்பகல் வெயில் சுள்ளென்றடித்தது.

மாடுகளை ஓட்டியபடி தன்னைக் கடந்து செல்லும் பெரியவரை நினைவுக்குக் கொண்டுவர முயன்றாள். அவரும் அவர்களைப் பார்த்தபடி மாடுகளை ஓட்டிச் சென்று கொண்டிருந்தார். ரெடிமேட் துணிகளை இருசக்கர வாகனத்தில் சென்று விற்பனை செய்பவர் கடந்து சென்று கொண்டிருந்தார்.

கையில் சிறு கூடைப் பையோடு தூரத்தில் வருவது அம்மா

போல் தெரிந்தது. அம்மாவேதான். நரைமுடி தலையின் இருபுறமும் சற்று அதிகமாக இருந்தது.

அம்மா மாலினியைப் பார்த்துவிட்டாள்.

இவர்கள் சிரிப்பாக நெருங்க நெருங்க அம்மாவின் முகம் கருத்து இறுகியது போல் தென்பட்டது.

“அம்மா” என்றாள். குரல் கம்மியது. கண்களில் ‘பொல பொலவென்று நீர்த் துளிகள்.

“அய்யோ குட்டி பிள்ளை நீயா?” அதிர்ச்சியோடு கேட்கும் அம்மாவை அதிர்ச்சியாகப் பார்த்தாள். நாங்கள் வருவது அம்மாவுக்குத் தெரியாதா? அழைத்த அப்பா இதுபற்றி ஏதும் சொல்லவில்லையா?

விவரம் தெரிந்த வயதிலிருந்து அம்மாவுக்கு மனசில் பிரியம் பொங்கி வழியும் போதெல்லாம் ‘குட்டி பிள்ளை’ என்றுதான் ஆசையாக அழைப்பாள். குட்டி பிள்ளை என்பதை இப்போது ஒரு பெயராகத்தான் உச்சரிக்கிறாள். அதில் ஆசையோ பிரியமோ இருப்பதாகத் தெரியவில்லை.

“அப்பாரு பேச்சை நம்பி வந்துட்டியா குட்டி பிள்ளை? குடும்பத்தோடு விஷம் வைச்சிக் கொன்னுப்பிடுணும்னு ஒரு வாரமாக காண்டா சொல்லிக்கிட்டு இருக்கிறார். எனக்கு நீங்க வரப்போறது பத்தியெல்லாம் தெரியாதே. ஏதோ புண்ணியம். எதேச்சையாக வந்தேன். நீ போயிடு குட்டி பிள்ளை.”

கதிரவனுக்கும் மாலினிக்கும் அம்மா கூறுவதை ஜீரணிக்க முடியவில்லை.

அன்று பஸ் நிலையத்தில் திடீரென்று சந்தித்த அப்பாவின் மனதிற்குள் சாதித் தீ ஒளிந்திருந்ததா? பொது இடத்தில் ஏதும் செய்ய இயலாத கையறு நிலையில் திட்டம் போட்டு வரவழைத்துவிட்டாரா?

பாசத்தை நம்பி மோசம் போய்விட்டோமா?

“ரெண்டு பிள்ளைங்களா? இதுங்களையெல்லாம் கொஞ்சறதுக்குக் கூட கொடுத்து வைக்கலை. நீயிருக்கிற இடத்தைச் சொல்லு. அப்பாருக்குத் தெரியாம நான் வந்து பாக்குறேன். அப்படி முடியுமான்னு தெரியலை. இருந்தாலும் ஒருநாள் வருவேன். இப்ப கிளம்பிடுங்க. நல்லா வைச்சுக்கய்யா பிள்ளைங்களை” என்றாள் அம்மா. அவ்வளவு நேரம் அடக்கிவைத்திருந்த கண்ணீர் சுருக்கம் நிறைந்த கன்னத்தில் வழிந்தது.

“நல்ல எண்ணத்துல கூப்பிட்டுருக்கலாம்ல... ஊருக்குள்ள வந்து பாக்குறமே” என்றான் கதிரவன்.

“இல்லைய்யா... ரெண்டு மூனு நாளா விஷத்தை வச்சுன்னு விஷத்தை வைச்சுன்னு அடிக்கடி சொல்லிக்கிட்டுருக்காரு. எனக்குதான் விளங்கலே. இப்பதான்யா புரியுது. இவளோட தாய்மாமனுங்களும் சித்தப்பனுங்களும் கூட....” அதற்கு மேல் அம்மாவிற்கு வார்த்தைகள் வரவில்லை.

“எது வேணாலும் நடக்கலாம்யா... பத்திரமா கூட்டிட்டு போயிடு சாமி” என்றாள் கடைசியாக.

கீழே வைத்திருந்த பழங்கள் அடங்கிய பை சாய்ந்தது. சிதறிய பழங்களை எடுக்க அரவிந்தன் ஓடினான். உறவுமுறைகளின் கண்களில் படாமல் சீக்கிரம் கிளம்பிவிட வேண்டுமே என்கிற பதைபதைப்போடு இவர்களை விட்டு சற்றுத் தள்ளி வேப்ப மரத்தடியில் முந்தானையால் முகத்தைத் துடைத்தபடி அம்மா நின்றுகொண்டிருந்தாள்.

கதிரவனும் மாலினியும் குழந்தைகளோடு திரும்பிவரும் பேருந்திற்காகக் காத்திருக்க ஆரம்பித்தார்கள்.

பிரபஞ்சன் பொறுப்பாசிரியராக இருந்த
‘பல்சுவை காவியம்’ மாத இதழில் சிறப்புப் பரிசும்
பாராட்டுச் சான்றிதழும் பெற்ற
பிரசுரிக்கப்படாத சிறுகதை.

ஜூலை 2013

இரு டைரிக் குறிப்புகள்

செங்குட்டுவன் டைரியிலிருந்து...

ஜூலை 18

கோபியின் வீட்டிற்குச் செல்வேன் என்று எதிர்பார்க்கவில்லை. பிரியமான நண்பன். திடீர் ஸ்டிரைக்கால் பெரியவர் பழனிசாமியைச் சந்திக்கும் திட்டம் மட்டுமே இருந்தது. இலக்கியச் சந்திப்பு முடிந்ததும் "சாப்பிட ஏதேனும் ஓட்டலைப் பாரேன்" என்றேன். சாப்பாடு டிபன் பாக்ஸில் இருந்தது. தயிர் சாதமும் எலுமிச்சை ஊறுகாயும்.

"பக்கத்துலதான் வீடு. அங்க போயிடலாமே" என்றான்.

எந்தவிதப் பதிலும் அளிக்காமல் அவனுடன் பேசியபடியே நடக்க ஆரம்பித்தேன். கதிரவன்தான் கோபியை அறிமுகப்படுத்தி வைத்தான். அவன் படிப்பது எலக்ட்ரானிக்ஸ் அண்ட் கம்யூனிகேசன். நான் மெக்கானிக்கல். இருவரும் எழுத்து இலக்கியம் என்று கனவுகளை ஒரே கோட்டில் தனியாக விரித்து வைத்திருந்தோம்.

கோபி பழக்கமாகி சில நாட்கள்தான் ஆகிறது. அதனால்தானோ என்னவோ வாங்க போங்க என்றே பல சமயம் அழைக்கிறான்.

எனக்கு அப்படி ஆகாது. ஒருமையில் சட்டென்று இறங்கிவிடுவேன்.

“என்ன கோபி... பக்கத்திலேன்னு சொன்னே?”

“ரொம்ப தூரம்னா வரமாட்டீங்கன்னுதான்...” என்றவன் என்னைப் பார்த்தான். கறுப்பான நீள்வெட்டு முகவாகு.

வீடு கச்சிதமான அளவில் இருந்தது. சோபாவில் உட்கார வைத்தான். டி.வி. ஓடிக்கொண்டிருந்தது. கோபியின் சகோதரனாக இருக்க வேண்டும். வந்தவன் லேசாக புன்னகை செய்துவிட்டு வேறு அறையில் நுழைந்தான். சமையலறையில் கோபி தன் அம்மாவிடம் ஏதோ சொல்லிக்கொண்டிருந்தான். ஏற்கனவே என்னைப் பற்றிக் கூறியிருக்க வேண்டும்.

வெளியே வந்த அவன் தாயைக் கண்டு எழுந்தேன். “உட்காருப்பா” என்றாள். அதில் ஏதோ ஓர் அவசரத்தொனி தெரிந்தது.

எனக்குள் ஒரு சங்கடம் வளர்ந்தது. சற்று கூச்சம் படர்ந்தது. இங்கே எப்படி சாப்பிடுவது. ஓட்டலில் சாப்பிடும் சுதந்திர உணர்வு கிடைக்காமல் போய்விடுமோ என்று தோன்றியது. கல்லூரியில் சாப்பிடும் கலகலப்பான எந்தவித யோசனையுமற்ற தன்மைதான் மனதில் இருந்தது. கோபி “வீட்டுக்குப் போயிடலாமே” என்று சொன்னபோது.

“போஸ்ட்...” என்ற குரல் வாசலில் கேட்டது.

கோபியின் அம்மா அறையின் ஸ்கிரீனை இழுத்துவிட்டு வருவதற்குள் கோபி வேகமாக வந்து வாங்கினான்.

“சசிக்கும்மா... பல் மருத்துவக் கல்லூரியிலிருந்து...”

அவன் குரல் கேட்டு வெளியே வந்த சசியைப் பார்த்தபோதுதான், கோபிக்கு ஒரு சகோதரி இருப்பதும் அவள் வீட்டுக்குள்ளே இவ்வளவு நேரம் இருந்ததையும் மனம் உணர்ந்தது. என் வசம் இருந்த டிபன்பாக்ஸ் உறுத்தலாக இருந்தது. கோபி சசியின்

கவுன்சிலிங் பற்றிப் பேசினான். மாணவர்களின் காரணமற்ற ஸ்டிரைக் குடும்ப உறுப்பினர்களின் எண்ணிக்கை அவன் அப்பாவின் வங்கி உத்தியோகம்.

பழக்கம் ஏற்பட்ட இத்தனை நாட்களில் என் குடும்பம் பற்றியோ அவன் குடும்பத்தைப் பற்றியோ இப்படிப் பேசியதில்லை. அதில் இருவருமே ஆர்வம் காட்டியதில்லை. நான் எந்த நண்பர்களிடமும் என்னைப்பற்றி என் குடும்பச் சூழ்நிலை பற்றி கூறியதில்லை. அதில் விருப்பமும் இல்லை.

“சாப்பிடலாமே கோபி...” என்றேன்.

“சாதம் வடிச்சிட்டிருக்காங்க...”

“அய்யோ... இல்லே... என்கிட்டே டிபன்பாக்ஸ் சாப்பாடு இருக்கு” அவசரமாகச் சொன்னேன்.

“இல்லைங்க... நீங்க உங்க சாதத்தையே சாப்பிடுங்க. ரெண்டு பேரும் சேர்ந்து சாப்பிடலாமே...” என்றவன் பிறகு அமைதியாகிவிட்டான்.

சுவரின் மேலிருந்த குடும்ப போட்டாவில் பார்வையைச் செலுத்தினேன்.

கோபியின் அம்மாவைப் போல் கோபியும் அவன் தங்கையும். தம்பி தந்தையின் முகச்சாயலில் இருந்தான். தன் முகத்தைக் கண்டு கோபியின் தம்பிக்குத் தாழ்வுமனப்பான்மை இருக்கவேண்டும். ஏனோ அறையை விட்டு வெளியே வரவில்லை.

வயிறு பசிக்க ஆரம்பித்தது.

இப்படியொரு சங்கடமான சூழலைச் சந்தித்ததில்லை.

கோபி உட்கார, இரு தட்டுக்களை கோபியின் அம்மா வைத்தாள். தம்பியும் உட்காருவான் என்று நினைத்தேன். தட்டுக்களில் சாதத்தை ஆவிபறக்கப் போட்டவள் நான்

பையிலிருந்து டிபன்பாக்ஸை எடுத்துத் திறப்பதைக் கண்டு சற்று அதிர்ச்சியடைந்தவளாய் அப்படியே நின்றாள். கோபி சலனமேயில்லாமல் ஃபேன் காற்றில் சாதத்தைக் கிளறினான் விரல்களால்.

“இங்கே சாப்பிடுப்பா...”

“இல்லைம்மா... சாதம் வீணாயிடும்” என்றபடி டிபன்பாக்ஸைப் பிரித்தேன்.

கீரைப் பொரியலை சிறு தட்டில் வைத்தாள்.

“கீரையாச்சும் எடுத்துக்கப்பா...?”

“இல்லைம்மா... ஊறுகாய் வைச்சிருக்கேன்” என்றேன் அவசரமாய். ஏதோ திட்டிவிட்டது போல் கோபியின் அம்மாவின் முகம் அதிர்ச்சியில் இறுகியதுபோல் தோன்றியது. கோபியைப் பார்த்தேன். சலனமில்லாமல் சாப்பிட்டுக் கொண்டிருந்தான். இங்கே என் நண்பன் சாப்பிடுவான் என்று கூறியிருக்க வேண்டும். நான் மறுப்பாய் பேசியது மனதை வலித்திருக்க வேண்டும்.

நான் எங்கே போய் எந்த வீட்டில்தான் சாப்பிட்டிருக்கிறேன். சொந்த வீட்டில் சாப்பிடுவதே பெரும் உறுத்தலாக இருப்பதை கோபியிடம் எப்படிச் சொல்வேன். பெற்றோர் இல்லாதவன் என்று என்னைப் பற்றி கோபிக்குத் தெரியுமா என்று தெரியவில்லை. ஏதோ மாமா வீட்டில் தங்கிப் படித்துக்கொண்டிருக்கிறான் என்றுதான் கல்லூரியில் நினைத்துக்கொண்டிருக்கிறார்கள். மாமா எனக்கு செலவு செய்து படிக்க வைப்பதே பெரும் உறுத்தலாக அவ்வப்போது தோன்றியிருக்கிறது. பல சமயம் மாமா வீட்டில் சாப்பிடும்போது ஏதோ ஒரு சுதந்திர உணர்வு பறிபோய்விட்டது போல் வேதனையாக இருக்கிறது. கைகால் நரம்புகள் அதிர ஏதோ வெட்டித் தண்டமாக சாப்பிடுவது போல் கண்களில் நீர் கட்டுகிறது. எங்கே போய் யாரிடம் இதைச் சொல்வேன்.

மௌனமாக டிபன்பாக்ஸை காலி செய்தேன்.

“சாதம் எடுத்துக்குங்க...” சாதத்தட்டை என்வசம் திருப்பினான் கோபி.

“போதும்... கோபி வயிறு நிரம்பிடுச்சு” லேசாகப் புன்னகை செய்ய முயற்சி செய்தேன்.

“துக்கனூண்டு டிபன் பாக்ஸ். அந்த சாதம் போதுமா? சாதம் எடுத்துக்கப்பா” -கோபியின் அம்மா.

“இல்லைம்மா... போதும்...” அவசரமாகச் சொன்னேன். கோபி அம்மாவின் முகம் சுருங்கிப்போய்விட்டது.

என் தயக்கம். என் கூச்சம். என் மன உளைச்சலை இவர்களுக்கு எவ்விதம் புரிய வைப்பேன். ஒரு வாய் சாப்பிட்டிருந்தால் என்னதான் குறைந்துபோய்விடுவேன். பாழாய்ப்போன மனதின் பலவீனம். சுருங்கிப்போன கோபி அம்மாவின் முகம், மனதை இம்சைப்படுத்துகிறது.

கொண்டு வந்த சாதத்தை சொந்த வீட்டில் சாப்பிடும் இறுக்க உணர்வையே பழக்கமில்லாத வீட்டில் சாப்பிட்டாலும் எனக்குள் நுழைந்து பாடாய்ப்படுத்துகிறது. அப்படியிருக்கும்போது அடுத்தவர் வீட்டுச் சாப்பாட்டை அவர்கள் முன் சாப்பிடுவது உடல் நரம்புகளை விறைக்கச் செய்துவிடுகிறது. அன்றைய நேரத்தின் பொழுதில் உபசரிப்பாகக் கிடைத்த சாப்பாட்டை மறுத்தாலும் அதே உணவு ஓர் ஓட்டலில் கிடைத்திருந்தால் கண்டிப்பாக சாப்பிட்டிருப்பேன் என்பது பெரும் உறுத்தலாக நெருடுகிறது.

கோபியின் டைரியிலிருந்து...

ஜூலை 18

இன்று பெரியவரைச் சந்தித்ததை விட செங்குட்டுவனை வீட்டிற்கு அழைத்து வந்தது முக்கியமான விஷயம். நெருக்கமான பழக்கம் இன்னும் ஆரம்பிக்கவில்லை. வெவ்வேறு திசைகளில்

படித்துக்கொண்டிருந்தாலும் என் சிந்தனைக்கு ஒத்தவன்தான்.

அம்மாவிற்குத்தான் அவன் சாப்பிடாமல் சென்றது என்பதைவிட உபசரிப்பை அவன் வலுவாக மறுத்தது ஜீரணிக்க முடியாத விஷயமாக இருக்கிறது. அப்படித்தான் இருக்கும். எங்களைப் பற்றி செங்குட்டுவன் என்ன மனநிலையில் இருக்கிறான் என்பது புரியவில்லை.

டிபன் பாக்ஸில் அவன் உணவு எடுத்து வந்தது தற்செயலான விஷயம். திடீர் ஸ்டிரைக்கை யார்தான் எதிர்பார்த்தது? மற்றும் செங்குட்டுவனை வீட்டிற்கு அழைத்து வந்ததும் முன் திட்டமிடாத ஒரு செயல். ஆனால் அப்படி எடுத்துக்கொள்ளவே முடியவில்லை அம்மாவால்.

வீட்டிற்கு நண்பர்களை பொதுவாக அழைப்பதில்லை. டிராயிங் ரூமோடு பரவலான பேச்சுக்களில் சிலர் போய்விடுவது ஒரு காரணமாக இருக்கலாம். அவர்களாகச் சாப்பிட ஏதேனும் கேட்டால் உபசரிப்பதுண்டு. மற்றபடி அமைதியாக இருப்பதே நல்லதாகப் போய்விட்டது.

பிணம் எரிக்கும் ஒரு பரம்பரையைச் சேர்ந்தவர்கள் நாங்கள் என்பது பலருக்கு பெரும் முகம் சுளிப்பாக இருக்கிறது. வேறு யாரையும் விமர்சனத்துக்கு உட்படுத்துவானேன். அம்மா எந்தவிதத்தில் தான் சார்ந்திருக்கும் இனத்தின் மீது மதிப்பு வைத்திருந்தாள்?

சிறுவயது முதலே அம்மா பக்கத்து வீட்டு பிற்பட்ட சமுதாயத்து குடும்பத்தில்தான் அதிக காலம் வளர்ந்தாள். அம்மாவின் அப்பா ஓர் அரசு கீழ்நிலை ஊழியராக இருந்தார். (அப்பாவின் அப்பாதான் பிணம் எரித்து அப்பாவின் கல்வி நிலையை உயர்த்தினார்.) அம்மாவிற்கு விவரம் புரிய ஆரம்பித்த வயதில் படிக்கும் வகுப்பில் ‘என்ன ஜாதி’ என்று ஒரு சான்றிதழுக்காகக் கேட்டு வரும்போது பிற்பட்ட சாதி என கையை உயர்த்தியபோது... பதிவு செய்த ரிகார்டுகள் உண்மையை வெளிப்படுத்திக்கொண்டிருந்தன.

“ஏய்... கையைக் கீழே போடு... நீ ஷெட்யூல் கேஸ்ட்.”

அவ்வளவுதான். கண்களில் நீர்தளும்ப இல்லையென்று அழுது ஆர்ப்பாட்டம் பண்ணினாளாம். என்னிடம் சொன்னபோது அம்மாவின் கண்களில் நீர்முட்டியிருந்தது. தான் சார்ந்திருந்த சமுதாயத்தைப் பற்றி இந்தச் சமூகம் ஏற்படுத்தியிருந்த சமூக முட்டாள்தனத்துக்கு தானும் அந்தச் சமுதாயத்தைச் சேர்ந்தவள் என்பது தெரியாமலேயே கசப்பு உணர்ச்சியை வளர்த்திருந்ததை அவளால் உள்வாங்கிக்கொள்ளவே முடியவில்லை. ‘அந்த வயதில் ரொம்ப கொடுமையாக உணர்ந்தேன்டா’ என்பாள் அடிக்கடி.

“மற்ற சாதி நண்பர்கள் வீட்டுக்கு யார் வேண்டுமானாலும் பாகுபாடு இல்லாமல் போய்வருவார்கள். நான் யாரையும் என் வீட்டுக்கு அழைத்ததில்லை. அழைத்தாலும் வீட்டு வாசல்படியோடு பேசிவிட்டுப் போய்விடுவார்கள். யாரோ ஒரு தோழி வெறும் தண்ணீர் குடித்ததற்கு மனம் குமட்டி வாந்தியெடுத்தாளாம்” அம்மா இதைச் சொல்லும்போது நாங்கள் விவரிக்கமுடியாத உணர்வுகளால் நசுக்கப்பட்டுக் கிடப்போம்.

செங்குட்டுவனின் இலக்கிய ஆர்வம், சமூக அக்கறைதான் அவன்மேல் எந்த விமர்சனமும் வைக்காமல் மனம் அழைத்துவிட்டது.

“என்னடா... சாப்பிடுற நேரத்தில் அழைச்சிட்டு வந்திருக்கே...”

“ஏம்மா... சோறு போடமாட்டீயா?” -போகிற போக்கில்தான் அம்மாவிடம் கேட்டேன்.

“பார்த்தா நம்ம சாதி மாதிரி தெரியலியே?”

“அட.... நீயும் சாதி பாக்குறே?”

“உட்கார்ந்திருக்கிற அந்தப் பையன் பார்க்கலாமே” என்றவள் மிகவும் மௌனமாகிவிட்டாள். தம்பியிடம் அவன் முகலட்சணம்

குறித்த தாழ்வுணர்வு மிகுந்து காணப்படும். அதை அவன் எப்படி உடைத்து மீண்டு வருவான் என்று தெரியவில்லை. அப்பாவின் முகத்திற்கு அவரின் வங்கி ஊழியர்கள் மறைமுக நிக்நேம் வைத்திருப்பது அப்பாவின் மூலமே தம்பி அறிந்திருந்தான். ஆனால், அவனைப் பற்றி அவனோட நண்பர்கள் கேலியோ கிண்டலோ செய்வதாகத் தெரியவில்லை. வீட்டில் யாரும் செங்குட்டுவனிடம் இயல்பாகப் பேசவில்லையோ என்று இப்போது தோன்றுகிறது.

-அம்மாவிற்குத்தான் மனபாதிப்பு ஏற்பட்டுவிட்டது.

"கொஞ்சம் கீரை எடுத்துக்கிட்டாப்லேயம்மா?"

"அதையும் என்னமோ... நாசூக்கா. உன் நண்பனுக்கு ஜாதி வித்யாசம் பாக்குற மனசு இருக்கு. அவ்வளவு உபசரிச்சும் கூட மறுத்தது..."

"யேய்... அப்படி இருக்காது. அதிகம் பழக்கமில்லையோ என்னவோ?" என்றார் அப்பா.

"இல்லை... அந்தப் பையனுக்கு வித்யாசம் பார்க்குற மனசு இருக்குது" என்றாள் அம்மா அழுத்தமாக.

எனக்குத்தான் வருத்தமாயிருந்தது. அது அம்மாவின் மீதா... செங்குட்டுவனின் மீதா என்று சொல்லமுடியவில்லை.

உதயம் ஜூன் 2003 (நக்கீரன் குழுமம்)

வேல்பா எனும் மானுடன்

வேல்பா என்று அழைக்கப்படும் வேல்பாண்டியனைக் குறித்து எழுத எவ்வளவோ இருக்கிறது. ஆனால் அவன் இறப்பை குறித்து ஆராய்வதே மிகப்பெரிய பணியாகப்படுகிறது. அவன் இறப்பிற்கு முந்தைய மூன்று மாதங்களும் பிந்தைய சில மாதங்களும் அவனைச் சுற்றி நடந்த நிகழ்வுகளையும் பிரதிபலிப்புகளையும் அலசி இறப்பின் மூலத்தையும் காரணகர்த்தாக்களையும் அறிய நேர்ந்து விபத்தா கொலையா என்று ஒரு முடிவுக்கு வர நேரிடலாம். ஆனால் உலகம் அவன் விபத்தில் இறந்தான் என்று இன்றுவரை சொல்லிக்கொண்டிருக்கிறது.

எல்லாமே சரியாக நடக்கவேண்டும் என்று எதிர்பார்த்தவன். கல்லூரியில் படிக்கும்போதே பத்திரிகையுலகில் நுழைந்தவன். அவன் செய்த முதல் ரிப்போர்ட் காரமானது. பத்து பனிரெண்டு வயதான சிறுமிகளுக்கு தாலிகட்டும் செய்தி கவர் ஸ்டோரியாகி தமிழகத்தையே பரபரப்பாக்கியது.

அவன் வாழ்ந்த காலத்தைத் தற்போதைய காலத்தோடு ஒப்பிட முடியாது. 1969-ல் பிறந்தவன் 1996-ல் காலமானான். 69-ற்கும் 96-ற்கும் ஏதோ ஓர் ஈர்ப்பு வலியோடு தொக்கி நிற்கிறது.

“வேல்பா போயிட்டான்டா” என்று பழனிவேல் தகவல் சொன்னபோது, பிரகாஷ் கப்பலில் இருந்தார். அவர் ஒரு

எழுத்தாளர். ‘பயணம்’ என்ற தனது கட்டுரைத் தொகுப்பில் வேல்பா குறித்து எழுதியுள்ளார்.

அதிர்ச்சி அலைகள் கடல் அலைகளைவிட அதிகமாக மோதி விழுந்து கொண்டிருந்தது, பல இரவுகள் மதுரா லாட்ஜில் எங்கள் இருவருக்குமான உரையாடல்கள் மோதலில் விழுந்திருக்கிறது.

எனது கப்பல் பணி ஒப்பந்தம் ஒன்பது மாதங்களுக்கு இருந்தது. அவனது இறுதிச் சடங்கிற்குக் கூட செல்ல முடியாத சூழ்நிலை. விடுமுறையில் அவன் தங்கியிருந்த அறையைத் தேடிப்போனேன். அறை நண்பர்கள் வேல்பா கடைசி ஆறுமாத கால அளவில் எங்களுடன் தங்கியிருக்கவில்லை என்றும் அவன் ஆறு கிலோமீட்டர் தொலைவில் தனியாகத் தங்கியிருந்தான் என்றும் கூறினர். அவர்களிடம் விலாசம் வாங்கிக்கொண்டு அங்கு சென்றேன்.

அறையில் வேல்பாவிற்கு சம்பந்தமில்லாதவர்கள் தங்கியிருந்தனர். அவர்களிடம் வேல்பா எனும் இளைஞனைக் குறித்துச் சொன்னேன். முதன் முதலில் அந்த அறைக்கு வந்த நபர் ‘அவர் பயன்படுத்திய லாக்கரை சில மாதங்கள் கழித்து அலசி ஆராய்ந்து எல்லாவற்றையும் விசாரணைக்காக காவல்துறை அள்ளிப்போய்விட்டது’ என்றும் ‘மேற்படி வேல்பா குறித்து வேறு எதுவும் தனக்குத் தெரியாது’ என்றும் சொன்னார்.

“அந்த லாக்கரைப் பார்க்க முடியுமா?”

“நான்தான் அதைப் பயன்படுத்துகிறேன்” என்று கூறியவர் திறந்து காண்பித்தார். அவரின் சூட்கேஸ் மற்ற இத்யாதிகளை எடுத்துத் தனியே வைத்தார்.

“இந்த ஆறுமாத கால இடைவெளியில் எதைத் தேடப் போகிறீர்கள்?” என்று சலிப்புடன் கேட்டார்.

என் செயல் எனக்கே அபத்தமாகப்பட்டது.

நான்கு அடி நீளமும் இரண்டரை அடி அகலமும் மூன்று அடி உயரமும் கொண்ட லாக்கரினுள் எதுவும் உறுத்தவில்லை. அவர்களிடம் மன்னிப்பு கேட்டுவிட்டுக் கிளம்பினேன்.

கிளம்பும்போது அறையில் இருந்த இன்னொரு நபர் கசங்கிய துண்டு பேப்பரைக் கொண்டுவந்து கொடுத்தார். வந்த இரண்டாவது நாளில் லாக்கர் கதவு இணைப்பின் கீழ்புறத்தில் சொருகியிருந்ததைப் பார்த்து எடுத்தேன் என்றார். அது ஒரு டைரியின் பக்கங்களிலிருந்து கிழிக்கப்பட்டு நாலைந்து வரிகளில் எழுதப்பட்டிருந்தது.

வாழ்வின் எல்லா பக்கங்களிலிருந்தும் வேதனையின் சாயல்கள் என்னை நோக்கி ஆவேசத்தோடு ஓடி வந்தன. கலைந்த தலை கசங்கிய உடை. கடற்கரை மணலில் நிழல் உருவங்களால் புரட்டியெடுக்கப்பட்டேன், என் எழுத்துகள் என்னை நோக்கி பூதாகரமாக எழுந்து ஆட ஆரம்பித்தது.

★★★

கிழிக்கப்பட்ட நாட்குறிப்பின் தேதி வருடத்தோடு எழுதப்பட்ட வரிகளுக்குத் தொடர்பு இருக்கக்கூடும் என்றும் அந்த வருடத்தில் அவன் பணிசெய்த வார இதழின் ஏதேனும் ஒரு செய்தியோடு தொடர்பு இருக்கலாம் என்றும் நாவலாசிரியர் எல்.பி.ஜீவிதா கூறினார். அவர் எழுதிய 'பனைமர நிழல்' நாவலில் வேல்பாண்டியனைக் குறித்து பல பக்கங்களைப் புனைவு கலந்த நிஜங்களோடு எழுதியுள்ளதாகத் தெரிவித்தார்.

முதுகிலிருந்து நீண்ட வாளை உருவுவான் என்று யாரும் எதிர்பார்க்கவில்லை. எல்லாருடைய புருவங்களும் நெரிந்து கீழே விழுந்தன. தன் கேபினின் தடுப்புக்கட்டையைத் தாண்டி குறுக்காக வந்த தேவநந்தன் கண்கள் மிரள பார்த்தான்.

"பத்திரிகை அலுவலகமா? வன்களமா?"

"மண்ணாங்கட்டி" உணர்ச்சியின்றிப் பேசியவன் தன் சட்டையைக் கழட்டினான். முதுகுபுறம் நீளவாக்கில் நிறையத் தழும்புகள். சட்டையின் முதுகுபுறத்தின் உள்புறம் வாள் நுழையுமளவு உறையையும் தைத்து வைத்திருந்தான்.

"ஆறுமாதப் பயிற்சித் தழும்புகள்."

"உதவி ஆசிரியர் பணியா? உடை கழற்றும் பணியா?"

தேவநந்தனைப் புறங்கையிட்டுத் தள்ளிச் சத்தமிட்டான்.

“போடா... போய் எந்த நடிகையின் தொப்புள் எத்தனை செண்டிமீட்டர்னு அளவெடு...”

சட்டையை உதறி அணிந்தான்.

தேவநந்தனின் முகம் சுருங்கியது.

★★★

நூலகத்தின் நுழைவாயிலில் சைக்கிள்கள் நிறைய நின்றிருந்தன. தனது ஓய்வுப் பொழுதுகளை இங்குதான் வேல்பா கழித்ததாகக் கூறப்பட்டது

கண்ணாடிக் கதவைத் திறந்து நுழைந்த விநாடி பார்வையில் அகப்பட்டது இடதுபுறம் அமர்ந்திருந்த சுடிதாரும் சுடிதாரின் கைகளில் படபடத்த நடிகையின் தொப்புள் பிரதேசத்தை முகர்ந்துகொண்டிருந்த நடிகனும். சுடிதார் திரைப்படத்தின் நகலை கரைத்துக் குடித்துக்கொண்டிருந்தது. அங்கே சிலரிடம் வேல்பா குறித்துப் பேச முடிந்தது.

... நூலகத்திற்கு வேல்பா படிக்க வந்ததாக நினைவில்லை. அமைதியாக அமர்ந்திருப்பார். யோசனையாக இருப்பார். சில மணி நேரம் கழித்துக் கிளம்பிவிடுவார். பத்திரிகையில் பணி செய்பவர் என்று அவரின் இறப்பிற்குப் பிறகுதான் தெரியும்.

பலவிதமான செய்தித்தாள்களும் வாரப் பத்திரிகைகளும் ஒரு கணம் ஸ்தம்பித்து மேற்கொண்டு தங்கள் சுவாசத்தைத் தொடர்ந்தன. நூலகக் கண்ணாடி ஜன்னலை ஊடுருவி முற்பகல் வெயில் முகத்தில் அடித்தது.

வெகுஜன பத்திரிகையில் வேல்பா பணி செய்தாலும் அவன் அடிப்படையில் அதற்கு எதிர்த் தரப்பில்தான் இருந்தான்.

அரசு கஜானாவிற்காக மட்டுமே வெளிவரும் பத்திரிகைகளும் வெகுஜன இதழ்களின் கலர் பக்கங்களும் வெறித்தன.

ஒரு சாண் வயிற்றுக்காக மனம் ஒப்பாத செயல்களில் கூட மனம் விரும்பிச் செய்வதான பாவனை இருக்கிறதே அதைவிட வேறு புண்ணியம் உலகில் உண்டா?

நொறுக்கப்பட்ட உணர்வுகளின் வழியே கடிதம் ஒன்றில் ஒருமுறை எழுதியிருந்தான். பல முனைகளில் பல்வேறு செய்தி அடுக்குகளைப் பெற்று உறக்கம் தவிர்த்து அவன் தயாரித்திருந்த சமூகக் கட்டுரைக்கு, பத்திரிகை ஒதுக்கியிருந்தது கால் பத்தி மட்டுமே.

“ஏழரை க்ளோஸ்-அப் காட்சிகளில் தொப்புள் ஆட்டி மார்பை குலுக்கி சாதனை செய்த திரை நாயகிக்காக ஐந்தே முக்கால் பக்கம் இட ஒதுக்கீடு செய்யப்பட்டுவிட்டதால் எனது இட ஒதுக்கீடு சம்பந்தமான கட்டுரைக்கு இடம் ஒதுக்கமுடியாது போய்விட்டது.”

- என்று இதழின் ஆசிரியர் தன்னிடம் வருத்தப்பட்டுக் கூறியதாக அவன் தனது தோழியிடம் கூறியிருந்தான்.

வேல்பா தனது நெருங்கிய நண்பர்களில் ஒருவரான பிரகாஷிடம் பலமுறை புலம்பிய விஷயம்-

பாசாங்குத்தனம் நிறைந்த எழுத்துகளுக்குச் சூட்டப்படும் கிரீடம் பணத்தை வாரி இறைக்கிறது. ஒரு கவளச் சோற்றுக்கு நாயாக அலைந்த பொழுதுகளைக் கடந்து இன்று சிரமமில்லாமல் கிடைக்கும் ஒரு கவளச் சோற்றைத் தின்னக்கூட மனம் தடுமாறுகிறது.

தனது எழுத்துகளால் சமூகத்தைப் புரட்டிப்போட எண்ணினான். அவனின் அனைத்து செய்திக் கட்டுரைகளும் அவ்விதமானவைகளாகத்தான் இருந்தன. வாழ்வின் பெருவெளியில் தனிமனித சிந்தனை கூட்டுச் சிந்தனையாக மாறி உருமாற்றம் நிகழும் என்று நம்பினான்.

★★★

எழில்வேந்தன் எழுதிய ‘அரசியலும் சமூக லட்சியமும்’ என்கிற கட்டுரைத் தொகுப்பில் வேல்பாவை குறித்து மேற்கோளிட்டு எழுதியிருக்கிறார்.

எழில்வேந்தன் என்பது இயற்பெயரோ புனைபெயரோ கிடையாது. அது ஒரு பட்டம். அதைப்பெற லட்சத்தை

நெருங்கும் தொகையில் செலவழிக்கும் திறமை வேண்டும். அவரிடம் இருந்தது. அப்போது இருந்த ஆளுங்கட்சி அமைச்சர் திருவாய் திறக்க 'எழில்வேந்தன்' மலர்ந்தார்.

அவன் பத்திரிகையில் சேர்ந்த ஆறுமாத கால அளவில் அரசுக் கட்டிலில் புது அரசாங்கம் தனது ஆட்சியை ஆரம்பித்திருந்தது. பதவியேற்ற ஆட்சியாளர்களுக்கும் வேல்பாண்டியன் பணி செய்த பத்திரிகைக்கும் எந்தவிதமான தொடர்பும் இல்லை.

அடுத்து குறிப்பிட வேண்டிய விஷயம் ஆட்சியைப் பிடித்த கட்சியின் தலைவர் நாங்கள் ஆட்சிக்கு வந்தால் சரியாக ஐந்து வருடங்களும் ஆறு நாட்களும் என ஆட்சி புரிவோம். மக்களின் துயர் துடைப்போம் என்று தேர்தல் அறிக்கையில் கொட்டை எழுத்துகளில் குறிப்பிட்டிருந்தார். அதென்ன ஆறு நாட்கள்? வேல்பாண்டியன் இறப்பைப் போலவே அதுவும் அறியப்படாத மர்மமாகவே இருக்கிறது.

வேல்பாண்டியனை வீழ்த்தி மறைந்த மர்மத்தின் முடிச்சு அவிழவில்லை. ஆனால் அவன் இறந்தது பத்திரிகையில் சேர்ந்து ஆறு வருடங்கள் நான்கு நாட்கள் இருபத்திமூன்று மணி நேரம் ஐம்பத்தைந்து நிமிடங்கள் பதினொரு விநாடிகள். எண்களாக அவன் இறுதிகால நிலவரங்களை மதிப்பிடுவது காலத்தின் கோரம் என்றுதான் சொல்லவேண்டும்.

தனது அரசியல் லாபத்துக்காக எழில்வேந்தன் சிறு சிறு விஷயங்களில்கூட ஆளுங்கட்சிக்கு ஆதரவாகச் செயல்படத் தயங்கமாட்டார். அவர் சம்பந்தமில்லாமல் வேல்பாவின் மரணத்தை அவருக்குப் பிடிக்காத அரசியல் கட்சியோடு தொடர்புப்படுத்தி முடிச்சிட்டிருக்கலாம்.

மேற்படி தவிர்த்து எழில்வேந்தன் வேறு எந்த ஓர் இடத்திலும் வேல்பா குறித்து நேரடியாகவோ மறைமுகமாகவோ எதுவும் எழுதியிருக்கவில்லை.

★★★

வேல்பாவின் பிறந்த ஊருக்குச் சென்று அவனின் தந்தையைச் சந்தித்து உரையாடல் நிகழ்ந்தது. வேல்பாவின் தாயாரைச் சந்திக்கக் கூடாது என்றும் அவர் அவன் இழப்பிலிருந்து சிறிது சிறிதாகத்தான் மீண்டிருக்கிறார். பழைய நினைவுகளைக் கிளற வேண்டாம் என்றும் கூறினார்.

“கடைசியாக ஊருக்கு எப்போது வந்தார்?”

“இறப்பிற்கு ஒரு மாதத்துக்கு முன் வந்தான். ஒரே பையன் அவனுக்கு விதிச்சது... அவ்வளவுதான்.”

விவசாயியான வேல்பாண்டியனின் தந்தை மேல்சட்டை அணிந்திருக்கவில்லை. தலைப்பாகையை அடிக்கடி உதறிக் கட்டிக்கொண்டார். தெருமுனை டீக்கடை பெஞ்சில் உட்கார்ந்தார். டீ பன் வாங்கிக் கொடுத்தார். ஒவ்வொரு வார்த்தையின் போதும் கண்கலங்கினார்.

“அவன்கூட சின்ன வயசுல படிச்ச புள்ள... அடிக்கடி வந்தது... ஊருக்கு வந்த கடைசி ரெண்டு மூணு மாசத்தில அவன் அந்தப் பிள்ளையைத்தான் அதிகம் சந்திச்சுப் பேசியிருப்பான்.”

“யாரு?”

“பத்மினி... பெண் காவலரா இருக்கிறதாகச் சொல்லுச்சு...”

“காதலா?”

“இருந்தா... சொல்லியிருப்பானே!”

வேல்பா வந்தால் தங்கும் அறையைக் காண்பித்தார். ‘போலீஸ் அவன் சாவில் சந்தேகம் இருக்கிறதாகச் சொல்லி அவன் வைத்திருந்த பைல் எல்லாத்தையும் எடுத்துட்டுப் போய்விட்டது. சில பேப்பருங்களை அவன் கூட வேலைசெய்த நண்பனுங்க ஞாபகார்த்தமா வேணும்னு எடுத்துக்கிட்டாங்க. ஊருக்கு வந்தா எதுவானா எழுதிட்டிருப்பான்’ என்றார்.

காவல்துறை அவன் அறையிலிருந்து எடுத்துச் சென்றவைகளை அழித்துவிட்டது. அல்லது தொலைத்துவிட்டது. “பத்திரிகைகாரன் என்ன அரசியல் ஞானியா?” என்று சம்பந்தப்பட்ட ஸ்டேசன்

இன்ஸ்பெக்டர் கேட்டார். "சம்பவம் நடந்து பதினொரு வருடங்கள் உருண்டோடிவிட்டது. இப்போது ஆராய்ந்து என்ன செய்யப்போகிறாய்?" என்று தலைமைக் காவலர் கேட்டார்.

பெண் காவலர் பத்மினியைச் சந்திக்க எடுத்த ஒவ்வொரு முயற்சிகளும் தோல்வியில் முடிந்தது. கடைசியாக பாளையங்கோட்டைக்கு மாற்றல் வாங்கிச் சென்றுவிட்டதாக தகவல் கிடைத்தது. அங்கு சென்றால் அவர் ஒரு விசாரணைக்காக மாவட்டக் காவல்துறை அதிகாரியோடு கேரளாவிற்குச் சென்றிருக்கிறார் என்று சொல்லப்பட்டது. பிறகு நடந்த நேரடி சந்திப்பில் 'சொல்வதற்கு ஒன்றுமில்லை' என்று கூறிவிட்டார்.

★★★

எல்.பி. ஜீவிதா வேல்பாவின் காதல் குறித்து தனது 'பனைமரநிழலில்' எழுதியிருக்கிறார்.

கனவுகளை விற்றுவிட்டு எந்நாளும் அவன் வாழ முயற்சிக்கவில்லை. கனவுகளோடும் கனவின் நினைவுகளோடும் காலத்தை மென்று தின்றபடி பொழுதுகளைக் கரைத்துக் கொண்டிருந்த ஓர் அந்திப் பொழுதில்தான் அவன் காதல் வயப்பட்டான்.

காமத்தை கர்ப்பச்செயல் என வரையறுத்த அவனின் உள்ளம் காதலை காதல் என்றுகூட நினைத்ததில்லை. ஆனாலும் வயப்பட்டான். ஒரு தேவதையென மிளிர்ந்த முகவெட்டு சலனமின்றி நரம்பின் செல்களின் வழியே நகர்ந்து அவனுள் ஒட்டிக்கொண்டது.

சாலையிலும் கடந்து செல்லும் மாலையிலும் எண்ணற்ற பெண்கள் அவன் மனதில் விழுந்துகொண்டிருப்பார்கள். அவன் அதை மறுக்கவில்லை. அதை காமத்தின் நுழைவாயில் என்று முடிவு கட்டினான். காலம் அவனின் காதல் சிந்தனைகளை ஒவ்வொரு துளிகளாக சிதைத்துக் கொண்டிருந்தாலும், மறுபக்கத்தில் துளிர்விட அது தவியாய்த் தவித்துக் கொண்டிருந்ததை அறியவில்லை.

காதல்தான் அவன் இறப்பிற்குக் காரணம் என்று ஒரு செய்தி பத்திரிகை வட்டாரத்தில் உண்டு. அவன் யாரைக் காதலித்தான்; யாரால் காதலிக்கப்பட்டான். எந்தக் காதலை ஏற்றுக் கொண்டான். எதை நிராகரித்தான். எத்தனை ஜென்மம் எடுத்தாலும் தனது வாழ்வில் பெண்களுக்கு காதலிடம் கிடையாது என்றிருந்தவனைப் புரட்டிப் போட்ட பெண் அல்லது பெண்கள் யார் யார்?

அவன் இறப்பைப் போலவே அவன் காதலும் செவி வழியே இஷ்டமேனிக்கு நிரம்பிக்கொண்டிருக்கிறது. கனவுகளை மேய்ந்து திரிந்து தான் தோன்றியாய் இருந்த பொழுதுகளென பல தேதியின் தாள்கள் கிழிபட்டுக்கொண்டிருந்தன.

★★★

வேல்பாண்டியன் பணி செய்த பத்திரிகை இந்திரஜித். அதன் ஆசிரியரும் பதிப்பாளரும் பத்திரிகையை இழுத்து மூடிவிட்டு ரியல் எஸ்டேட் பிஸினஸ் செய்யப்போய்விட்டதாக வேல்பாவோடு பணி செய்த வினோத் கூறினான். தற்போது நக்கீரனில் பணி செய்யும் வினோத் வேல்பாவின் பிரசுரமான அனைத்து செய்திக் கட்டுரைகளையும் தொகுத்து வைத்திருந்தான். அதில் பல காட்டமானவை. தற்போது ஆட்சியில் முக்கிய பங்கு வகிக்கும் பத்து வருடங்களுக்கு முன்னால் சாதாரணனாக இருந்த முக்கிய பிரமுகரின் விபச்சாரத் தொழில் அலசப்பட்டிருந்தது. பாலியல் தொழிலில் பெண்கள் வலுக்கட்டாயமாக இழுக்கப்படுவதையும் வஞ்சிக்கப்படுவதையும் ஆதாரங்களோடு எழுதியிருந்தான்.

எதிர்க் கட்சியிலிருக்கும் அடாவடிக்குப் பெயர் போன நபர் தேர்தல் முறைகேடு சம்பந்தபட்ட செய்தியில் போட்டோவோடு கவர் ஸ்டோரி ஆகியிருந்தார். அவர் அப்போது லோக்கல் சாராய வியாபாரி. அப்போது ஆட்சியில் இருந்தவர்களுக்கு பக்கபலமாக இருந்த சாமியாரின் பாலியல் லீலைகளும் அவர் செய்த கொலைகளும். தவறிப்போய் தன்னைத்தானே சுட்டுக்கொண்டதாக அரசியல் தலைவரின் இல்லப் பாதுகாப்பில் இருந்த காவலரின் மரணம் குறித்து சில விஷயங்களை ஆதாரமாக வைத்து எழுதிய கட்டுரை. அதன் பின்னணியில்

தலைவரின் சதி பெட்ரூமோடு முடிச்சிடப்பட்டிருந்தது. ஒரு சாதிக்கலவரத்தின் நிஜமுகத்தில் இன்று தெய்வமாக மதிக்கப்படும் சினிமா அரசியல் வியாபார பிரமுகரின் முகம் இருக்கிறது. எது இருந்து என்ன? இன்றைக்கு அவர் நாடாளுமன்ற உறுப்பினர்.

இறுதியில் வேல்பாவிற்கு அஞ்சலி செலுத்தி சில பக்கங்களை ஒதுக்கி இருந்தது. அதில் பிரபல எழுத்தாளர் அவனை வீரனாக சித்தரித்து எழுதியிருந்தார்.

“மிகைதான்” என்றான் வினோத்.

வேல்பா புனைவு இலக்கியத்தில் ஈடுபாடாக இருந்தான். அவன் இறப்பிற்கு மூன்று மாத கால அளவில் இருக்கும்போது எழுதிய நிறைவு பெற்ற அல்லது பெறாத அல்லது பிறகு எழுதலாம் என்று நினைத்திருந்த இரண்டு புனைவுகளை எடுத்துக்காட்டினான். வருடக் கணக்கில் ஆனதால் தாள்கள் மக்கியிருந்தன. தான் இதை வேல்பாவின் தந்தையிடம் கேட்டுப் பெற்றதாகக் கூறினான்.

‘சுயாட்சி’ என்கிற புனைவில் வரும் எண்கள் ‘இந்திரஜித்’ அலுவலக முகவரியில் வரும் எண்கள் என்றும் தான் பணி செய்த பத்திரிகையை விமர்சிக்கும் பூடகமான புனைவு என்றும் தான் கருதுவதாக வினோத் கூறினான்.

‘சுயாட்சி’ என்ற தலைப்பில் ஆயிரத்து தொள்ளாயிரத்து தொன்னூற்றாறு ஜனவரி ஐந்தாம் தேதி என்று குறிப்பிடப்பட்டு எழுதப்பட்டிருந்தது.

நான்காவது தெருவின் மத்தியில் தனது வாகனத்தை நிறுத்தினான். அரங்கம் பிரம்மாண்டத்தைத் தன்னுள் செதுக்கி வைத்திருந்தது. உள்ளறையில் அவன் சோதித்தறியப்பட்டான். ஆடைகள் களையப்பட்டன. சோதனையிட்டவர்கள் ஓர் உள்ளாடையை எடுத்து வைத்தனர். இந்த நகரத்தை ஆட்சி செய்பவர்களின் முத்திரை அதில் தெளிவாக இருந்தது கண்டு அவனுள் ஆனந்தம் கரைபுரண்டு ஓடியது. இன்னொரு அறையிலிருந்து வந்த சோதனையாள் கண்பட்டியைக் கொண்டு

வந்து அவன் முன் வைத்தார். அவனுக்கு சிலிர்த்தது. தான் வாழ்ந்த வாழ்க்கைக்கு தற்போதுதான் ஓர் அர்த்தத்தை உண்டு பண்ணுகிறார்கள். இதுநாள்வரை குதிரை கண்பட்டியைத்தான் கேள்விப்பட்டிருக்கிறான். எடுத்து அணிந்து கொண்டான். குளிர் காற்று உடல் எங்கும் வீசியது. கண்பட்டி முகத்தில் பட்டதும் இருள் அவனை அணைத்துக் கொண்டது. பேரின்பம். இந்த வரத்தை எவர் அளிப்பர். இருளை தரிசிப்பது பெரிய விஷயம். அதை இந்த ஆட்சி பெரும் வரமாக தனக்கு அளித்திருப்பது கண்டு ஆனந்த கண்ணீர் விட்டான்.

‘அழக்கூடாது’ -என்கிற குரல் கேட்டது.

என்ன ஓர் அக்கறை. இந்த நகர ஆட்சியில் யாரும் கண்ணீர் உகுக்கக் கூடாது. அழக்கூடாது. எல்லோரும் சந்தோசமாக இருக்க வேண்டும்.

சதைப்பிண்டமாக நடந்தான். படியேறும் உணர்வு ஏற்பட்டது. இந்த ஆட்சியில் *99* நகர ஆட்சிகள் என பிரிக்கப்பட்டு ஒவ்வொன்றிலும் குட்டி அரசாங்கம் ஒன்று ஆட்சி பரிபாலனை செய்துக் கொண்டிருந்தது. *57*ஆவது நகர ஆட்சியின் அரங்க வாசலில் காரை விட்டு இறங்கியபோது தனக்கு வரவேற்பு உபசரிப்பெல்லாம் கிடைக்காது என்றுதான் கருதினான். ஆனால் அவன் எண்ணத்தில் ஆட்சி மண்ணை அள்ளிப் போட்டுவிட்டது.

யாருக்கும் கிடைக்காத உபசரிப்பெல்லாம் அளித்து உள்ளே அழைத்து செல்கின்றனர். கொடுப்பினைதான். அரங்கத்துள் மௌனம். அவன் கைகள் கண்பட்டியை தளர்த்தின. பொடனியில் சட்டென்று பட்ட அடியைவிட அவன் பார்வை நரம்புகளின் வழியே ஊடுருவிய காட்சிதான் அதிர்ச்சியாக இருந்தது.

எல்லோர் வாயிலும் கூட்டல் குறியாக பிளாஸ்டிக் பட்டை ஒட்டப்பட்டிருந்தது. தனது வாயை அனிச்சையாக தடவிக்கொண்டான்.

அவன் மறைவிற்குக் கடைசி மூன்று மாதங்களுக்குள் ஒரு

நாளில்தான் மற்றொரு புனைவு ‘காலம்’ எழுதப்பட்டிருக்க வேண்டும் என்று கூறி அதனை நீட்டினான் வினோத். காகிதங்கள் தும்மலை வரவழைத்தன.

ஒன்றோடொன்றிணைந்து வழிந்தோடி சிதறிக் கலந்து பிசிறு தட்ட எழுந்து நின்றது காலம். கறுப்பு முடிக் கற்றையில் பல வண்ணப் பிசிறல்கள் காற்றின் எல்லா திசைகளிலும் தாகத்தோடு அலைந்தோடி ஆடியது. தேக நிறமழிந்து வண்ணக் கலவைகள் சிதறியோட புதிதாய் உருவெடுத்துக் கலந்தன குருதித் திவலைகள்.

சுழிந்தோடி சிரித்தது நீல நிறம். நீளிலைப் பச்சை பறந்தோடி மூடியது மண்ணிறத்தை. கற்றது கைப்பிடியளவு. கறுப்பு நிற தார் ரோட்டின் பரப்பினூடே கலந்துகொண்டிருந்தது நிறமற்ற நீரின் பளிங்குத் தன்மை. ஊடோடி நகரும் தெருக்களின் பல வண்ணக் கட்டடங்கள். ஒவ்வொரு நிறமும் ஒவ்வொரு புனிதம். இரைச்சலிடும் சப்த ஒலிகளுக்கிடையே பரவிக்கொண்டிருந்தது காலத்தின் பதுங்கு குழிகள்.

நிறமற்ற உடைகளணிந்தவர்களின் முதுகுக்குப் பின் அப்பிக்கொண்டு சிரித்தன பல்வேறு நிறக்கலவைகள். ஊசலாடிக் கொண்டிருந்த காய்ந்த இலைச்சருகுகளின் மேலே விழுந்து கொண்டிருந்தன பல வண்ணப் பறவைகளின் எச்சங்கள். வண்ணச் சிதறல்கள் காற்றில் பரவ விசிறியடித்துக் கேசத்தை அள்ளி முடிந்தது காலம்.

“என்ன நினைத்துக் கொண்டிருக்கின்றன இத்தனை நிறங்கள்?”

“எதை?” கேலி மின்ன கேட்ட மஞ்சள் நிறக்குரல் முகம் புதைத்து ஒளிந்துக் கொண்டது.

“கோழைகள்!” -நடுங்கும் கர்ஜனையோடு காலம் முதலடி எடுத்து வைத்தது. வெளியெங்கும் அதிர்வுகள் விரிசல்களோடு நீண்டு கொண்டிருந்தன.

“அறிய முடியாதவர்களை அறியாது போயின் அதற்கும் கோழை என்றே பெயரிடுங்கள்!”

“என்னுள் இருந்து எனக்கே இடக்கரடக்கலா’ -கோபாவேசத்தில் காலம் புஜம் தட்ட சிதறியடித்து எவ்வி மீண்டும் காலத்தில்

விழுந்து கலைந்தோடின நிறங்கள்.

“அய்யோ பிழைத்தேன்... என்ன ஓர் உக்கிரம்.”

“எத்தனை முறை இப்படி பிழைத்திருக்கிறாய்?”

“யுகங்கள்... யுகங்கள்... யுகங்கள் பல கடந்தும்...”

“எதற்கு இவன் இப்போது இப்படி முறுக்கேற எழுந்தானாம்?”

“ம்... நீயும் நானும் முயங்கதான்” கேலி பற்களுக்கிடையே நீலமும் மஞ்சளும் கலந்தாட சிதறியபடி வழிந்தோடியது பச்சை. பரவியோடி வரும் பச்சையிலிருந்து விலகி வழிந்துகொண்டிருந்த சுவற்றின் பால் நிறத்தோடு நிறமற்ற நீர் ஊடாடி உள்நுழைந்து பருகும் பானங்களாகி கோடானு கோடி வயிறுகளில் பாய்ந்து கழிந்துகொண்டிருந்தது புவி மூடியின் மேல்.

“எவன் அது என்னைத் தள்ளப் பார்ப்பது?” மிரட்சியோடு காலம் ஒருக்களித்துத் திரும்பியது.

முறுக்கேறிய உடலோடு மோதிக்கொண்டிருந்தது சிவப்பு நிறம். காலத்தை மூழ்கடிக்க பாதம், கணு முழம் என நூலிழை நூலிழையாகத் தளும்பி உயர்ந்தபடியிருந்தது. மெஜந்தாவும் மஞ்சளும் உக்கிரமடைய உக்கிரமடைய நிரம்பிக்கொண்டிருந்தது குருதி நிறம். மண்வெளியெங்கும் மின்னும் கூர்முனை ஆயுதங்கள். கூர்முனை மழுங்களில் படிந்து காய்ந்து காற்றில் ஏடு எடுக்க காலத்தைப் பார்த்துச் சிரித்தன காலத்தின் எதிரிகள்.

★★★

பத்திரிகையாளர் குடியிருப்பில் தனது குடும்பத்தோடு வசித்து வந்த தேவநந்தன் கூறிய தகவல் முக்கியமாகப்பட்டது. இந்திரஜித்தில் பணிசெய்த தேவநந்தன் ஜூனியர் விகடனில் பகுதி நேர நிருபராகத் தற்போது இருக்கிறார்.

“அவன் ரொம்ப வேகமா இருந்தான் சார். என்னைக்கிருந்தாலும் அவனுக்கு அது ஆபத்து. இப்படிச் சொன்னது காவல்துறையின் உயர் அதிகாரி. பெயர் வேண்டாம். ரொம்ப அக்கறையோடுதான் சொல்லியிருந்தார். எனக்கும் அவனுக்கும் ஆகாது. ஆனா

அவன் வேகம் எனக்குப் பிடிச்சிருந்தது. அதே சமயம் அபத்தமாகவும் பட்டது. நேரம் காலம் பார்க்க முடியுமா இந்தத் தொழிலில். ஆனா தொழிலா இதை அவன் நினைக்கலை. பத்து வருடங்களுக்கு முந்தி அவன் இறப்பிற்கு சில மாதங்களுக்கு முன் பரபரப்பாகப் பேசப்பட்ட பெண் காவலர் சியாமளா பாலியல் குற்றச்சாட்டுகளின் செய்திக் கட்டுரைகள் எல்லா பத்திரிகைகளிலும் வந்ததே நினைவிருக்கிறதா?”

இந்திரஜித்தில் வேல்பாவின் கட்டுரைகளைத் தேடியபோது கவர் ஸ்டோரியாக சில இதழ்களில் அவைகள் பிரசுரமாகியிருந்தன. மணிகண்டன் என்பவர் எழுதியதாகச் சில கட்டுரைகளில் அதே டாபிக் இருப்பதையும் கவனித்திருந்தேன்.

“இந்திரஜித்தில் வந்தவை உப்புச் சப்பில்லாதவைகள். இல்லாத ஒரு நபரின் பெயரில் வந்தது. புனைபெயர்னு கூறிட வேண்டாம். இந்தச் செய்திகளின் பிரசுர விவகாரத்தில் இந்திரஜித் பத்திரிகை அதிபருக்கும் வேல்பாவிற்கும் வாக்குவாதங்கள் நடந்தன. ‘பிஸினஸ் மட்டும்தான் பண்ணமுடியும் புரட்சி எல்லாம் பண்ணமுடியாது’. அதிபரின் வாதம் நிகழ்காலத்தை உணர்த்துவதாக இருந்தது. தமிழகப் பத்திரிகை வட்டாரத்தின் வழியே ஆதாரங்களோடு காவல்துறை உயர் அதிகாரிகள் நால்வர் மீது சியாமளா குற்றம் சாட்டியிருந்தார். பாலியல் குற்றச்சாட்டு. செய்திகள் அலை அலையாக வர ஆரம்பித்தபோது எந்த ஓர் இடத்திலும் வேல்பா பெயர் இடம்பெறவில்லை. வேறு பெயர் அல்லது நமது நிருபர் என்கிற பின்னணியில்தான் செய்திகள் புயலை வீசின இந்திரஜித்திலும் பிற பத்திரிகைகளிலும். அந்தச் செய்திகளின் மூலகர்த்தா வேல்பாதான். எல்லாவற்றையும் அப்பட்டமாக எழுதினான். எல்லாவற்றையும் எல்லா நேரத்திலும் எழுதிவிட முடியுமா? சிலதை எழுதலாம். சிலவற்றைத் தவிர்த்திடறது புத்திசாலித்தனம். வேல்பாவிற்கு இதில் உடன்பாடில்லை. எல்லாத்தையும் எழுதிடனும்னு நினைச்சான். எழுதவும் செய்தான். பிறகு சியாமளா தற்கொலை செய்துகொண்டார்.

இந்திரஜித் தன்னை சரியாகப் பயன்படுத்தவில்லை என்ற வருத்தம் அவனுக்கு இருந்தது. அனைத்துப் பத்திரிகை அலுவலகங்களுக்கும் செய்திகளை விற்றான். அப்படித்தான் அவனே சொன்னான். சியாமளா விஷயத்தில் சில பத்திரிகைகள் தயக்கம் காட்டாமல் அப்படியே பிரசுரித்தன. சில தங்களின் எதிர்காலத்தை முன்னிட்டு பல நிஜங்களை நீக்கிவிட்டு பிரசுரம் செய்தன. அந்தச் செய்தித் தீனிகள் அனைத்துப் பத்திரிகை அலுவலகங்களுக்கும் நல்ல வருமானமாக அமைந்தது."

விபத்தில் வேல்பா இறந்த பிறகு எந்தப் பத்திரிகை அதிபரும் அஞ்சலி செலுத்த நேரில் வரவில்லை. ஒரே ஒருவரைத் தவிர. அவன் சடலத்தை தோளில் சுமந்து வந்தார். அவர் பத்திரிகையாளரும் அதிபருமான இராஜகோபாலன். அவர் கூறியது–

"பத்திரிகைக்காரன் குடிக்கக்கூடாதுன்னு ஏதாவது எழுதியிருக்கா என்ன? அன்றைக்கு அவன் உடம்பில் ஆல்கஹால் இருந்துடுச்சு சார். இல்லைன்னா விஷயம் உண்மையை நோக்கிப் போயிருக்கும்."

வேல்பாண்டியன் இறந்த விதம்தான் அவனைப் பற்றி ஆராய மனம் விரும்பியது. நடு இரவில் சாலை விபத்தில் நிருபர் பலி என்று காலம் அவன் வாழ்நாள் பக்கங்களை இழுத்து மூடிவிட்டது. அவன் மதுபான ரசிகன். அன்று அதிகம். ஒரு வேளை நிதானத்தில் இருந்திருந்தால் கவனமின்மையின் தவறை எதிர்த்துத் தப்பியிருக்கலாம்.

ஒரு கோப்பை மதுவில்
வழியும் சொற்கள்
உனக்கானது சிலவும்
எனக்கானது மற்றவையும்
சியர்ஸ் சொல்லிப் பருகினோம்
வார்த்தைகளை...
மதுக் கோப்பை காலி
சொற்கள் வழிந்த இடத்தில்
மௌனம் பிதுக்கிடுகிறது

-நண்பர்களுக்கு எழுதிய பல கடிதங்களில் மேற்படி கவிதை வரிகளைப் பகிர்ந்திருக்கிறான். இன்று உயிரோடு இருந்திருந்தால் கவிஞனாகவும் புனைகதையாளனாகவும் அவன் பரிணமித்திருக்கக்கூடும்.

அதிகம் பேசப்படாத கவனிக்கப்படாத மனிதனைக் குறித்துதான் நாம் அதிகம் பேச வேண்டும் என்பான் அடிக்கடி. அப்படி அதிகம் பேசப்படாத ஒரு அரசியல் பத்திரிகையாளனைக் குறித்து இறுதிக்காலம் சிறிது அதிகமாக பேச வைத்துவிட்டது. இரு சக்கர வாகனத்தில் விரைந்து சென்று கொண்டிருந்தவனை நடு இரவில் அநியாயமாக மோதி வீழ்த்தி மறைந்த மர்மம் எது? ஏன்?

யூகங்கள் நிரம்பி வழிகின்றன.

உதவிய நூல்கள்;

1. ‘பயணம்’ கட்டுரை பிரகாஷ் - சரோஜ் பதிப்பகம் *(1997)*

2. ‘பனைமர நிழல்’ நாவல் எல்.பி.ஜீவிதா - புவனம் பதிப்பகம் *(2002)*

3. ‘அரசியலும் சமூக லட்சியமும்’ கட்டுரை எழில்வேந்தன் - செல்வி பதிப்பகம் *(1999)*

2008

ஆதிக்கம்

“அறிவழகன் இந்த ஊருக்கு எப்படி வந்தான்?”

-கோபத்தில் சுழன்று விழுந்தன வார்த்தைகள். வெற்றிவேல் சின்னையாவை நோக்கி வீசிய வார்த்தைகள். பிரச்னையைக் கொண்டு வந்த சிவசங்கரன் கைகட்டி நிற்கிறார். அறுபது வயது சிவசங்கரனின் பிரச்னைக்கு நியாயம் சொல்லத்தான் சின்னையா இருக்கிறார். சின்னையாவோடு மத்தியஸ்தத்திற்கு வந்தவர்களின் இருசக்கர வாகனங்கள் வெளியே நிற்கின்றன மவுனமாக. காரணமேயில்லாமல் பிரச்னையிலிருந்து விலகி தன்னை இழுக்கும் வெற்றிவேலுவை அறிவழகன் வெறித்தான்.

ஒருகாலத்தில் நாட்டாமை, பஞ்சாயத்து, கணக்கப்பிள்ளை, ஓடும்பிள்ளை என்றிருந்த நியாயஸ்தம்தான் இன்றைக்கு புளியமரத்தடி, டீ கடை, மெக்கானிக் ஷாப், கீற்றுக் கொட்டகை என்று நினைத்த இடத்தில் யார் யார் மூலமோ திக்கற்று குழம்பி கலங்கிக் கிடக்கிறது.

அரசாங்கம் ஒன்று உள்ளது என்றுதான் காவல்துறையின் படிக்கட்டுகளில் அப்போது ஏறினான் அறிவழகன்.

“என்னய்யா புரியாத ஆளா இருக்கே. ஊர்ல பெரிய மனுஷனுங்களை எதுத்துக்கிட்டு என்ன சாதிக்கப்போறே. பேசாம பெரியண்ணன் செல்றதைக் கேட்டு நடந்துக்க...” என்று சட்டத்தைக் காப்பவர்கள் சொன்னார்கள்.

அவன், பத்மா, பத்துமாத கைக்குழந்தை, வீட்டு சாமான் செட்டுகளோடு நிற்கும் லாரி. முப்பது வருஷமாக விழுந்து புரண்ட ஊரை விட்டே வரும்படி ஆகிவிட்டது. லாரியில் ஒவ்வொரு சாமான்களாக ஏற்றியபோதுகூட ஊர்க்காரர் எவரும் வரவில்லை. வேடிக்கை பார்க்கக் கூட யாரும் வரவேயில்லை.

“அப்படி என்ன சார் ஊருக்கும் உங்களுக்கும் பிரச்னை?” பீரோவைத் தூக்கி வைத்துவிட்டு கேட்ட லாரி டிரைவருக்கு எதை பதிலாய் சொல்வது? விரக்தி புன்னகையோடு நின்றான்.

லாரி மூன்று ரோட்டிலிருந்து பிரிந்து திரும்பி ஆற்றுப்பாலத்தில் குலுங்கி ஏறியபோது ஆறு வற்றியிருந்தது. வற்றியிருந்த மணற்பரப்புகளினூடே மணல் அள்ளும் லாரிக் குவியல்கள். ஆற்று மணல்தான் பிரச்னைக்கு அடிப்படை. ஆனால், மனம் மவுனமாய் காலத்தை வெறித்துக்கொண்டிருந்தது.

‘ஆரம்பத்திலேர்ந்தே மணல் குத்தகை எடுக்கிறது பெரியண்ணன்தான். இப்ப போட்டியாய் வருவேன்றது சரியில்லே. பேசாம பெரியண்ணன் சொல்ற தொகையை கொடுத்துட்டு பார்ட்னர் ஆயிடு...’ என்று பெரியண்ணனின் ஆட்கள் சொன்னார்கள்.

உண்மைதான். பெரியண்ணன்தான் எடுப்பார். வெறும் சில பத்தாயிரங்களுக்குள். அவரிடம்தான் அவர் கூறும் தொகையைக் கொடுத்துவிட்டு பங்குதாரர் ஆகவேண்டும் என்றால் ஆகிக்கொள்ளலாம். பிறகு கணக்கு வழக்கு என்று ஏதும் கேள்வி கேட்கக் கூடாது. கவனிக்க வேண்டியவர்களுக்கு கவனிப்பு, அரசு விதிமுறைகள் குப்பையில் வீசப்படும். விடிய விடிய குத்தகை என்கிற மாய வலைக்குப் பின் மணல் கொள்ளையடிக்கப்படும். கேட்க நாதியில்லை.

“ஏலத்துல யாருக்கோ ஒருத்தருக்குத்தான் ஆத்து மணல் குத்தகை கிடைக்கப்போகுது. இப்பவே நீங்க பேசறதில் அர்த்தம் இருக்கிறதா தெரியலை” என்றான்.

அறிவழகனை அலட்சியமாகப் பார்த்தனர்.

“வெளியூர்க்காரனையெல்லாம் கூட்டு சேர்த்துக்கிட்டு ஏலத்துல கலந்துக்கிறேன்னு வை. ஏட்டிக்குப் போட்டியாய் ஏலத்தொகை ஏறும். அது வேணாம். வேணும்னா உன் கூட்டாளிங்களையும் பெரியண்ணன் கேக்கறதைக் கொடுத்துட்டு பார்ட்னராக்கி விட்டுடு.”

அவனிடம் எந்தப் பதிலையும் எதிர்பாராமலே கிளம்பிவிட்டனர். போகும்போது போகிறபோக்கில், ‘உங்கப்பாரு பத்திரம் எழுதிப் பிழைக்கிறதுக்கு வந்தாரு. கடைசி வரை அதை மட்டும்தான் செஞ்சாரு’ வர்த்தைகள் முகத்தில் மோதியடித்து விழுந்தன.

‘ட்யூஷன் வாத்யார் வேலையை மட்டும் பாருடா’என்கிறார்களா?

பத்மாதான் பயந்து போனாள்.

“விவகாரமெல்லாம் எதுக்குடா?” என்று சில நண்பர்களும் ஒதுங்கிக்கொண்டனர்.

இதற்கெல்லாம் பயந்தால் என்னாவது என்று தீவிரமாக காரியத்தில் இறங்கிய அன்றைக்கு இரவு மொட்டை மாடியில் யாரோ நடமாடுவது போல் அரவம் கேட்டு உறக்கம் தொலைந்தது. எதற்கு? யார்? மூன்று, நான்கு பேராவது இருக்க வேண்டும்.

மாடிக் கதவைத் திறந்து பார்த்துவிடலாமா?

யோசித்த விநாடியில் பின் கொல்லையிலிருந்து ஹ்ஹோவென்ற இரைச்சலோடு மரம் விழும் அதிர்வு கேட்டது.

பத்மா திடுக்கிட்டு எழுந்தாள். உறக்கக் கலக்கத்தில் குழந்தை வீறிட்டு அழ ஆரம்பித்தது. வீட்டின் முன் கதவை மெல்லமாய் யாரோ தட்டும் சத்தமும் கேட்கத் தடுமாறினான் அறிவழகன்.

பிசுபிசுப்பாக மனசுள் பயம் அப்பிக்கொண்டது.

மெதுவாக திறக்கப்பட்ட கதவுக்குப் பின்னால் நிலா வெளிச்சத்தில் நிழலாகத் தெரிந்த மரங்கள் வீடுகளுக்கு மத்தியில் பக்கத்து வீட்டு நித்யன் நிழலாய் நின்றிருந்தான்.

“அறிவு... விஷயத்தை லேசில விடற மாதிரி தெரியலை. நான் விலகிட்டது தெரிஞ்சும் தொல்லைங்க வருதுன்ற போது உன்னைய பத்தி என்ன சொல்ல? பல லட்சம் புரள்ற குத்தகை விஷயத்துல நீ அதை எடுப்பேன்னு வந்தால்...”

நித்யனை இழுத்துக்கொண்டு படியேறி மாடிக்கதவைத் திறந்து கொல்லையைப் பார்த்தான். மங்கிய நிலவொளியில் நெல்லிக்காய் மரம் வெட்டப்பட்டு பேச்சற்று விழுந்து கிடந்தது.

வேகமாக தெருவில் இறங்கினான். சலனமற்ற தெரு. அமைதியான இரவு. அதுவே பயமாய் இருந்தது. தூரத்தில் சிலர் போவது தெரிந்தது.

“இதெல்லாம் வேண்டான்டா” நித்யன்.

“மணல் குத்தகைன்றது ஒரு அரசு வேலையை எடுத்துச் செய்யறது நித்யா.”

“ப்ச்... உனக்கு ஏதாவது பிசினஸ் பண்ணணும் அவ்வளவுதானே. வேற ஏதேனும் செய்யேன். இவன்க கூட மல்லுக்கட்ட வேணாம்”

“ஏன் எடுத்தால் என்ன?”

மனவேதனையில் தூக்கம் வரவில்லை. ‘துடுக்’கென்று பத்மா அழ ஆரம்பித்தாள். எப்போது தூங்கினார்களோ.

விடியற்காலையில் கதவு திறக்கப்படாமலே வீட்டு வராந்தாவில் வெளிச்சம் விழுந்து கிடந்தது. அதிர்ச்சியாக இருந்தது. ஒரு பக்கக் கதவு அலாக்காகப் பெயர்க்கப்பட்டு வீட்டினுள் சாய்க்கப்பட்டிருந்தது.

“என்னதான் நினைச்சுக்கிட்டு இருக்கானுங்க?”

வெளியே வாசப்படியில் சவடாலாக குள்ளக்கால் ஈஸ்வரன் வேப்பங்குச்சியில் பல்துலக்கிக்கொண்டிருந்தான். பெரியண்ணனின் பண்ணையாள்.

“உன்னால் முடிஞ்சதைப் பார்த்துக்கோ”

“எழுந்திருய்யா... வாசப்படியில் எச்சிலைத் துப்பிக்கிட்டு?”

“என்னடா சொன்னே?”

தேவையில்லாமல் அறிவழகனை இழுத்துத் தாக்க ஆரம்பித்தான். கைகலப்பை ஊர் வேடிக்கை பார்த்தது. யாரும் தடுக்க வரவில்லை. பெரியண்ணனோட விவகாரம். சம்பந்தப்பட்டு தலையிட்டால் வீண் பிரச்னை. தெருவின் மத்தியில் வேதனை வடிந்துகொண்டிருந்தது.

வீணாக வம்பு செய்கிறார்கள். போலீஸ் ஸ்டேஷனில் புகார் செய்தான்.

“என்னய்யா சண்டை போட்டே. கைகாலை வெட்டிட்டு ரத்தமும் சகதியுமா வரணும்யா. காலங்கார்த்தால சின்னப்பசங்க சமாசாரம் மாதிரி. எந்த ஊரு... அதான் கருணாகரன் இருப்பாரே. அங்கே சொல்லித் தீர்த்துக்காம, கையைக் கடிச்சான். மரத்தை வெட்டினான்னு... ச்சே. அப்படி ஓரமா நில்லுய்யா.”

மனசைப் பிசைந்து குத்தினார்கள்.

எஸ்.ஐ. வந்தார். விஷயத்தைக் கேட்டு முகத்தில் சலிப்பைக் காட்டினார்.

“சின்னச் சின்ன சமாசாரத்தையெல்லாம் உங்க ஊர்ல நாலு நியாயஸ்தர்களை வச்சு சரிபண்ணுங்க.”

“இது அப்படியில்லை சார்” என்றவனிடம்,

“சரி, புகாரை எழுதிக் கொடுத்திட்டியா. நாளைக்கு வா...”

ஆனால், என்ன ஏது என்று ஒப்புக்குக் கூட ஸ்டேஷனிலிருந்து வந்து விசாரிக்கவில்லை.

அன்றைக்கு இரவும் தொல்லைப்படுத்தினர். ரொம்ப நேரம் கதவுகளை ‘டமார் டமார்’ என்று தட்டிக் கொண்டிருந்தனர்.

பயந்து போய் அறிவழகன் கதவைத் திறக்கவேயில்லை.

அடுத்த நாள் சொன்ன நேரத்திற்கு ஸ்டேஷன் போயும் யாரும் கண்டுகொள்ளவில்லை. எவர் மீது புகார் கூறப்பட்டதோ அவர்கள் வந்துவிட்ட மாதிரியும் தெரியவில்லை. பிரச்னைகளோடு நிறைய பேர் நெரிசலாய்.

மதியம் போல் கான்ஸ்டபிள் ஒருத்தர் போய்ச் சொல்லி குள்ளக்கால் ஈஸ்வரனோடு இருவர் வந்தனர். உள்ளே போய் பேசிய பின் அறிவழகனைக் கூப்பிட்டார்கள்.

“சமாதானமா போய்க்குய்யா.”

“புகார்ல எல்லா விவரமும் சொல்லியிருக்கேன் சார்.”

“என்னய்யா புரியாத ஆளா இருக்கே. பெரியண்ணன் சொல்ற மாதிரி கேட்டு நடந்துக்க...”

அடிவயிறு எரிய பிரச்னை அதற்குப் பிறகு கல்லாக இருந்தது.

வீட்டிற்கு வரும் குடிநீர் லைனில் பள்ளம் தோண்டி மூங்கில் நட்டு வேண்டுமென்றே பைப் லைனை சிதைத்தார்கள்.

நித்யன் வீட்டுக்கு வந்தான்.

“உனக்கு அறிவேயில்லைடா?”

“...”

“நீ யாருடா. இங்கே உனக்கு ஏதாவது ஒண்ணுன்னா யார் வருவா? யாரும் வர மாட்டாங்க. இங்கே மெஜாரிட்டியா இருக்கிற ஜாதிக்காரன்ல நீயில்லை. உன்னோட ஜாதில இங்கே இருக்கிறது நீ ஒருத்தன்தான். அப்படியிருக்கும்போது எந்த தைரியத்துல எதுத்து நிக்கிறே?”

“இதுல ஜாதியாடா... முக்கியம்?”

“அப்பாவியா இருக்கேடா.”

ஸ்டேஷனுக்குச் சென்றான்.

“ட்யூஷன் வாத்தியாரா இருக்கிற உனக்கு நீட்டி முழக்கி சொல்ல வேணாம்னு நினைக்கிறேன். எத்தனை பெரிய பெரிய அதிகாரிங்ககிட்டே புகார் மேல புகார் அனுப்பினாலும் எல்லாத்தையும் விசாரிங்கய்யானு இங்கதான் அனுப்புவாங்க... சமாதானமா போ. கோர்ட் கேசெல்லாம் வேணாம். இல்லையா... உன் ஊர்க்காரங்ககிட்டேயே விஷயத்தைத் தீர்த்துக்கற வழியைப் பார்?”

“இதை விட்டால் வேறு வழியே இல்லையா?”

மெக்கானிக் ஷாப்பின் வெற்றிடம்தான் இந்த ஊருக்கு ‘தீர்ப்பு’ கூறும் ஊர் பஞ்சாயத்து. கருணாகரனிடம்தான் பிரச்னையென்றால் வந்து முறையிடுவார்கள்.

“என்ன ஸ்டேஷன் அப்படியிப்படினு போய்ட்டு கடைசில இங்கேயே வரே...”

“...”

“சொல்லியனுப்புறேன். அப்ப வா...”

பாலத்து மாரியம்மன் கோயிலுக்குப் போய் பாரத்தை இறக்கி வைக்கலாம் என்று என்ன என்னவோ வேண்டிக்கொண்டாள் பத்மா.

திரும்பி வத்த போது வீட்டில் பூட்டோடு தாழ்ப்பாள் பெயர்த்து எடுக்கப்பட்டிருந்தது. கொல்லையில் மரத்தில் இருந்த தேங்காய்கள் குலையோடு வெட்டியெடுக்கப்பட்டு மொட்டையாக இருந்தது. தெருவில் நடமாட்டம் இருந்தும் யாரும் முகம் கொடுத்துப் பேசவில்லை.

நித்யனின் வீட்டைத் தட்ட லேசாகத் திறந்த கதவுகளுக்கிடையே... “என்னதான் நினைச்சுட்டிருக்கே” என்றான் நித்யன்.

“இதெல்லாம் என்னடா? நான்தான் மணல் குத்தகை விஷயத்தில விலகிக்கிறேன்னு சொல்லிட்டேனே.”

“போதுமா... எனக்கு பாதிப்பு ஏற்படுத்தினவங்களைத் தண்டிச்சே ஆகணும்னு மல்லுக்கட்டுறீயேடா. அவங்க... உன்னை மாதிரி நாளைக்கு எவனும் எதிர்க்கக் கூடாதுன்னு நினைக்கிறாங்க. பயமாத்தான் இருக்கு. வந்து மிரட்டிட்டு போறான்க. சொந்த ஜாதியில இருந்துகிட்டு துரோகம் பண்றீயான்றானுங்க. உனக்கு நான்தான் சொல்லிக் கொடுக்கிறேன்னு சந்தேகப்படறானுங்கடா...”

அறிவழகன் மென்று விழுங்கினான்.

“ஒவ்வொருத்தனுக்கும் மனசுல தானா ஈரம் வரணும். நீ சட்டத்து மூலம் வர வைக்கலாம்னு பாக்கிறே. போலீசுகிட்டே போனே... சரி வரலைனு மேலதிகாரிகிட்டே போனே... ஸ்டேஷனைத்தானே அவங்களும் கைகாட்டினாங்க. நீயென்ன எந்தக் கட்சியிலயாவது பெரிய ஆளா...? இல்லை உன் பின்னாடி ஜாதி வோட்டு ஏதாவது இருக்கா...? கடைசில இங்கதானே வந்து விழுந்திருக்கே. சுத்து பக்க மூணு ஊருக்கும் கருணாகரன்தான் ஜாதி சங்கத் தலைவரு. அதே ஜாதி சங்கத்துக்குப் பொருளாளர் பெரியண்ணன். பொருளாளரைப் பத்தி தலைவருகிட்டே பஞ்சாயத்து சொல்லியிருக்கே. இவங்ககிட்டே நீ எதை எதிர்பார்க்கிறே...” நித்யன்.

அன்றைய இரவும் எவனோ போதையில் சாத்தப்பட்ட கதவுக்குப் பின்னால் கேட்க முடியாத வார்த்தைகளால் திட்டியபடி வெகுநேரம் இருந்தான். அடிக்கடி ‘வெளியே வாடா. வெளியே வாடா’ என்றான்.

“இதுக்கெல்லாம் என்னதான் வழி” குரல் கமறியது.

“உன் சொந்த பந்தங்கள் குழுமியிருக்கிற ஏரியாவா பாத்துப் போயிடு. அதான் உனக்கு நல்லது.”

இங்கே மட்டும் என்ன வாழ்கிறது. மனிதர்களின் பெயர்களைத் தவிர. பிரச்னையைத் தீர்த்து வையுங்கள் என்ற சிவசங்கரன் நின்றபடியேதான் இருந்தார். அவரை யாரும் உட்காரச் சொல்லவுமில்லை. அவரும் உட்காரட்டுமா என்று

கேட்கவுமில்லை.. இத்தனைக்கும் மனசளவிலும், உடலளவிலும் காயம்பட்டு நொந்துபோன மனுசன். எல்லாரும் ஊர் உலகத்து கதையெல்லாம் அளந்துவிட்ட பிறகுதான் அவரின் விஷயத்துக்கே வந்தனர். கூடியிருந்தது பத்து பனிரெண்டு பேர். இன்றைக்கு சிவசங்கரனுக்கு ஆயிரம் ரூபாய்கிட்டே செலவுதான். என்ன செய்ய? போலீஸ் ஸ்டேஷனுக்குச் சென்றால் இதைவிட அதிகமாகுமோ என்னமோ.

சின்னையாவின் சொல்லுக்குக் கட்டுப்பட்டுதான் வரவேண்டியதாகிவிட்டது. ரெண்டாவது வெற்றிவேல், பத்மா மூலம் சுத்துவழி சொந்தக்காரன் வேறு. அவன்தான் சிவசங்கரனை வயசுக்குக் கூட மரியாதை தராமல் வேட்டியை உருவி தெருவில் இழுத்து...

“சொல்லு சிவசங்கரா?”

அந்த அறுபது வயது மனுஷன் உலர்ந்த வார்த்தைகளோடு கலங்கினார்.

“வீடு கட்டி முடிக்கிறவரை என் வீட்டு கீழ் போர்ஷன்ல குடியிருக்கிறேன்னு வெற்றிவேல் தம்பி சொன்னுச்சு. அதுபடிக்கே சம்மதிச்சேன். இதுவரைக்கும் வாடகை பணமே தரலை. இப்ப காலி பண்ணுங்கன்னா... ஐம்பதாயிரம் தந்தாதான் காலி பண்ணுவேன்னு சொல்லி வாய்த் தகராறு ஆகி... அதுக்கப்புறம் நடந்ததை தெருவே வேடிக்கை பார்த்துச்சு...”

கால் கடுக்க நின்றபடி சிவசங்கரன் பேச, வெற்றிவேல் கால் மேல் கால் போட்டு சேரில் சாய்ந்து உட்கார்ந்தபடி காலை ஆட்டிக்கொண்டிருந்தான்.

அறிவழகனுக்கு உள்ளே எரிய ஆரம்பித்தது. சின்னையாவைப் பார்த்தான். அவர் தரையைப் பார்த்தபடி இருந்தார். தூரத்தில் ஏதோ ஒரு தனியார் டி.வி. செய்தியின் ஒலி கீற்றல் எழுந்தது.

“சரிய்யா... நடந்தது நடந்து போச்சு. சமாதானமாகப் போய்க்கோ. வெற்றிவேல் ஐம்பதாயிரத்தில பாதித் தொகைக்கு சம்மதம் சொல்றான். இல்லைனா வீட்டை அவனுக்கு வித்துடு...” - கூட்டத்தில் ஒரு குரல் பிசிறியது.

ஆளாளுக்கு சத்தமேயில்லாமல் இருக்க சின்னையா கனத்து பேச ஆரம்பித்தார்.

“ரெண்டு தலைமுறையா சிவசங்கரன் குடும்பம் இந்த ஊர்ல இருக்கு. பிரச்னை வாய்த் தகராறு ஆகி சிவசங்கரன் தடியெடுத்து அடிச்சுட்டார்ங்கறதுக்காக வீட்டை வித்துட்டுப் போடான்றது நல்லதா எனக்குத் தெரியலை... இரு நான் சொல்றதைச் சொல்லிடறேன். இத்தனைக்கும் அவர் அடி வாங்கினதுக்குப் பிறகுதான் பாதுகாப்புக்குத் தடியை ஓங்கினதா சொல்றார். நாமெல்லாம் நல்ல நியாயம் சொல்வோம்னுதான் ஸ்டேஷனுக்குக் கூட போகாம நம்மகிட்டே வந்துருக்கார்...”

“போகட்டுமே ஸ்டேஷனுக்கு எவன் வேணாம்னான். ஒத்த ஜாதிக்காரன் அஞ்சு ஊர் ஜாதிக்காரங்களை எதுத்துதான் போய்ப் பார்க்கட்டுமே” நக்கலாக ஒரு குரல் எழுந்தது.

“அதைத்தான் பஞ்சாயத்தும் முடிவு செய்ய இருக்கு.”

சிவசங்கரன் கண்களில் மிரட்சி. ‘சமாதானமாக்கி நிம்மதியடைய வழியை எதிர்பார்த்தால்...?’

“என்ன மாமா... புரிஞ்சுகிட்டுதான் பேசறீங்களா...?”

“பஞ்சாயத்துன்னு வந்த பின்னாடியும் உறவுமுறையிலதான் உனக்குக் கூப்பிடவே தோணுது. சிவசங்கரனை நாம உட்கார வைச்சு வயசுக்கு மதிப்பு தந்துகூட பேச ஆரம்பிக்கலையே... கால் மேல் கால் போட்டு வெற்றிவேல்தான்...” சின்னையா முடிப்பதற்குள்...

“ஜாதிக்காரன்னுகூட பார்க்காம கேவலப்படுத்தறே. அறிவழகன் இந்த ஊருக்கு எப்படி வந்தான்?”

“இப்ப அது எதுக்கு?”

“ஊர் உலகத்துல ஜாதிக்காரனை மீறி எவனும் எதுவும் செய்யறதில்லை. நீயென்ன கிழிக்கிறே. ஒரு பேச்சுக்காவது முன்னாடியே இப்படித்தான் பேசப்போறேன்னு எங்ககிட்டே சொல்லியிருக்கலாம்ல... உனக்கு என்னாச்சு?”

“நம்ம ஜாதிக்காரன் எது செஞ்சாலும் தலையை ஆட்டணும்கிறது என்ன நியாயம்? யார் யாரோ சாக்கடையிலே புரள்கிறாங்க என்கிறதுக்காக நாமளும் அப்படியே செய்யணுமா? சிவசங்கரன் ஸ்டேஷன்ல ரிப்போர்ட் பண்ணுவார். சட்டப்படிதான் எல்லாம் நடக்கும். ஊர்ல யாரும் சாட்சி சொல்ல பயந்தாங்கன்னா நானே படியேறுவேன்” என்றார் சின்னையா.

“அறிவழகா என்ன வாய் பேசாம நிக்கிறே?” கோபமாக ஒரு குரல் எகிறியது.

“பாதிச்சவனுக்குதான் பாதிப்போட வலி புரியும்.”

ஆத்திரத்தோடு எழுந்த வெற்றிவேல், “எல்லாம் திட்டம் போட்டு பலி பண்றீங்கடா” என்று உட்கார்ந்திருந்த நாற்காலியைத் தூக்கியெறிந்தான்.

“சின்னையா... பிரச்னையைப் பெரிசுபடுத்த வேணாம். ஜாதி சனத்தைப் பிரிச்சுட்டான்னு நாலு பேர் சொல்ற மாதிரி வச்சுடாதீங்க...” கலங்கினார் சிவசங்கரன்.

வெளியே புழுதியைக் கிளப்பியபடி வெற்றிவேல் கோஷ்டி உறுமலோடு வெளியேறிக்கொண்டிருந்தது.

“இதுல எங்கேய்யா ஜாதி வந்துச்சு. அவன்கதான் தறிகெட்டு அலையறானுங்க. தைரியமா இரு. நாங்க இருக்கோம். தப்பே செய்யாத நீ ஏன்யா பயப்படறே...” சிவசங்கரனிடம் பேசிக் கொண்டிருந்த சின்னையாவையே பார்த்துக்கொண்டிருந்தான் அறிவழகன்.

“... இதை இப்படியே விட்டால் இதுக்கெல்லாம் என்னதான் முடிவு?” என்றபடி சின்னையா எழுந்தார்.

டி.வி.ஆர். நினைவு சிறுகதைப் போட்டி
- ஆறுதல் பரிசு 8-12-2002

பெண் ஜென்மம்

வாளியில் தண்ணீர் நிரம்பி வழிய ஆரம்பித்தபோது சுயநினைவு தட்ட, பைப்பைத் திருகி நிறுத்தினாள். நிரம்பத் தடவியிருந்த எண்ணெய்ப் பிசுக்கு அழுக்கோடு சிதறியோட சீயக்காய் அரப்பை, தண்ணீர் சேந்திக் கரைத்துத் தலையில் அழுத்தித் தேய்க்க ஆரம்பித்தாள். குளியலறைக் கதவை ஊடுருவி, கம்பெனிக்குள் நுழையும் பணியாளர்களை அழைத்துவரும் பேருந்துகளின் ஹாரன் சத்தம் அவள் காதைத் துளைத்தது. அவசரமாகத் தண்ணீரைக் குவளையில் எடுத்து, தலைக்கு ஊற்றினாள். மீண்டும் மீண்டும் தலையைத் தேய்த்து நீரை மொண்டு ஊற்றிக் கொண்டவளுக்கு நினைவில் அம்மாவின் முகம் தட்டுப்பட்டது.

“தண்ணீயைப் பாத்துப் பாத்துச் சேந்துடி.”

கோபத்தில் முகம் சிவக்க, திரும்பி அம்மாவை முறைத்தாள்.

“என்னடி முறைக்கிறே அடிபைப்ல தண்ணீரை அடிச்சு எடுத்து வர்ரவளுக்குத்தானே தெரியும்.”

யாரோ குளியலறைக் கதவைத் தட்டி, “ஏய்... எவடி இவ்வளவு நேரம் குளிக்கிறது...”

சுதாரித்தவள் அவசரமாகக் குளித்துவிட்டு நினைவுகளையும் துவட்டிய துண்டையும் உதறிவிட்டு வெளியேறினாள். வெளியே நின்றிருந்தவள் முணுமுணுத்ததைக் கண்டுகொள்ளாது படியிறங்கினாள்.

சௌம்யா, தங்கியிருக்கும் கம்பெனியின் விடுதியிலிருந்து பார்த்தால் சற்றுத் தொலைவில் கார்மெண்ட்ஸ் எக்ஸ்போர்ட் கம்பெனியின் நுழைவாயில் தெரியும். ஜன்னல் வழியே பார்த்தவள் பரபரத்தாள். கம்பெனிக்குள் அனைத்து பஸ்களும் நுழைந்துவிட்டிருக்க பணியாட்கள் ஷிப்டுக்கு வேகவேகமாகச் செல்வது தெரிந்தது. வேகமாக கம்பெனிக்கு நடக்க ஆரம்பித்தாள்.

வேலைக்குச் சேர்ந்து இன்றோடு இருபத்தைந்து நாட்கள் ஆகிறது. முதல் நாளிலிருந்தே வீட்டு நினைவு அலைக்கழிக்கிறது. கண்களில் நீர் தளும்ப மனத்தை அடக்கப் பழகிக்கொண்டாள்.

அப்பாதான் இப்படியொரு கம்பெனி பற்றி விசாரித்து இருநூறு கிலோமீட்டர் தள்ளி வந்து சேர்த்துவிட்டார். வீட்டில் இவள் இரண்டாவது. இவளுக்குப் பிறகு நான்கு பேர். அம்மாதான் புலம்புவாள்.

“எப்படித்தான் கரை சேர்க்கப் போறேனோ?”

பையன் பிறப்பான் என்று அம்மாவும் அப்பாவும் நினைக்க ஆறு பேரும் பெண்ணாகப் பிறந்தது பற்றி யாரிடம் குறைசொல்வது? இவள் ருதுவான போது ‘அய்யோ இவளுமா?’ என்றுதான் அம்மா எரிச்சலோடு கத்தினாள். அக்கா கார்த்திகா ருதுவாகி ஆறேழு மாதம் ஆகியிருந்தது. அடிவயிற்றின் வலியை விட அம்மாவின் எரிச்சல் மனத்தைச் சுக்குநூறாக்கியது.

வேலைக்குச் சேர்ந்த முதல் நாள் எல்லாமே பிரமிப்பு. நேற்றைக்கு கரட்டாம்பட்டியில் ஓடியாடித் திரிந்த வாழ்க்கை திடீரென்று தடம் புரண்டது போல் இருந்தது.

கார்த்திகா ஏழாம் வகுப்போடு படிப்பை நிறுத்திவிட்டு சித்தாள்

வேலைக்குச் செல்கிறாள். பத்தாம் வகுப்பில் நல்ல மார்க் எடுத்திருந்ததால் படிக்க வைப்பார்கள் என்று எதிர்பார்த்தாள்.

“படிச்சா... படிச்ச மாப்பிள்ளையாகப் பார்க்க வேண்டும். ஏதாவது ஜவுளிக்கடை, ஜெராக்ஸ் கடைன்னு வேலைக்குச் சேர்த்துவிடுங்க. மிச்ச சொச்சத்தைச் சேர்த்து வைச்சு கரைசேர்க்கவாவது ஆவும்.” அம்மாவின் தின புலம்பல் அப்பாவைப் பாடுபடுத்திக்கொண்டிருந்தது. இவளும் படிப்பை நிறுத்திவிட்டதால் சும்மா பொழுதை வீட்டில் கழிக்கவில்லை. அவரைத் தோட்டத்தில் அவரை பறிக்க, கடலைக்கா பிடுங்க என்று கூலி வேலைக்குச் செல்வாள். கம்பந்தட்டை அறுக்கவும் சென்றிருக்கிறாள்.

“சௌம்யா யாருடி? நீயா... போ. கட்டிங் மாஸ்டர் குவாலிடி ஆபிஸர் எல்லாம் கூப்பிடறாங்க உன்னை.”

கட்டிங் செய்து கொண்டிருந்த துணியை வைத்துவிட்டு டேபிளைச் சுத்தப்படுத்திவிட்டுச் சென்றாள்.

“வந்து எத்தனை நாளாவுது? இப்படியா துணியை வெட்டறது?”

கட்டிங் மாஸ்டர் சத்தமிட்டபோது அவள் மனம் நடுநடுங்கியது. சரியாகத்தானே வெட்டினோம். காஸ்ட்லியான துணி வேறு.

“துணியோட ரேட்டு என்ன தெரியுமா? வேலை செய்யத்தான் வந்தியா? பொழுதுபோக்க வந்தியா? இன்னையோட போகட்டும். அடுத்த முறை தப்பு பண்ணினே சம்பளத்துல பிடிச்சுக்குவோம். போ... லைன் சூபர்வைசர் யாரு? அந்தத் தறுதலையைக் கூப்பிடு” என்றபடி அவர் நகர்ந்தார்.

டேபிளுக்கு வந்தாள். டயா பதினாலு என்பதில் நான்கை ஒன்பது போல் எழுதியிருப்பது போன்று தெரிய எல்லாமே தவறாகப் போய்விட்டது. விளக்கம் சொல்லாது அழுகையை மென்று முழுங்கி சரியான டயாவினை சேட் செய்து துணியை கட் செய்தாள்.

இந்த மாதத்தோடு சம்பளத்தை வாங்கிக்கொண்டு வேலையை விட்டு வீட்டுக்குச் சென்று விடவேண்டும். போனதும் தங்கைகளோடு கூத்தடிக்க வேண்டும். எல்லா விளையாட்டுகளையும் அலுப்புத் தீர விளையாடியது நெஞ்சுக்குள் அலையடிக்கிறது. தோற்றுவிட்டால், தோற்றவர்களை 'தோத்தான் தும்பான் சோறு சட்டி திம்பான்' என்று கேலி பண்ணினால் அழுவார்கள்.

இங்கே எல்லாவற்றையும் டி.வி. பெட்டி முழுங்கிக்கொண்டு அதுவே கதியெனக் கிடக்க வேண்டியிருக்கிறது. வீட்டில் இலவச டி.வி.கூட இல்லை.

"ஏய் வெறும் சாப்பாட்டைக் கிளறிக்கிட்டு இருக்கே, போய் ரசம் வாங்குடி" பக்கத்தில் உட்கார்ந்திருந்த ஒரு அக்கா சத்தமிட நினைவைத் தட்டிவிட்டு தட்டை எடுத்துக்கொண்டு உணவு பரிமாறும் இடத்துக்குச் சென்றாள்.

சாப்பிட்டு மாடிப்படி ஏற ஏற புளிக்குழம்பு சாப்பாடும் கேரட் பொரியல் வாசமும் ஏப்பத்தோடு வரும்போல் இருந்தது. துணிகளைத் துவைத்துக் காயப்போட வந்தபோது கீழிருந்து வார்டன் மைக்கில் ஒவ்வொரு மாடியிலும் இருக்கும் சில பெண்களை மட்டும் பெயர் குறிப்பிட்டுக் கீழே வரும்படி அழைத்தார்.

"கீதா, கீர்த்தனா, ஸ்ரீதேவி, கனகா, லட்சுமி, அமுதா, ஆயிஷா, கௌசல்யா, சித்திரைச்செல்வி, சசிகலா, பவித்ரா, பவுலின் மேரி, மகாலட்சுமி, இலக்கியா, பிருந்தா, நதியா, குஷ்பு, பிரியதர்ஷினி, சௌம்யா..."

அரக்கப் பரக்கக் கிளம்பினாள்.

ஐந்து ஃப்ளோரில் தங்கியிருக்கும் நானூறு பேர் சொச்சத்தில் முப்பது நாப்பது பேராவது டைனிங் ஹாலில் இரைச்சலோடு குழுமியிருந்தனர்.

"உஷ் சத்தம் போடாதீங்கடி."

பதினைந்து நிமிடங்கள் கழித்து பணியாளர் துறையின் மேலதிகாரி, வாய்பொத்தி அழுதபடி ஒரு அம்மாள், சோகமாக வெளிறிப்போன முகத்தோடு ஒல்லியாக ஒரு அண்ணன், சிவப்பாக தாட்டியமாக சட்டையை இன் செய்து அலட்சிய முகபாவத்தோடு மற்றொரு அண்ணன் என நான்கு பேர் வந்தனர்.

நம்ம ஹாஸ்டலில் ரூம் நெம்பர் *Ax18* ல் தங்கியிருந்த மாலாவோட அம்மா, அண்ணன், அந்தப் பொண்ணுக்கு நிச்சயம் பண்ணின மாப்பிள்ளை உங்க முன்னாடி நிக்கிறாங்க. மூன்று தினத்துக்கு முன்னாடி அவுட் பாஸ் வாங்கி ஊருக்குப் போறேன்னு கிளம்பிப் போன மாலாவைக் காணவில்லை.

நிறைய பேர் ‘அய்யோ’ என்று பயம் கலந்த அதிர்ச்சியை வெளிப்படுத்தினர். மாலாவின் ஊருக்கு அருகாமையில் இருக்கும் அனைத்து ஊர்ப் பெண்களையும் அழைத்திருப்பது அப்போதுதான் தெரிந்தது. மாலா குறித்தும் அவள் முக அடையாளம் குறித்தும் எதுவும் நினைவில் தட்டுப்படவில்லை. ஒரு மாதம் கூட ஆகாத நிலையில் யார் யாரை நினைவில் வைப்பது? நிச்சயம் பண்ணின பிறகு காணாமல் போய்விட்டாள். மாலாவைக் கட்டிக்க இருந்த மாப்பிள்ளை வெறுப்பான பார்வையை எங்கள் மீது வீசினார்.

அன்றைக்கு முழுதும் காணாமல் போனவளைப் பற்றித்தான் பேச்சு. எனக்கு என்னவோ வீட்டு நினைப்பு மறந்துவிட்டது போலிருந்தது. ஆனால், காலையில் எழுந்ததும் இந்த மாதம் எப்போது முடியும்... சம்பளம் வாங்கியவுடன் வீட்டுக்குக் கிளம்பிட வேண்டும் என்று மனம் தவியாய்த் தவிக்க ஆரம்பித்தது.

“கீதாக்கா... இந்த மாதம் சம்பளம் வாங்கிக்கிட்டு வீட்டுக்குப் போகணுங்க்கா.”

“வார்டன்கிட்டே கேளு.”

வார்டன் மேடம் பொரிய ஆரம்பித்தாள். “வீட்டுக்கெல்லாம்

போக முடியாது. சம்பளத்தை வந்து வாங்கிட்டுப் போகச் சொல்லு. வீட்டுக்குப் போறேன்னு சொல்லிட்டு எவனையாவது கூட்டிட்டு சுத்தறது. அந்த மாலா சனியன் பண்ணின கூத்துல ரூல்ஸ்லாம் ஸ்ட்ரிக்ட்டா போட்டிருக்காங்க.”

உள்ளுக்குள் மனம் அதிர்ந்தது. அழுகை வந்தது.

அங்கிருந்து நைட்டியில் இருந்த ஒரு அக்கா, அவளை வார்டனிடமிருந்து நைச்சியமாக அழைத்து மொட்டை மாடிக்குச் சென்றாள். இவளைக் குறித்து எல்லாம் விசாரித்தாள். பின் சம்பந்தமே இல்லாமல், “எவனையாவது லவ் பண்றியாடி” என்றாள்.

சௌம்யா வெடுக்கென்று அவளைவிட்டு விறுவிறுவென்று படியிறங்கி ரூமுக்கு வந்து சுருண்டு படுத்தாள். முணுக்கென்று கண்களில் நீர் கட்டியது. எப்போது கண் அசந்தாள் என்று தெரியவில்லை. லேசாக நினைவு தட்டியபோது பேச்சுக்குரல் காதுகளில் இரைந்தது.

“இவ யாரடி.... இப்படிப் படுத்துக்கிடக்கிறா.”

“புதுசுடி.... விடு... அவ போக்குல விட்டுட்டோம்.”

“அந்தச் சமயத்துல வயித்தைப் பயங்கரமா வலிக்குதடி.”

“யேய்... வாழைப்பழம் சாப்பிட்டால் வலி குறைஞ்ச மாதிரி ஃபீலிங் வருமாம்டி.”

“சரிங்க பாட்டி.”

“புதுசா ஒரு லைன் சூபர்வைசர் வந்திருக்கான் பார்த்தியா.”

“என்னடி உன் ரசனை. அவன் ஒரு ஆளு...”

“ஆமாப்பா நேத்து சிரிச்சேன். உம்முன்னு முறைச்சான்.”

“ஏய் நிஜமா அவ ஓடிப்போயிட்ட மாதிரி பேசுற.”

“அவ பேச்சை விடுங்கடி. சித்ரா கல்யாணத்துக்கு எவ எவ வரப்போறது.”

நிறையப்பேர் அறையில் கூடிவிட்டது போல் தெரிந்தது. எழுந்திரிக்கலாமா. எழுந்துதான் ஆகவேண்டும்.

பசி வயிற்றைக் கிள்ளுகிறது. யாரோ அவளை எழுப்பினார்கள். அவள் துக்கத்தில் விழிப்பது போல் விழித்து எழுந்தாள்.

“வாடி சாப்பிட.”

ஒவ்வொரு படிக்கட்டாக இறங்கும்போது ஒரே கலகலப்பான பேச்சாக இருந்தது.

“ஏய், நீயும் கல்யாணத்துக்கு வரத் தானே?”

“இல்லக்கா... வந்து... நான்...”

“அவ பாருடி.... சம்பளம் கொடுக்கிற தேதியில் இருந்து இரண்டு நாள் தள்ளி கல்யாணத்தை வச்சிருக்கிறா?”

“நிறைய மொய்ப் பணம் வசூல் பண்ண பிளான் பண்ணியிருப்பாடீ...”

சௌம்யாவுக்குப் பின்னால் அடித்தது போன்று யோசனை. இவர்கள் கல்யாணத்துக்குக் கிளம்பும்போது அப்படியே கிளம்பிட வேண்டியதுதான்.

சம்பளப் பணத்தை பேக்கின் இடையில் வைத்து, சுடிதார்களை மடித்து வைத்து மறைத்தாள். முதல் நாள் இரவு கல்யாணப் பெண் வீட்டில் தங்குவதால் ஆளுக்கு ஒரு பேக் வைத்திருந்தனர்.. சௌம்யா வரும்போது பெரிதாக ஒன்றும் கொண்டுவரவில்லை. ஒரே ஒரு மாற்று சுடிதார், கிழிந்ததைத் தைத்து வைத்திருந்த ஒரு நைட்டி அவ்வளவுதான்.

தினேஷ் சார்தான் கிடுக்குப்பிடி போட்டார். இவள் புதுசு என்பதால் கேள்விகளைத் துருவித் துருவிக் கேட்டார். உண்மையைச் சொல்லிவிடலாம் என்று ஒரு கணம் யோசித்தாள்.

யோசனையை அழித்தாள். 'கீர்த்தனக்காதான் இவளுக்குப் பொறுப்பு' என்று சொல்ல அரைகுறையாகத் தலையசைத்தார்.

கல்யாண மண்டபத்தில் கீர்த்தனக்கா நல்ல மூடில் இருந்த சமயம், "அக்கா எங்க ஊரு இங்க பக்கத்துலதான். வீட்டுக்குப் போயிட்டு தங்கச்சி பாப்பாவையெல்லாம் பார்த்துட்டு சம்பளப் பணத்தைக் கொடுத்துட்டு வந்துடறேன்க்கா" என்று கெஞ்சிக் கேட்டாள்.

"சரி, உடனே திரும்பிடுவியா? தலையைத் தலையை ஆட்டாதே. ஒருநாள் இருந்துட்டு உடனே வந்து சேரு. இந்தா ஃபோன் நெம்பரு. ரிஸ்க் எடுத்துருக்கேன்டி.... என்னைக் கவுத்துறாதே."

மென்று விழுங்கினாள். உண்மையைச் சொல்லிவிடலாமா? வேண்டாம். விடமாட்டார்கள். தான் காணாமல் போய்விட்டால் தானே பிரச்னை. ஃபோன் எண் இருக்கிறதே. ஃபோன் செய்து வீட்ல போக வேண்டாம்னுட்டாங்க என்று சொல்லிவிடலாம். வீட்டுக்குப் போகிறோம் என்கிற சந்தோஷமே அலைஅலையாக உற்சாகத்தை எழுப்பியது.

சாயங்காலம் வெயில் தாழ்ந்திருந்தது.

எங்கிருந்து ஓடி வந்தாளோ தெரியவில்லை கடைக்குட்டி கனகா, 'ஹய்யா... அக்கா...' என்று தாவி கழுத்தைக் கட்டிக் கொண்டாள். குனிந்தவளின் முகமெங்கும் முத்தமிட்டாள்.

இவளுக்குத் தொண்டையை அடைத்தது. வாசல் பகுதியில் இருக்கும் அப்பாவின் சைக்கிளைக் காணவில்லை. பால் கேனில் ஊற்றும்போது சிதறிய பால் சிதறல்கள் மண்ணில் ஈரமாக மினுங்கின.. அவர் வருவதற்கு இரவு ஏழெட்டு மணியாகும்.

விறகுக் கட்டைகளை அம்மா கீழே போட்டாள். தலை சும்மாட்டை உதறி முகத்தை ஒற்றி எடுத்தவள் இவளைக் கண்டாள்.

"என்னடி இப்ப வந்துருக்கே."

வந்ததே பிடிக்கலையோ என்று சௌம்யாவுக்குப் பட்டது. எதுவும் பேசாமல் கிடந்தாள். ஆனால் அம்மா விடவில்லை.

“இல்லைம்மா ரெண்டு நாள் லீவு விட்டுட்டாங்க.”

அப்பாவிடம் மட்டும்தான் சொல்ல வேண்டும். இவள் தொணதொணப்பு ஜாஸ்தியாகிவிடும். பால் கேன்கள் உரசும் சப்தங்களோடு சைக்கிளை நிறுத்தும் ஓசை கேட்டது.

“தனியாவா வந்தே லீவா” என்றார். பொதுவாக தலையசைத்தாள்.

அம்மா இல்லாத நேரம் பார்த்து சம்பளத்தைத் தந்தவள், “எனக்கு அங்கே இருக்கவே பிடிக்கலைப்பா. இங்கனேயே ஜவுளிக்கடை, ஜெராக்ஸ் கடைனு வேலைக்குச் சேர்த்து விடுப்பா. பாப்பாவையெல்லாம் விட்டுட்டு இருக்க முடியலை.”

“அங்கேயெல்லாம் இந்தச் சம்பளம் எல்லாம் சம்பாதிக்க முடியாதும்மா. உங்களை நான் எப்படிக் கரை சேர்க்கறதுன்னு முழிக்கிறேம்மா. பால் வருமானம் முன்னே மாதிரியில்லே.”

அவர் பேசப் பேச இவளுக்கு அடிமனசிலே பயம் எழுந்தது.

காலை பரப்பியபடி அசந்து கார்த்திகா தூங்கிக்கொண்டிருந்தாள். கால் பாதங்கள் வெடித்து சிமெண்ட்பால் தீற்றல்களோடு கிடந்தது. மற்ற நால்வரும் ஒருத்தரையொருத்தர் அணைத்தபடி கால்கள் மேல் கால்கள் போட்டுத் தூக்கத்திலிருந்தனர்.

அடுத்த நாள் -

“எக்கா இன்னைக்குதான் சூப்பர் சாப்பாடு” என்றாள் ஒரு தங்கை.

“வக்கணையா திங்கணும்னா எல்லாரும் உக்காந்திருந்தா ஆகாது” அம்மா வெறுப்பாகப் பேசினாள்.

ஏதேனும் பேசினால் வம்பாகும். வெளியே காலை வெயில் சுள்ளென்று வீதியில் உறைந்திருந்தது. ஊரே ‘வெறிச்’ என்றுதான் இருக்கிறது.

“தீபாவளி சமயத்துலதான் ஜவுளிக் கடைகளுக்குப் போய் வேலை கேட்க முடியும்” என்று பக்கத்து வீட்டு நர்ஸ் அக்கா சொல்லிவிட்டாள். அவள் பணிபுரியும் ஆஸ்பத்திரியில் கூட்டுற வேலையையாவது வாங்கிக் கொடுக்கா என்றவளை முறைத்துக் கொண்டு அம்மாவிடம், ‘போட்டு விட்டு’ போய்விட்டாள்.

“இந்த நாறக் கழுதை வேலையைத் தலைமுழுகிட்டுத்தான் இங்கே வந்திருக்கா போலிருக்கே.”

அப்பா எதுவும் பேசவில்லை. அன்றைக்கு காய்கறி எதுவுமில்லாமல் வழக்கம் போல் ரசம், வாதநாராயண் இலை துவையல் என்று சமைத்துப் போட்டாள் அம்மா.

என்ன செய்வது, பாப்பாக்கள் நிறம் மங்கின, ஒட்டுக் கிழிசல்களோடுதான் வாழ்கின்றனர். சிமெண்ட்பால் ஊறின கால்களோடு அக்கா. தாம் சம்பாதிப்பது திருமண நல்வாழ்வுக்கு எனில் அது சப்பைக்கட்டுதான். சம்பாதிப்பது ‘எவன்ட்டேயோ பிடித்துக் கொடுக்க’ என்பது பேச்சுக்குத்தான். வயதுக்கு வந்து விட்டாளே அடுத்து கல்யாணம், பிள்ளை குட்டி.... குடிக்கிற புருஷனோ... குடிக்காத புருஷனோ, பிடிச்ச புருஷனோ... பிடிக்காத புருஷனோ...

காலை பால் சப்ளைக்குச் சென்றுவிட்டு அப்பா வரும்போது மணி பனிரெண்டரை இருக்கும். வீட்டில் யாருமில்லை. பாப்பாக்கள் பள்ளியில். அக்கா கட்டட வேலையில். அம்மா காட்டு வேலைக்கு.

“யப்பா இன்னிக்கு ரெண்டு நாப்பது வண்டில கிளம்பறேம்பா” என்றாள்.

பேக்கைத் துடைத்து ரெடி செய்தாள். ஒரு நைந்த போர்வையை மட்டும் எடுத்து வைத்திருந்தாள்.

“வீட்ல அம்மாட்ட பாப்பாகிட்டேயெல்லாம் சொல்லிட்டியாம்மா?”

“நீங்க சொல்லிடுங்கப்பா.”

சைக்கிளிலிருந்து பால் கேன்களைக் கழட்டினார். வீட்டு படலைச் சாத்தினார். சைக்கிளை மிதித்தார். முன் ஹாண்ட் பாரில் பேக்கும் பின் கேரியரில் அவளும். பல நாட்கள் படிந்திருந்த பால் வீச்சம் மூக்கைத் துளைத்து இறங்கிக் கொண்டிருந்தது.

ஒற்றையடிப் பாதையைக் கடந்து வண்டிப் பாதையைக் கடந்து சிறு சாலையில் மினி பஸ்ஸுக்குக் காத்திருந்தனர்.

மினி பஸ்ஸின் பின் சீட்டில் உட்கார்ந்தாள். பஸ்ஸின் பின் கண்ணாடி வழியே சைக்கிளை மிதித்து மேடேறிச் செல்லும் தந்தை இறங்கி சைக்கிளை இறுகப் பிடித்துக்கொண்டு பின்னால் சென்றுகொண்டிருக்கும் பஸ்ஸைத் திரும்பிப் பார்ப்பதைப் பார்த்தாள்.

சௌம்யா சட்டென்று திரும்பிக் குனிந்து கொண்டாள். கண்களில் நீர் கட்டியது. பஸ் குலுங்களோடு திருப்பத்தில் திரும்பி வேகமெடுத்தது.

கல்கி நினைவுச் சிறுகதைப் போட்டி - 2012
இரண்டாம் பரிசு 12-8-2012

முத்துச்செல்வன் (1973)

முதல் சிறுகதை ஆனந்தவிகடனில் எஸ்.மணிகண்டன் என்ற புனைபெயரில் 1992-ல் வெளியானது. தொடர்ந்து முத்துச்செல்வன் பெயரிலேயே எழுதி வருகிறார். திருச்சி மாவட்டம் முசிறியில் உள்ள ஆலமரத்துப்பட்டியில் வசிக்கிறார். முழுநேர எழுத்துப் பணியில் ஈடுபட்டுள்ளார்

முதல் நாவல் 'முன்பக்கங்கள்' ஸீரோ டிகிரி – தமிழரசி அறக்கட்டளை நாவல் போட்டி நெடும் பட்டியலில் இடம்பெற்று எழுத்து பிரசுர வெளியீடாக வந்துள்ளது.

பெற்றோர்: சுந்தரம் சரோஜா, சகோதரன்: பிரகாஷ்சாரதா யாழினி, சகோதரிகள்: முத்துச்செல்வி புவனேஸ்வரிலோகநாதன் ஜீவிதா ரூபிணி

முத்துச்செல்வன்

40-முல்லைநகர், ஆலமரத்துப்பட்டி

முசிறி-621211

muthsan20@gmail.com

www.ingramcontent.com/pod-product-compliance
Ingram Content Group UK Ltd.
Pitfield, Milton Keynes, MK11 3LW, UK
UKHW042134021026
15589UKWH00003B/823

9 789393 882196